பிரம்மராட்சஷ்

தமிழ்மகன்

விலை : ரூ.250/-

மின்னங்காடி

பதிப்பக வெளியீடு - 16

பிரம்மராட்சஷ் / நாவல்

ஆசிரியர் : தமிழ்மகன் ©

முதல் பதிப்பு : 2021

வெளியீடு : மின்னங்காடி பதிப்பகம்
24, அண்ணா 3-வது குறுக்குத் தெரு,
அவ்வை நகர், பாடி, சென்னை - 50.

Rs.250/-

Brammaratsash / Novel

Author : Tamilmagan ©

First Edition : 2021

Published by : Minnangadi Publications
24, Anna 3rd Cross Street,
Avvai Nagar, Padi, Chennai - 50

Website : www.minnangadi.com

Mail : minnangadipublications@gmail.com

Phone : 72992 41264

ISBN : 978-93-92973-09-3

ஆசிரியர் குறிப்பு

பிறப்பு, படிப்பு, பணி:

- தமிழ்மகன் என்கிற பா.வெங்கடேசன் சென்னையில் 1964இல் பிறந்தவர்.
- படிப்பு; B.Sc., M.A. மாநிலக் கல்லூரி, சென்னைப் பல்கலைக்கழகம்.
- 1989 தொடங்கி போலீஸ் செய்தி, தமிழன் நாளிதழ், வண்ணத்திரை, தினமணி, குமுதம், குங்குமம், ஆனந்த விகடன் இதழ்களில் 2019 வரை பணியாற்றியவர்.
- மாநிலக் கல்லூரியில் படித்தபோது **'பூமிக்குப் புரியவைப்போம்'**, **'ஆறறிவு மரங்கள்'** என இரண்டு கவிதைத் தொகுதிகள் வெளியாகின.
- இளைஞர் ஆண்டையொட்டி, 1984இல் டி.வி.எஸ். நிறுவனமும் இதயம் பேசுகிறது இதழும் இணைந்து நடத்திய போட்டியில் இவரது வெள்ளை நிறத்தில் ஒரு காதல் புதினம் முதல் பரிசு பெற்றது. இதயம் பேசிறது இதழில் தொடராக வெளியானது. அரசியல் விமர்சகர் சின்னக்குத்தூசி தேர்வு செய்தார். இதுவும் கல்லூரி படிக்கும்போதே நிகழ்ந்தது. பேராசிரியர்கள் இரா.இளவரசு, கவிஞர் மு.மேத்தா, பொன். செல்வகணபதி, இ.மறைமலை, பி.சிவகுமார் போன்றோர் ஆசிரியர்களாக - வழிகாட்டிகளாக- அமைந்தனர்.

விருதுகள்

- 1984-ல் இதயம் பேசுகிறது - டி.வி.எஸ் நிறுவனம் நடத்திய போட்டியில் வெள்ளை நிறத்தில் ஒரு காதல் நாவலுக்கு விருது.
- மொத்தத்தில் சுமாரான வாரம் குறுநாவல் தி.ஜானகிராமன் நினைவு போட்டியில் தேர்வு செய்யப்பட்டது. 1986-ல் தேர்வு செய்தவர் எழுத்தாளர் அசோகமித்திரன்.
- இவர் எழுதிய மானுடப் பண்ணை நாவல் 1996இல் தமிழக அரசின் விருது பெற்றது.
- எட்டாயிரம் தலைமுறை சிறுகதைத் தொகுப்பு 2008-ம் ஆண்டுக்கான தமிழக அரசின் விருது பெற்றது.
- எழுத்தாளர் சுஜாதா நினைவு அறிவியல் புனைகதை விருது (2008).

- வெட்டுப்புலி நாவல் (2009) கோவை ரங்கம்மாள் நினைவு விருது, ஜெயந்தன் அறக்கட்டளை விருது பெற்றது.
- ஆண்பால் பெண்பால் நாவலுக்கு (2011) விகடன் விருதும் ஜி.எஸ். மணி நினைவு விருதும் கிடைத்துள்ளன.
- வனசாட்சி நாவல் (2012) சுஜாதா அறக்கட்டளை விருது, மலைச்சொல் விருதுகள், அமுதன் அடிகள் விருது ஆகியன பெற்றது.
- வேங்கை நங்கூரத்தின் ஜீன் குறிப்புகள் நாவலுக்கு கனடா இலக்கியத் தோட்ட புனைவு இலைக்கிய விருது (2017) பெற்றார்.
- திராவிடர் கழகத்தின் பெரியார் விருது (2014), விஜய் டி.வி நீயா? நானா? வழங்கிய இலக்கிய விருது (2016) உள்ளிட்ட பல விருதுகள் பெற்றவர்.
- படைவீடு நாவல் (2021) வென்றுமண்கொண்டார் விருது, சௌமா விருது, வள்ளுவப் பண்பாட்டு விருது, உலகத் தமிழ்ப் பண்பாட்டு மைய விருது ஆகியன பெற்றது.
- படைவீடு நாவலுக்காக மலேசிய நாட்டின் கே.ஆர்.சோமா நில நல வாரியத்தின் இலக்கிய விருது பெற்றவர். (பத்தாயிரம் அமெரிக்க டாலர் தொகை பரிசு.)
- தென்னிந்தியப் புத்தகக் கண்காட்சியின் 2024-ஆம் ஆண்டுடின் சிறந்த நாவலுக்கான கலைஞர் பொற்கிழி விருது பெற்றவர்.

எழுதிய நூல்கள்

- பூமிக்குப் புரியவைப்போம், ஆறறிவு மரங்கள் இரண்டும் கவிதைத் தொகுப்புகள்.
- வெள்ளை நிறத்தில் ஒரு காதல் (1984), மானுடப் பண்ணை நாவல் (1996), சொல்லித் தந்த பூமி (1997), ஏவி. எம். ஸ்டூடியோ ஏழாவது தளம் (2007), வெட்டுப்புலி (2009),ஆண்பால் பெண்பால் (2011), வனசாட்சி (2012), ஆபரேஷன் நோவா (2014), தாரகை (2016), நான் ரம்யாவாக இருக்கிறேன் (2018), படைவீடு (2020), பிரம்மராட்சஷ் (2021), ஞாலம் (2024) ஆகியவை இவரது நாவல்கள்.
- எட்டாயிரம் தலைமுறை (2008), சாலை ஓரத்திலே வேலையற்றதுகள் (2006), மீன்மலர் (2008), அமரர் சுஜாதா (2013), மஞ்சு அக்காவின் மூன்று முகங்கள் (2014), தமிழ்மகன் 100 சிறுகதைகள்... ஆகியவை இவரது

சிறுகதைத் தொகுப்புகள்.

- இவருடைய நூல்கள் பலவும் முனைவர் பட்டத்துக்கும் ஆய்வு பட்டயங்களுக்கும் எடுத்தாளப்பட்டுள்ளன. கல்லூரிகளில் பாடமாக வைக்கப்பட்டுள்ளன.

- திரைப் பிரமுகர்கள் பற்றிய அரிய செய்திகளைச் சொல்லும் செல்லுலாயிட் சித்திரங்கள் (திரை) (2009), நூற்றாண்டு கண்ட தமிழ்ச் சிறுகதைகளை அறிமுகப்படுத்தும் தமிழ்ச் சிறுகதைக் களஞ்சியம் - (2013) ஆகிய கட்டுரைத் தொகுப்புகளும் இவர் படைப்புகள். சென்னையின் வரலாற்றை மெட்ராஸ் நல்ல மெட்ராஸ் (2016) என்ற பெயரில் எழுதியிருக்கிறார். விகடன் இணைய இதழில் வெளிவந்து பெரும் வரவேற்பைப் பெற்றது.

- ஆனந்த விகடனில் வெளியான ஆபரேஷன் நோவா (2014), ஜூனியர் விகடனில் வெளியான 'நான் ரம்யாவாக இருக்கிறேன்' (2018) ஆகிய அறிவியல் புனைகதைகள் பெரும் வாசக வரவேற்பைப் பெற்றன. திரையுலகைப் பின்னணியாகக் கொண்டு தாரகை என்ற நாவலை எழுதியுள்ளார்.

திரைத்துறை பணிகள்

- உள்ளக்கடத்தல், ரசிகர் மன்றம், பீட்ஸா மம்மி -3, கொற்றவை உள்ளிட்ட திரைப்படங்களுக்கு வசனம் எழுதியுள்ளார். நான் ரம்யாவாக இருக்கிறேன், ஆபரேஷன் நோவா நாவல்கள் சினிமாவுக்காக ஒப்பந்தமாகியுள்ளன.

குடும்பம்

தந்தை க.பாலகிருஷ்ணன் - தாய் பார்வதி. மனைவி திலகவதி.
மகன் மாக்ஸிம் - மருமகள் த.சந்தியா. பேத்தி அகல்விழி.
மகள் அஞ்சலி - மருமகன் ஸ்ரீதர். பேரன்கள் அதியமான், அகிலன்.

தொடர்புக்கு:
writertamilmagan@gmail.com
7824049160

1

விமானம் எட்டு கிலோ மீட்டர் உயரத்தில் பறந்து கொண்டிருப்பதாக கேப்டன் அறிவித்த வேளையில் இன்னொருவரின் கூச்சலும் சேர்ந்து கேட்டது. விடியல் நேரத்து இரவு. பாதி தூக்கத்தில் இருந்த பலரும் பதறி எழுந்துவிட்டனர். விமானத்தில் இரவு சாப்பிட்ட உணவின் வாசம், பருகப்பட்ட குடியின் நெடி அனைத்தும் கலந்துகிடந்தது. கூச்சல் போட்டவரும் அதிகம் பருகியிருந்தார்.

சென்னையிலிருந்து புறப்பட்ட நேரத்தில் இருந்தே அவரிடமிருந்து சலசலப்பு இருந்தது. மரியாதைக்குரிய தோற்றத்துடன் இருந்தாலும் நிறைய குடித்துவிட்டு கூச்சல் போட்டுக்கொண்டிருந்ததால் மக்கள் அவர்மீது வெறுப்புடன் இருந்தார்கள். உண்மையைச் சொல்ல வேண்டுமானால் கூச்சல் போடவேண்டும் என்ற நோக்கத்துக்காகவே அவர் அதிகமாகக் குடித்துக் கொண்டிருந்தார். போஷாக்கான உணவுகள் அதிகம் சாப்பிட வேண்டியவர் எனத் தோற்றமளித்தார். அநியாயத்துக்கு மெலிந்திருந்தார். கோட் அணிந்தி ருந்தார். அவருடைய உடம்பு (எலும்பு), கோட்டுக்கான ஸ்டாண்டு போல செயல்பட்டது. எழுந்து நின்று குரல் கொடுக்க நினைத்து நிற்க முடியாமல் அமர்ந்தார். விழுந்தார் என்பதுதான் சரியான பதம்.

"மொத்த பேரும் காலி. எழுதி வெச்சுக்கங்க" எனத் தமிழில் சொல்லிவிட்டு, ஆங்கிலத்தில் தொடர்ந்தார்.

“ஒருவரும் உயிர் வாழப் போவதில்லை. உயிர்ப் போர் தொடங்கி விட்டது.”

“டாக்டர் பரந்தாமன் உங்களைப் போன்றவரே இப்படிச் செய்யலாமா?” எனப் பணிப்பெண் தன் பதவியின் பொருளுணர்ந்து பணிந்துகேட்டாள். சிக்கனமான ஆங்கில வாக்கியம். சிறிய கண்கள் கொண்ட மங்கோலியப் பெண் அவள். அவளுடைய மஞ்சள் நிறத்துக்கு சிவந்த உதட்டுச் சாயம் அநியாயத்துக்குக் கவர்ச்சியூட்டியது.

அவர் ஒரு டாக்டர் என்பது அப்போதுதான் விமானத்தில் இருந்த பலருக்கும் தெரிந்தது.

“இப்போது என்ன பாதியில இறக்கிவிட்டு விடுவீர்களா?” என அவர் எகதாளமாகக் கேட்டுவிட்டு சிரித்தார். சிரிப்பின் சுவையற்ற சிரிப்பு அது. அளவுக்கு மீறிய வேதனையில் ஒருவரால் அப்படிச் சிரிக்க இயலும்.

“அடுத்த முறை நீங்கள் விமானத்தில் பறப்பதற்கு தடைகள் வரலாம்” காட்டமாகத் திருப்பிச் சொன்னாள் பணிப்பெண்.

அந்த டாக்டர் தன் விழிகளை அகலத் திறந்து வியப்புடன் அந்தப் பெண்ணைப் பார்த்தார். ஏதோ சொல்ல நினைத்து வார்த்தைகள் பயனளிக்காமல் தலையை மட்டும் இட வலமாக அசைத்தார்.

தட்டுத்தடுமாறி எழுந்து அந்தப் பெண்ணின் கையைப் பிடித்துக்கொண்டு நின்றார். “என்னைப் பறக்கவிடாமல் செய்துவிடுவாயா? உனக்கொரு ரகசியம் சொல்லட்டுமா?”

அந்தப் பெண் அமைதியாக நின்றிருந்தாள்.

“இன்னும் சிறிது நாளில் ஒரு ஃப்ளைட்டும் பறக்கப் போவதில்லை. உலகம் முழுக்க ஒரு ஃப்ளைட்டும் பறக்காது. எழுதி வைத்துக்கொள்.”

ரகசியம் சொல்கிறேன் என்று மூன்று வரிசைக்குக் கேட்கும் படியாக சத்தமாகவும் சொன்னார். முகக்கவசத்தைக் கழற்றி எறிந்தார். “யாரும் மாஸ்க் போட மாட்டேங்கிறீங்க... நான் மட்டும் ஏன் போடணும்?” என்றார். பைத்தியக்காரத்தனமான உளறல் என காதில் கேட்ட அனைவருமே ஆயாச சலிப்புடன் வெறுப்புடன் தலையைத் திருப்பிக்கொண்டனர். பணிப்பெண் அவரை வலிக்காமல் உட்காரவைத்துவிட்டு, கம்பளியால் போர்த்திவிட்டாள்.

“சரி சார். நீங்கள் சொல்வது போலவே செய்யலாம். ஒரு விமானமும் பறக்க வேண்டாம். இந்த வானத்தில் பறவைகள் மட்டும் பறந்தால் போதும். சரிதானே?” என்றாள்.

“நீ என்னை வஞ்சப் புகழ்ச்சி செய்கிறாய். நான் உண்மையைச் சொல்கிறேன்.”

“எவ்வளவு பெரிய டாக்டர் நீங்கள்? நீங்களே இப்படி மற்றவர்கள் வெறுக்கும்படி நடந்துகொள்ளலாமா?” பணிப்பெண் பெருமைப்படுத்தும்விதமாக அவருடைய குற்ற உணர்ச்சியைத் தீண்டினாள்.

“விமானங்களே இல்லாதபோது என்னைப் பயணிக்கவிடாமல் செய்வது எப்படி?” என முனகினார்.

“நீங்கள் ஓய்வெடுங்கள். உறங்கினால்தான் நல்லது.”

“நான் உறங்க வேண்டுமானால் ரெமி மார்ட்டீன் வேண்டும்.”

“கொடுக்கச் சொல்கிறேன்.” மங்கோலி, அவர் சௌகரியமாக உட்கார்ந்திருக்கிறாரா என நிதானமாகப் பார்த்தாள்.

அவர், “தாங்க்ஸ்” என்றபடி கண்களை மூடினார். தலை ஒரு பக்கமாக சாய்ந்த நிலையில் உடனே உறங்க ஆரம்பித்தார். அவருக்கு ரெமி மார்ட்டீன் ஆர்டர் செய்யலாமா என யோசித்து தேவையில்லை எனத் தலையை அசைத்து மறுத்துக்கொண்டாள்.

டாக்டருக்கு அடுத்த வரிசையில் ஐந்து பெண்கள் இருந்தனர். தமிழகத்திலிருந்து கம்போடியா செல்கிறவர்கள். அங்கு அங்கோர்வார்ட் கலை வர்த்தகச் சங்கத்தில் அவர்களுக்கு இளம் சாதனையாளர் விருது வழங்கப்பட இருக்கிறது. அதற்காகப் பயணிக்கிறவர்கள்.

நடுவே மூன்று இருக்கையும் இரண்டு ஜன்னல் ஓரங்களில் இரண்டிரண்டு இருக்கைகளும் கொண்ட அமைப்பு. நடுவில் இருந்த மூன்று இருக்கையின் நடுவே இருந்த கலைச்செல்வியின் காதுகளில் டாக்டரின் ரகசியம் தெளிவாக விழுந்தது. வெளிநாட்டுப் பயண உற்சாகம், கேளிக்கை காரணமாக அவளும் சிறிது மது அருந்தியிருந்தாள். அதனால் அந்த ரகசியத்தைக் கேட்டும் கவனம் கொடுக்க முடியாதவளாக இருந்தாள். ‘விமானங்கள் பறக்காது என்றால் என்ன அர்த்தம்? விமானங்களுக்கு விடுமுறையா?’ என ஏதோ நினைக்க ஆரம்பித்தபோது, “போன வருஷம் யாருக்கெல்லாம் அவார்டு கொடுத்தாங்க?” என ஷைனி கேட்டாள்.

ஐந்து பெண்களைத் தர வரிசைப்படுத்தினால் ஷைனி, ஒன்று. ரோஸ் மில்க்கில் செய்தது போல இருந்தது முகம். எலுமிச்சைப் பழத்தோலின் நிறத்தையும் நினைவுபடுத்தினாள். இப்படியொரு நிறக்குழப்பத்தைக் கலைச்செல்வி ஒரு போதும் அனுபவித்ததில்லை. சென்னை விமான நிலையத்தில் ஐந்து பேரும் ஒருங்கிணைக்கப்பட்டு, வானம் ஏறியபோதும் மற்ற நான்கு பெண்கள் மட்டுமே ஒருவருக்கு ஒருவர் பேசிக்கொண்டனர். ஷைனி ஒரு வார்த்தைதான் அனைவரையும் பார்த்துப் பேசினாள். அது அவளுடைய பெயர். அறிமுகம் செய்துகொண்டாள். அழகுக்கு ஏற்ப கொஞ்சம் கர்வப்

பேர்வழியாக இருப்பாளோ என நால்வரும் அதற்கு மேல் அவளிடம் அளவளாவவில்லை. அவள் இப்போது இப்படி திடீரென்று பேசியதில் கலைச்செல்விக்குத் தன்னிச்சையாகப் பெருமிதம் ஏற்பட்டுவிட்டது. அவளிடம் பேசுகிற வாய்ப்பில் மகிழ்ந்து விமான விடுமுறையை மறந்தே போனாள்.

"நமக்கு வந்த லெட்டர்லயே லாஸ்ட் இயர் வின்னர் லிஸ்ட் இருந்துச்சே?" எனத் தமிழும் ஆங்கிலமும் கலந்து சொன்னாள் கலைச்செல்வி.

"ஐ ஸி. ஐ மிஸ் டு நோட்டீஸ்டு இட்..."

"நீங்க ஃபேஷன் டிசைனர் அவார்டு வாங்கறீங்க இல்ல?" எனப் பேச்சுக்கொடுத்துப் பார்த்தாள். அவள் தலையசைப்போடு நிறுத்திக்கொண்டாள் ஷைனி.

இவள் என்ன விருது வாங்கப் போகிறாள் என மேற்கொண்டு எதுவும் பேசுவாள் என்று எதிர்பார்த்து கலைச்செல்வி சும்மா புன்னகைத்துப் பார்த்தாள். ராகவி, "நீ எவ்வளோ சிரிச்சாலும் அவ பேச மாட்டா" காதருகே கிசுகிசுத்தாள். ராகவி, இளம் தொழிலதிபர் விருது பெறப் போகிறவள். கலைச்செல்விக்கு இளம் கவிஞர் விருது. பவித்ராவுக்கு மருத்துவர் விருது. ராஜலட்சுமிக்கு நடனக்கலைஞர் விருது. அதன்பிறகு யாரும் பேசிக்கொள்ளவில்லை. கண் லேசாக அசந்தது போல இருந்தது. மைக்கில் அறிவிப்பு வந்தபோது, விமானம் ரன் வேயில் ஓடிக்கொண்டிருந்தது.

விமானம் பாங்காக் விமான நிலையத்தின் தரையைத் தீண்டியபோது விடிகாலைப் பொழுதாக இருந்தது. உலகில் உள்ள அத்தனை விமானங்களும் ஒரே இடத்தில் இறைந்து கிடந்தன. விமான படிக்கட்டு இருந்த இடத்தில் ஒரு வழியை இணைத்து எல்லோரையும் அதன் வழியே ஏர்ப்போர்ட்டுக்குள் கவ்விக்கொண்டனர். கலைச்செல்விக்கு எல்லாமே புது அனுபவம். எல்லா இடங்களிலும் நடைமேடை. மனிதர்கள் கால்களை சும்மா வைத்திருந்தால் போதும். மேடை நடந்தது அவளுக்குப் பிரமிப்பாக இருந்தது. சென்னையில் நகரும் மேடைகளைப் பார்த்திருந்தாலும் இங்கே இருந்த பிரம்மாண்டம்தான் ஆச்சர்யத்துக்குக் காரணம். எந்தெந்த விமானங்களைப் பிடிக்க எந்த மேடையில் செல்ல வேண்டும் என்று அறிவிப்புகள்... அம்புக்குறிகள். ஏறத்தாழ எல்லா நாட்டு மக்களும் சாம்பிளுக்கு இருந்தார்கள். பிரமித்துப் போய் பார்த்துக்கொண்டிருந்தாள். ராஜலட்சுமியும் ஷைனியும் வெளிநாட்டு விமான அனுபவங்கள் பெற்றவர்கள். பவித்ராவுக்கு வெளிநாடு என்றால் எப்படித்தான் இதற்கெல்லாம் பிரம்மிக்கக் கூடாது என்ற எண்ணம்.

கண்ணாடி திரைகளுக்கு வெளியே இந்தியாவைப் போலவே வானம். ஐந்து நிமிடங்களுக்கு ஒரு விமானம் புறப்பட்டபடி இருந்தது. கொசு மாதிரி எங்கு பார்த்தாலும் விமானங்கள்.

விமான நிலையத்தின் உள்ளே நடு அரங்கில் இந்தியப் புராணக் கதையைச் சொல்லும் மிக பிரமாண்டமான சிற்பம். மிக நீளத்துக்கு அசுரர்களும் தேவர்களும் மேருமலையைக் கடைந்து கொண்டிருந்தார்கள். அந்த இடத்தில் பலரும் புகைப்படம் எடுத்துக் கொண்டிருந்தார்கள்.

பவித்ரா ஷெல்பி மூலம் முழு நாகத்தையும் படமெடுக்க முயற்சி செய்தாள். வாலின் நுனியைத்தான் எடுக்க முடிந்தது.

ஷைனி, "நீங்க போய் பாம்பு முன்னாடி நில்லுங்க. நான் எடுக்கிறேன்' என்றாள்.

வாலைப் பிடித்துக்கொண்டிருந்த தேவர்களும் தலையைப் பிடித்துக்கொண்டிருந்த அசுரர்களும் ஏர்போர்ட்டை சுமார் கால் கிலோமீட்டருக்கு வியாபித்திருந்தார்கள். முழு பாம்பையும் ஒரு போட்டோவில் எடுப்பது சிரமமாக இருந்தது.

"நம்ம ஊர் கடவுள் இவ்வளவு தூரம் பரவியிருக்கு... கிரேட்" பெருமையாக இருந்தது ராஜலட்சுமிக்கு.

யாரும் அவளைப் பின்பற்றி எதுவும் சொல்லாததால் அவளே தொடர்ந்தாள். "பாற்கடலைக் கடைந்தா அமுதமும் வரும்... விஷமும் வரும். வாட்ட பிலாஸபி. எல்லா விஷயத்திலும் நல்லதும் இருக்கு... கெட்டதும் இருக்கு" என்றாள்.

"சிவன், விஷ்ணு, தேவர்கள், அசுரர்கள் எல்லோரும் இந்தக் கதையில வர்றாங்க" என்றாள் கலைச்செல்வி.

அவர்கள் மேற்கொண்டு இந்தியப் புராணங்களில் புகுவதற்குள் 'சீயெம் ரீப் செல்லும் விமானம் காத்திருக்கிறது' என்ற அறிவிப்பு ஒலிக்கத் தொடங்கியது. கேட் நம்பர் 22. அவர்கள் இருந்தது கேட் நம்பர் ஆறு. இன்னும் நிறைய கேட்டுகளைக் கடந்து, 22-ஐ தேடி அடைந்து விமானத்தைப் பிடிக்க வேண்டும்.

"சீக்கிரம்... சீக்கிரம் போங்க" என ஐந்து பேரும் மாறி மாறி சொல்லிக்கொண்டனர்.

ஏழு, எட்டு, ஒன்பது என அவர்களை அறியாமலேயே முணுமுணுத்தனர். கேட் நம்பர் 22-ஐ அடைந்தபோது இவர்கள் செல்ல வேண்டிய விமானம் காத்திருந்தது.

பாங்காக் வருகிறவர்களின் கேளிக்கை பெரும்பாலும் மது, மாது. சிறும்பாலும் படகு சவாரி, கோயில், கடற்கரை. விமான

தமிழ்மகன் | 11

நிலையத்திலிருந்து பாங்காக் நகரத்துக்குள் நுழைகிறவர்களிடம் உல்லாச உலகத்தில் நுழைகிற ஒருவித தகிப்பு தெரிந்தது.

கலைச்செல்வி சற்றே பதற்றமாக எந்த தைரியத்தில் இவ்வளவு தூரம் வந்தோம் என்று யோசிக்க ஆரம்பித்த நேரத்தில்...

இரவில் விமானத்தைக் கலவரபடுத்திக் கொண்டிருந்த டாக்டரைப் பார்த்தாள். அவரை ஒரு ஸ்ட்ரெச்சரில் வைத்து உருட்டி சென்று கொண்டிருந்தனர். டாக்டர் சுய நினைவில் இருப்பது போல் தெரியவில்லை. இறந்து விட்டார் போல இருந்தது. கொன்று விட்டார்கள் போலவும் இருந்தது. ஸ்டெச்சரைத் தள்ளிக்கொண்டு போனவர்கள் ஜிம் பாய் போல இருந்தார்கள். பவுன்ஸர்கள். டாக்டரை அழைத்துச் செல்லவில்லை... கடத்திச் செல்கிறார்கள் என்பது பார்த்ததும் தெரிந்தது. ராத்திரி ஏதோ சொல்ல வந்தார். அனைவருமே அவரை அலட்சியப்படுத்திவிட்டனர். சொல்ல வந்தது பெரிய ரகசியம். சரியான முறையில் சொல்லவில்லை. சரியான முறையில் யாரும் கேட்கவும் இல்லை.

“மொத்த பேரும் காலி. எழுதி வெச்சுக்கங்க” என அவர் சொன்னது கனவில் கேட்டது போல இருந்தது. ‘ஒரு விமானமும் பறக்காது’ என்றாரே... கலைச்செல்வி குழப்பமாக அந்த ஸ்ட்ரெச்சரைப் பார்த்தாள்.

பவித்ரா ஓடி வந்து, “நம்ம பேரைச் சொல்லித்தான் கூப்பிட்டுக் கிட்டிருக்காங்க. சீக்கிரம் வாங்க” என கலைச்செல்வியை இழுத்துக்கொண்டு சென்றாள்.

அவளுடன் ஓடிக்கொண்டே டாக்டரைப் பார்க்க முயன்றாள். அங்கே ஸ்ட்ரெச்சர் மட்டும் அனாதையாகக் கிடந்தது. டாக்டரைக் காணோம்.

2

விருது பெண்களை வரவேற்க அங்கோர்வாட் கலை வர்த்தகச் சங்க பிரதிநிதிகள் சீயெம்ரீப் வந்திருந்தனர். தமிழ் நாட்டிலிருந்து வந்து தொழில திபர்களாகவும் தமிழன்பர்களாகவும் இருப்பவர்கள். நான்கு பேர் வந்திருந்தனர். தலைவர், துணைத்தலைவர், பொருளாளர், செயலாளர் என்ற பொறுப்புகளையும் பெயர்களையும் சொன்னார்கள். விருது பெற வந்த ஐந்து பேரும் தங்கள் பெயரைச் சொன்னார்கள். யாருடைய பெயர் யாருக்கு... யாருக்கு என்ன பதவி எனத் தோராயமாக அறிமுகமாகி வெளியே வந்தனர்.

பத்து இருக்கைகள் கொண்ட குட்டி பஸ் விமான நிலையத்திலிருந்து அவர்களை ஏற்றிக்கொண்டு புறப்பட்டது.

சாலையின் இடது பக்கம் சென்று பழகிவிட்டு, வலது பக்கமாக செல்வதால் வாகனங்கள் எல்லாம் மோத வருவதுபோல இருந்தன.

வந்திருந்த கலை வர்த்தக சங்க பிரதிநிதிகளில் ஒருவர், (தலைவராக இருக்கலாம்) “ரூம்ல கொஞ்ச நேரம் ரெஃப்ரஸ் பண்ணிகிட்டு உடனே புறப்படுவோம். இன்னைக்கு அங்கோர்வாட் சுத்திப் பாக்கலாம். நாளைக்குக் காலையில விழா. முடிச்சிட்டு நைட் ஃபிளைட் நீங்க கிளம்பலாம்.” மாநிறம். கருப்பு கோட் ஷூட் போட்டு கம்பி மீசை வைத்திருந்தார்.

மற்ற பிரதிநிதிகள் புன்னகைத்து தலையை மட்டும்

அசைத்தனர். அவர்களும் அவர் போலவே கோட். அவர் போலவே மீசை. கம்பெனி சட்டம் போல இருந்தது

"அங்கோர்வாட்டா?" என்றாள் ராஜலட்சுமி. "எவ்வளவு பெரிய கோயில்? இப்ப கட்டணும்னா வேர்ல்டு பேங்க்ல கடன் வாங்கனாலும் முடியாது.".

"கரெக்டா சொன்னிங்க. ரெண்டாம் சூரியவர்மன் காலத்தில கட்டினது. பல்லவ அரசர்களின் உலக சாதனை" என்றார் தலைவர்.

சாலையின் இரண்டு பக்கமும் பிரம்மாண்டமான நட்சத்திர விடுதிகள். சுற்றுலாவைப் பெரிதும் நம்புகிற நாடு. அரண்மனை போல இருந்த ஒரு ஹோட்டலில் நுழைந்து நின்றது டெம்போ டிராவலரை இழுத்துப் பெரிதாக்கியது போன்ற அந்த பிரம்மாண்ட பஸ்.

"ஒன்னார் போதுமா? ஏன்னா 12 மணிக்குள்ள அங்கோர்வாட் போயிடணும். அதுக்கப்புறம் அலோ பண்ண மாட்டாங்க. எல்லோரும் பாஸ்போர்ட்டை வெச்சுக்கோங்க. உள்ள போறதுக்கு பாஸ்போர்ட் மஸ்ட்." - இது செயலாளர்.

"சார் அரை மணி நேரத்துல வந்துருவோம்" என்றாள் கலைச்செல்வி.

"45 மினிட்ஸ்" ஷைனி தன் பாணியில் அறிவித்தாள். எதையும் நான் தான் முடிவு செய்வேன் என்ற பாணி அது.

"ஓகே 45 மினிட்ஸ்" வாட்சைப் பார்த்துக்கொண்டே பொருளாளர் அனுமதித்தார்.

அறைப் பையன்கள் வந்து பெட்டிகளை எடுத்துக்கொண்டு லிஃப்ட் மார்க்கமாக மூன்றாவது மாடியில் வரிசையாக மூன்று அறைகளில் பெட்டிகளை வைத்தனர். அடுத்த இரண்டு பேருக்கு நான்காவது மாடியில்.

ஷைனியும் கலைச்செல்வியும் நாலாவது மாடிக்குப் போவதாகக் கூறிவிட்டனர். ஹோட்டலில் யாரும் தங்கி இருக்கிற மாதிரியே தெரியவில்லை. இவ்வளவு காலியாக இருக்கும்போது ஏன் மாடி மாடியாக ரூம் போடுகிறார்கள் என்று யோசனை எழுந்தது. தமிழ்நாட்டிலும் இப்படிப் பார்த்திருக்கிறாள். இது ஏதோ ஹோட்டல் வியாதி என்று கலைச்செல்வி முடிவுக்கு வருவதற்குள் அறை வந்துவிட்டது. எல்லோருக்கும் தனித்தனி அறை. ஒரு அறையிலேயே ஐந்து பேரும் தங்கலாம் போல இருந்தது.

சுகிர்தராணி, குட்டிரேவதி போன்ற பிரபல கவிஞர்கள் இருக்கும் போது நமக்கு ஏன் விருது கொடுக்கிறார்கள் என்று எண்ணம்

வந்தது. இளம் கவிஞர் என்ற காரணத்தால் மனதைத் தேற்றிக் கொண்டாள். தன்னந்தனியாகப் புதிய நிலம், புதிய இடம், அச்சுறுத்தும்படியான அமைதி அப்படி யோசிக்க வைத்தது. இந்த சந்தேகம் இந்தியாவிலேயே ஏன் வரவில்லை என்று யோசித்தாள். ஆரம்பத்திலிருந்தே அவளுக்கு இந்த விருதில் ஒரு 'க்' இருந்து கொண்டே இருந்தது. அப்போது வெளிநாட்டுப் பயணம், அங்கீகாரம் என்ற பெருமிதங்கள் மட்டுமிருந்தன. சிந்தனையும் சூழலுக்கு ஏற்ப மாறுகிறது.

வந்திருந்த விழாக் குழுவினர் யாரும் கவிதையைப் படித்து ரசித்து தேர்வு செய்தவர்களாகத் தெரியவில்லை. அது வேறு ஒரு குழுவாக இருக்கலாம்.

என்னவோ இன்னுமொரு நாள் சமாளித்து இருந்துவிட்டு கிளம்பி ஓடிவிட வேண்டியதுதான் என்று முடிவெடுத்து, பாத்ரூமில் கேமரா பொருத்தி இருக்கிறார்களா என்ற பயத்தோடு குளித்துமுடித்து 20 நிமிடத்திலேயே கீழே ரிசப்ஷனுக்கு வந்து விட்டாள்.

ஒருவர் ஒருவராய் கீழே வர, ஷைனி மட்டும் 50 நிமிடங்கள் கழித்துதான் வந்தாள்.

அங்கோர்வாட் வந்து சேர்ந்தபோது 11:00 மணி ஆகிவிட்டது. பனஞ்சாறு, நுங்கு, மூங்கில் சோறு என்று கோயில் வாசலில் வியாபாரம் நடந்து கொண்டிருந்தது.

எல்லோரும் இளநீர் குடிக்கும்போது ஷைனி மட்டும் கோக் வாங்கி குடித்தாள்.

வந்த ஐந்து பேரில் யாரிடமும் ஒட்டாத ரகம் என்பதை நிமிடத்துக்கு ஒரு தடவை நிரூபிக்கும் நோக்கம் இருந்தது அவளுக்கு.

கோயிலைச் சுற்றி பெரிய அகழி. அது ஓர் ஆறு போல இருந்தது. கோயிலா, கோட்டையா என்று முடிவு செய்ய முடியாத பிரம்மாண்டம். கோயிலுக்குள்ளேயே டாக்ஸி வைத்துக் கொண்டு சுற்றிப் பார்க்க வேண்டிய அளவுக்குப் பரந்துகிடந்தது. இந்த இடத்திலும் ஷைனி தன்னை நிரூபித்தாள்.

வந்த கொஞ்ச நேரத்தில், "நான் இங்கேயே இருக்கேன். நீங்க போயிட்டு வாங்க" என்று ஓரிடத்தில் அமர்ந்துவிட்டாள்.

"இப்பவே உக்காந்துட்டா எப்படி..? இந்த மாதிரி இன்னும் 20 கோயில் இருக்கு" என்றார் தலைவர்.

"சாரி சார் ஐ அம் நாட் இன்டர்ஸ்டட்."

"சரிம்மா இங்கேயே பத்திரமா இரு. நாங்க திரும்பி வந்து கூட்டிட்டு போறோம்."

நான்கு பேரும் போட்டோ எடுப்பதில் தீவிரமாகி புத்தர், சிவன், விஷ்ணு இந்தியக் கடவுள்கள் அனைவருடனும் போட்டோ எடுத்துக் கொண்டனர். அரசி குளிப்பதற்கான பெரிய நீச்சல் குளம் ஒன்றும் மூன்றாவது மாடியில் இருந்தது.

"வாழ்ந்து இருக்கானுங்கபா" என்றாள் பவித்ரா.

"ஆமா... இது கோயிலா? அரண்மனையா?"

"கோயில்னாவே ராஜாவோட வீடுன்னுதான் அர்த்தம். கோன்னா அரசன். இல்'னா வீடு" பதம் பிரித்துச் சொன்னாள் கலைச்செல்வி.

"கவிஞர் சிறப்பா சொல்லிட்டாங்க." ராஜலட்சுமி தட்டிக் கொடுத்தாள்.

அரைமணி நேர சுற்றிப்பார்த்தலுக்குப் பிறகு, திரும்பி ஷைனி இருந்த இடத்துக்கு வந்தபோது அவளிடம் ஏதோ வித்தியாசம் தெரிந்தது. கண் கலங்கியது போல தென்பட்டாள். இரண்டு கண்களும் பழம் போல சிவந்து இருந்தன. திரும்பி வந்தவர்கள் பார்த்ததும் உடனே எழுந்து, "ரூமுக்குப் போயிடலாம் சார்" என்றாள். வார்த்தைகளில், முகத்தில் பதற்றம் தெரிந்தது.

"மத்த கோயில் எல்லாம் பார்க்க வேண்டாமா?"

"இவங்க பார்க்கணும்னா அரேஞ்ச் பண்ணி விடுங்க. எனக்கு ஒரு கார் ரெடி பண்ணிட்டீங்கன்னா நான் ரூமுக்கு போய்டுவேன்" என்றாள்.

சிறிய ஓட்டெடுப்புக்கு பின் ஷைனிக்கு மட்டும் கார் ஒன்று வரவழைத்துக் கொடுத்துவிட்டு மற்றவர்கள் வேறு கோயில்களைப் பார்க்கக் கிளம்பினர். எல்லா கோயில்களின் மீதும் மரங்கள் விழுது விட்டு நெடிந்து வளர்ந்து இருந்தன. மரத்தைக் கோயில்கள் பிடித்துக் கொண்டிருக்கின்றனவா? கோயில்களை மரங்கள் பிடித்துக் கொண்டிருக்கின்றனவா? பல கோயில்கள் சரிந்து விழுந்து கிடந்தன. சில கோயில்கள் சரிந்துகொண்டிருந்த நிலையில் இருந்தன. சில கோயில்கள் சரியப் போகும் நிலையில் இருந்தன. முக்காலத்தையும் காட்டும் கோயில்கள். இவ்வளவையும் காப்பாற்றி வைக்க வாய்ப்பே இல்லை.

"இங்க பாரேன் இன்டியன் கவர்ன்மென்ட் சிம்பள்" என ஆச்சர்யப்பட்டாள் ராகவி.

தலைவர் அதை விளக்கும் முனைப்பில் "இன்டியன் கவர்ன்மென்ட் ஸ்பான்ஸர் செய்றாங்க" என்றார்.

வேறு சில இடங்களிலும் இந்திய அரசாங்கம் கோயில்களைத் தத்தெடுத்து பராமரிப்பதைப் பார்க்க முடிந்தது.

"ஷைனிக்கு ஏன் சார் விருது தேர்ந்தெடுத்தீங்க? யார்கிட்டயும் பேச மாட்டேங்குறா சார்" ராஜலட்சுமி அலுத்துக் கொண்டாள்.

அவர் ஏதோ யோசித்துவிட்டு, ப்ளிச் என்றார் தலைவர். "அவங்களுக்கு ஃபேஷன் டிசைனிங்குக்குத்தான் விருது கொடுக்கிறோம். பேசறதுக்கு இல்லையே?" எனச் சிரித்தார்.

எல்லோரும் ஹோட்டலுக்கு வந்து சேர்ந்தபோது இரவு 8 மணி. கலைச்செல்வி ஷைனி அறையைத் தட்டி காத்திருந்தபோது அவள் மிக நிதானமாக வந்து கதவைத் திறந்தாள். அவள் முகத்தில் கண்ணீர் ஓடிய தடமும் அச்சமும் தெரிந்தன.

"என்ன ஆச்சு ஷைனி?. அங்கோர்வாட்டிலேயே கேட்கணும்னு நினைச்சேன். ஏன் திடீர்னு டல் ஆகிட்டே? எதா இருந்தாலும் சொல்லு. நாம எல்லாரும் ஒண்ணா வந்தோம். நீ மட்டும் எப்படி விலகி வெளியே போனா எப்படி?"

"சாரி ஒரு சின்ன ப்ராப்ளம்" என்றாள்.

"எல்லோரும் இங்க இருக்கப் போறது ஒரு நாள். இந்த ஒரு நாளை சந்தோஷமா இருப்போம். எதையும் பொருட்படுத்தாத."

ஷைனி சிரிக்க முயன்றாள். "ஓகே நீங்க நல்லா என்ஜாய் பண்ணீங்களா?"

"சூப்பர். வாழ்க்கையில் ஒரு தரம் பார்க்க வேண்டிய இடம் சூப்பரா இருந்துச்சு."

"மிஸ் பண்ணிட்டேன்." வருந்தினாள் ஷைனி.

"பரவால்ல. நா வீடியோ எடுத்துக்கிட்டு வந்திருக்கேன். அப்புறமா பாரு. நீ சாப்டியா ஏதாவது ஆர்டர் பண்ணட்டுமா?"

"பிரட் ஆம்லெட் சிக்கன் சாப்பிட்டேன்."

சிறிய மௌனம் நிலவியது. பெரிய அறிமுகம் இல்லாததால் அடுத்தகட்டமாக என்ன பேசுவது சிறு தயக்கம். எல்லை மீறிவிடக் கூடாது என்கிற எச்சரிக்கை உணர்வு.

"உங்க ஹஸ்பன்ட் என்ன பண்றார்?" தொடங்கி வைத்தாள் ஷைனி.

"ஐயோ எனக்கு இன்னும் கல்யாணமே ஆகலை."

"ஓ.. சாரி."

"உங்களுக்கு?"

"எனக்கு கல்யாணம் ஆகி, டைவர்ஸூம் ஆயிடுச்சி. அவனாலதான்

இப்ப பிரச்சனை. நான் இங்க வந்தத தெரிஞ்சுகிட்டு, இங்க வெச்சே என்னைத் தீர்த்து கட்டுவேன்னு மிரட்றான்."

"ஓ அது எப்படி தீர்த்துக்கட்ட முடியும். நாங்கல்லாம் இருக்கம்ல. இனிமே நீங்க தனியாவே இருக்கக் கூடாது. அதனாலதான் அங்கோர்வாட்ல கண்கலங்கி இருந்தீங்களா?"

தலை அசைத்தாள். "எப்ப இன்டியா போகப் போறோம்னு இருக்கு. பாஸ்போர்ட் எப்ப தருவாங்க?"

"பாஸ்போர்ட் எப்ப தருவாங்கன்னா… என்ன கேக்கறீங்க. புரியல."

"தலைவர் எதுக்கோ நம்ம பாஸ்போர்ட்டை எல்லாம் கேட்டு வாங்கினாரே?"

"இல்லையே. பாஸ்போர்ட் நம்ம கையிலதான இருக்கு?"

ஷைனியின் கண்களில் மிரட்சி பரவி, இமைகள் அடித்துக் கொண்டன.

"அங்கோர்வாட் போயிருந்தபோது அங்க டிரைவர் வந்து வாங்கிட்டுப் போனாரு. தலைவர் கேட்டார்னு சொன்னார். அதான் கொடுத்தேன். ஏதோ வேற பிளைட்ல டிக்கெட் போடறதுக்கு பாஸ் போர்ட் தேவைப்படுதுன்னு கேட்டு வாங்கிப் போனார்."

கலைச்செல்வி துரிதமாக தலைவர் எண்ணுக்கு போன் போட்டாள்.

"நாங்க யாரும் கேட்கலையேம்மா… ஃப்ளைட் சேஞ் பண்ற ப்ளானும் இல்லை. ஆளு எப்படியிருந்தான்? பாஸ்போர்ட்டை யாராவது கொடுப்பாங்களா? பாஸ்போர்ட்டைத் தொலைச்சுட்டா வாங்கறது ரொம்ப கஷ்டம்." கண்டிக்கும் நோக்கில் பேசினார்.

நொடியில் ஷைனியின் வயிற்றுக்குள் நெனோ பாம் வெடித்தது. உடம்பெங்கும் கலவரம் பரவியது.

3

சில நிமிடங்களில் அனைவருமே பரபரப்பாகி விட்டனர். ரிஸப்ஷனில் குவிந்தனர்.

“நாங்கள் யாரும் பாஸ்போர்ட்டை வாங்க வில்லையேம்மா” தலைவர், துணைத் தலைவர், பொருளாளர், செயலாளர் எல்லோருமே குறிப்பிட்ட இடைவெளிகளில் மாறி மாறி சொன்னார்கள்.

ரிஸப்ஷனில் ஹோட்டல் மேனேஜர், இதுவரை இப்படி ஆனதே இல்லை என்பதை பதிவு செய்தார். அரை வட்டமான சோபாவில் ஷைனியும் கலைச் செல்வியும் அமர்ந்திருக்க மற்ற மூன்று விருதுப் பெண்களும் நின்றுகொண்டிருந்தனர். எதிரே இருந்த நீளமான சோபாவில் விருது கமிட்டியினர் அமர்ந்தி ருந்தனர். சொல்லி வைத்தது மாதிரி எல்லோருமே ஒரே மாதிரி சபாரி போட்டிருந்தனர். எந்த நேரமும் அவர்கள் ஒற்றுமையைக் கடைபிடிப்பது உறுதியானது.

“சார் அவரு உங்ககூட வந்தவர் மாதிரிதான் இருந்தாரு. ஃபிளைட் டைம் சேஞ்சு ஆகுதுன்னு சொன்னதனால கொடுத்தேன் சார். எனக்கு வேற ஒன்னும் தெரியாது. ப்ளீஸ் சார்.”

“எல்லாரும் ஒன்னா இருந்திருந்தா இந்த பிரச்னையே வந்திருக்காது. சொன்னா கேட்டாத்தானே?” முடிந்து போன சம்பவத்தோடு முடிச்சு போட்டாள் ராஜி.

“அவளுக்கு ஏதோ ப்ராப்ளம். அதனாலதான் தனியா இருக்கணும்னு நினைச்சா. இப்ப அதுவா பிரச்னை?”

ஷைனியின் பிரச்னை தெரிந்ததால் கலைச்செல்வி முட்டுக் கொடுத்தாள்.

"அடையாளம் எதாவது தெரிஞ்சா சொல்லும்மா." தலைவர் பொறுமையாகக் கேட்டார்.

"சார் அவர் வந்து உரிமையா கேட்டதைப் பாத்ததும் நம்ம வேன் டிரைவர்னு நினைச்சுட்டேன். யூனிஃபார்ம்லாம் நம்ம ஹோட்டல் டிரைவர் போட்டிருந்த மாதிரிதான் இருந்துச்சு."

தலைவர் ஹோட்டல் மேனேஜரைப் பார்த்து, "உங்கள் டிரைவர்களை வரச் சொல்ல முடியுமா?" என்றார்.

மேனேஜர் யாரையோ கண்ணசைவில் வரச் சொல்லி விஷயத்தைச் சொன்னார். அவர் உடனே டிரைவர்களை வரவழைத்தார். வேகமாக டிரைவர்கள் அனைவரும் விசாரிக்கப்பட்டனர். எல்லோருடைய முகமும் ஒரே மாதிரி இருந்ததில் சற்றே குழப்பமிருந்தாலும் ஷைனிக்கு இவர்களில் யாருமில்லை என்பது உறுதியாகத் தெரிந்தது.

"ஆனா இதே யூனிஃபார்ம்" என்றாள் ஷைனி.

"எங்க கிட்ட இருக்கிற மொத்த டிரைவர்கள் அவ்வளவுதான். இன்னும் சிறிது நேரம் கழித்து சொல்லியிருந்தால் எல்லோரும் வீட்டுக்குப் போயிருப்பார்கள்." என்றார் மேனேஜர்.

இந்த மாதிரி யூனிஃபார்ம் தயாரிக்க அரைமணி நேரம் போதும். வெள்ளை பேண்ட், சர்ட். சட்டைப் பையின் நடுவில் ஹோட்டல் பெயர் பொறித்த ஸ்டிக்கர்.

"சரி நீங்க ரெஸ்ட் எடுங்க. நான் காலைல விழா வேலைகளை கொஞ்சம் முடிச்சுட்டு உங்களுக்கு அதை பத்திரமா வாங்கி தர்றேன். தேவைப்பட்டா எம்பஸியில சொல்லி வேற பாஸ்போர்ட் ஏற்பாடு செய்வோம். மொதல்ல பாஸ்போர்ட் மிஸ் ஆனதை எம்பஸிக்கு சொல்லணும். வேற யாராவது மிஸ் யூஸ் பண்ணிடக் கூடாதில்ல?" என்றார் தலைவர். அவருக்குக் காலையில் நடக்க வேண்டிய நிகழ்ச்சியின் வேலைகள் கழுத்தைப் பிடித்துக்கொண்டிருந்தன. அவர் அரை மனதுடன் திரும்பித் திரும்பிப் பார்த்தவாறு விடைபெற்றார். அவருடன் மற்ற நிர்வாகிகளும் புறப்பட்டனர். இன்னும் விழா நடைபெறவில்லை அதற்குள் பிரச்னை ஆரம்பித்துவிட்டது. இந்த மனதுடன் எப்படி விழாவை நடத்துவது என்ற தவிப்பு அவர்களுக்கு இருந்தது.

பெண்கள் எல்லாம் ஷைனிக்கு இதுவும் வேணும் இன்னமும் வேணும் போல சந்தோஷப்பட்டுக் கொண்டிருக்க, கலைச்செல்விக்கு மட்டும் பரிதாபமாக இருந்தது.

காலையில் 10 மணிக்கு விழா. கம்போடியா முறையில் அப்ரசஸ்

நடனத்துடன் பெண்கள் வரவேற்றனர். தமிழக பாணியில் நாதஸ்வரம் மிருதங்கம். இவ்வளவு பிரச்னைக்கு இடையிலும் விழாவைச் சிறப்பாக நடத்தும் முனைப்பு விழாக் குழுவினருக்கு இருந்தது. விருது பெறும் பெண்கள் யாரும் எதையும் ரசிக்கும் மனநிலையில் இல்லை.

செயலாளர் ஷைனியை நெருங்கி வந்து, "கம்ப்ளைன்ட் கொடுத்துட்டோம்.. ஆள் அடையாளம் சொல்லி டிரேஸ் பண்ண சொல்லி இருக்கோம். ஒன்னும் கவலைப்படாதமா" என்றார்.

"உங்களைத்தான் நம்பிக்கிட்டு இருக்கேன். எப்படியாவது இன்னைக்கு நைட் நான் இன்டியா போயாகணும் சார்."

"நிச்சயமா கிளம்பிடலாம். போலீஸ் கண்டுபிடிச்சுடுவாங்க. அங்கோர் வாட்ல எல்லா பக்கமும் கேமிரா இருக்கு. வந்தவன் போனவன் எல்லாரும் தெரிஞ்சுடும். இந்த ஊர்க்காரனா இருந்தா சுலபமா சிக்கிடுவான்."

விழா தொடங்கியது. வழக்கமான சம்பிரதாயங்கள். தலைவர் அறிமுக உரை, ஆண்டு அறிக்கை, வெளிநாட்டில் தமிழர்கள் படும் பாடு, செய்த சாதனை என்று போய்க்கொண்டிருந்தது. இடையே இளநீர் பரிமாறினார்கள்.

கவிஞர் கலைச்செல்வி, இளம் தொழிலதிபர் ராகவி, பேஷன் டிசைனர் ஷைனி, நடனக் கலைஞர் ராஜலட்சுமி, மருத்துவர் பவித்ரா... என ஒவ்வொருவராக அறிவிக்கப்பட்டு மேடையில் ஏற்றப்பட்டனர்.

விருதுக்குரிய ஐந்து பெண்களுக்குப் பொன்னாடையும் நினைவுச் சின்னமும் வழங்கப்பட்டன. சீயெம்ரீப் கவர்னர், அந்த நாட்டு அமைச்சர், அந்த நாட்டுக் கலைக்குழுவினர் என மேடையை ஆக்கிரமித்திருந்தனர். விருது வழங்குவது அந்த விழாவின் ஒரு சிறிய அங்கம் போல இருந்தது. மற்றபடி ஆண்டு அறிக்கை, கம்போடிய அரசாங்க பிரதிநிதிகளை கௌரவித்தல், அந்த நாட்டு நாட்டிய நிகழ்ச்சி... எல்லாம் எப்போது முடியும் என இருந்தது.

"விருது கொடுக்கறது பிற்சேர்க்கை மாதிரி நடக்குது" என முணகினாள் கலைச்செல்வி. பொருள் புரியாமல் மற்ற நான்கு பெண்களும், 'பிற்சேர்க்கைன்னா?' என்ற வினாக்குறியுடன் பார்த்தனர்.

"லஞ்ச் முடிச்சிட்டு உங்க ரூம்ல ரெஸ்ட் எடுங்க. நைட் இன்டியா கிளம்பலாம்." தலைவர் நம்பிக்கையுடன் சொன்னார்.

"சார் என் பாஸ்போர்ட்?" ஷைனி நினைவு படுத்தினாள்.

"கவலைப்படாதீங்கமா. நீங்க கிளம்புவதற்குள்ள பாஸ்போர்ட் உங்க

கைக்கு வந்துவிடும். டோன்ட் வொரி” நம்பிக்கையாக சொன்னார் தலைவர்.

களைத்துப்போய் அவரவர் ரூமுக்கு வந்தபோது, ஷைனி கலைச்செல்வியின் அறைக்கு வந்தாள்.

“எனக்கென்னவோ ஒரு டவுட். என்னுடைய ஹஸ்பண்ட் தான். என் பாஸ்போர்ட்டை ஏமாத்திப் புடிங்கிட்டு போய்ட்டான்னு தோணுது.”

“எதுக்கு அப்படி பண்ணணும்.?”

“இந்த உலகத்திலேயே நான் கஷ்டப்படணும்னு நினைக்கிற ஒரே ஜீவன் அவன்தான். எனக்கு வேற எதிரி கிடையாது.”

“இப்படி ஒரு டவுட்டு இருக்குன்னு நீ ஏன் சொல்லவே இல்லை?

உன்னோட ஹஸ்பண்ட் போட்டோ இருக்கா? அவருடைய போன் நம்பர் இருக்கா?”

“இருக்கு. இன்னைக்குத்தான் ஏதோ ஒரு நம்பர்ல இருந்து பேசினான்.”

“ஆட்சேபனை இல்லேன்னா அத என்கிட்ட கொடு. தலைவருக்கு அனுப்பி விசாரிக்க சொல்றேன். லாஸ்ட் மினிட்ல ஏதாவது பிரச்சினை ஆயிடப் போகுது.”

“ஆட்சேபனைன்னா?”

“ப்ராப்ளம் இல்லன்னா குடுன்னு சொன்னேன்.”

“ஓ... தெரியாம சொல்லிட கூடாது. தப்பா அவன் மேல கம்ப்ளைன்ட் கொடுத்தா பெரிய டார்ச்சர் பண்ணுவான். அவன் கிட்ட இருந்து டிவோர்ஸ் வாங்குறதுக்கு படாதபாடு பட்டேன்.”

“ஏன் டிவோஸ் வாங்கினீங்க?”

“அவன் ஒரு மிருகம். போதை மிருகம். நான் எல்லாரையும் விட்டு விலகி போறதுக்குக்கூட அவன் பண்ண டார்ச்சர் தான் காரணம். யார் மேலயும் நம்பிக்கை இல்லாம போயிடுச்சு. யாரைப் பார்த்தாலும் எரிச்சல் ஆயிடுச்சு.”

நம்பிக்கை இழந்து போதலும் மனிதர்கள் மேல் எரிச்சல் ஏற்படுவதும் கொடிய மனநிலை. அதன் பிறகு ஒவ்வொரு நொடி வாழ்வதுமே சவாலாகத்தான் இருக்கும். ஷைனி மீது மேலும் இரக்கமாகிவிட்டது கலைக்கு.

ஷைனியின் போன் அடித்தது. புதிய எண். எடுத்துப் பேச அவளுக்குப் பயமாக இருந்தது. எடுத்துப் பேசு என்றாள் கலை.

நம்பரைப் பார்த்துவிட்டு “என் ஹஸ்பெண்ட்னு நினைக்கிறேன்”

என திகிலுடன் சொன்னாள்.

"பேசுங்க. ஸ்பீக்கரில் போடுங்க." பச்சை ஒளியை நீவி விட்டாள். ஆணவமான சிரிப்பு. தொடர்ந்து தெனாவட்டான குரல்.

'ஷைனி... இப்ப உன் பாஸ்போர்ட் என் கையில."

ஷைனி சொன்னது சரிதான். கணவனே அப்படி செய்வானா என கலைச்செல்வி அந்த போனையே பார்த்துக்கொண்டிருந்தாள்.

"டேய் ஏண்டா இப்படி பண்றே? என் பாஸ்போர்ட்டை வெச்சுக்கிட்டு என்ன பண்ண போறே?"

"எனக்கு அது எதற்கு யூஸ் ஆகாது. உனக்குதான் நைட் ப்ளைட் பிடிக்கறதுக்கு தேவை."

"ப்ளீஸ் அதைக் குடுத்துடு."

"நான் சொல்ற வேலையைச் செஞ்சா அதைக் குடுத்துடுவேன்."

"மேல் சேவனிஸ்ட் பிக்."

கலைச்செல்வி அவன் இடப் போகும் கட்டளையைக் கூர்ந்து கேட்க தயாரானாள்.

"நீ கம்போடியாவை விட்டு கிளம்பி இந்தியாவுக்கு வரணும்னா, நான் சொல்றபடி கேளு. பாஸ்போர்ட் இன்னைக்கே உன் கைக்கு வந்துவிடும்."

"நீ சொல்றதை நான் ஏண்டா கேக்கணும்? போலீஸ்ல இப்பவே கம்ப்ளைன்ட் கொடுக்கிறேன்."

"குட். அப்புறம் நீ நிரந்தரமா இங்கேயே இருக்க வேண்டியதுதான். அதுவும் மண்ணுக்குள்ள. பரவாயில்லையானு யோசிச்சு சொல்லு. உனக்கு இன்னும் அரை மணி நேரம் டயம் தர்றேன்."

ஷைனி கோபத்தில் போனை அணைத்தாள்.

"என்ன செய்ய சொல்றார்னு கேட்டிருக்கலாமே?"

"நான் என்ன அவனுடைய வேலைக்காரியா? அவன் சொல்ற வேலையை நான் ஏன் செய்யணும். இனி போலீஸ்ல கம்ப்ளைன்ட் கொடுத்து அவனை உள்ளே தள்ள வேண்டியதுதான்."

"அவர் எங்கருந்து பேசறார்னு எதுவும் தெரியுதா?"

"அது...!"

"நீ இன்டியா வரணும்னா'ன்னு சொன்னார். அவரும் இங்கருந்தா நீ இன்டியா போகணும்னான்னுதான் சொல்லியிருப்பார்."

"அது எப்படி?"

“ஜனங்க அவங்களையும் அறியாம பேசறதுதான். சும்மா இது ஒரு யூகம்தான். ஒரு வேளை அவர் நம்மை திசை திருப்பறதுக்காக அப்படி பேசியிருக்கலாம்..”

“அவனும் கம்போடியா வந்திருப்பாங்கிறீயா?” என்றாள் ஷைனி.

“வந்திருக்க மாட்டார். அவரும் இங்கதான் இருக்கார்னு சொல்ல அவருக்கு எந்த தயக்கமும் தேவையில்ல. அடுத்த முறை பேசினா அதைக் கண்டுபிடிக்கலாம்.”

“எப்படி?”

“மூவாயிரம் கிலோமீட்டர் தூரத்தில இருந்துகிட்டு என்ன மிரட்றீயான்னு கேளு. அவன் என்ன சொல்றான்னு பார்க்கலாம்.. சாரி அவர்.”

“அவனை அவன்னே சொல்லுங்க.”

“வேண்டாங்க... அவர் பேரைச் சொல்லுங்க. பேரைச் சொல்லிடுறேன்.”

“மனோகரன்.”

கலைச்செல்வி சரி என்பது போல தலையசைத்தாள்.

அரைமணி நேரம் ஆகட்டும். அவனாகவே வரட்டும் எனக் காத்திருந்தனர். கலைச்செல்வி காபி மேக்கரில் காபி தயார் செய்தாள். பால் பவுடர், காபி தூள், சர்க்கரை எல்லாமே அளவாக தனித்தனி சாசே பாக்கெட்டுகளில் இருந்தனர். தண்ணீர் கலந்ததும் கொதிக்க வைக்கும் வேலை மட்டும்தான் காபி மேக்கருக்கு.

மறுபடியும் போன் அடித்தது.

அவனே தான்.

போனை ஆன் செய்தாள் ஷைனி.

அது வீடியோ கால். தலையைவிட தாடியில்தான் அதிக முடி இருந்தது அவனுக்கு.

“ஏடாகூடமா பேசினா பாஸ்போர்ட்டைக் கொளுத்திடுவேன். நீ புது பாஸ்போர்ட் வாங்கறதுக்கு எப்படியும் பத்து நாளாவது ஆகும். எனக்கு அது போதும்” சொல்லிவிட்டு இறுமாப்புடன் சிரித்தான்.

4

"நான் சொல்ற இடத்துக்கு போனா அடுத்த அரை மணி நேரத்தில் பாஸ்போர்ட் உன் கைக்கு வந்துடும்."

"எங்க போகணும் எதுக்கு போகணும்னு சொல்லித் தொலை."

"நாம்பென்." அது கம்போடியா தலைநகர்.

"எப்படி போகணும்?"

"நீ தங்கியிருக்கிற ஹோட்டலுக்கு கார் வரும். நீ சும்மா அந்த காரில் ஏறி போனா போதும்."

"போய்?"

"கார் ஒரு இடத்துல நிற்கும்."

"..."

"கார் டிக்கியில் ஒரு தோல் பை இருக்கும். அதை எடுத்துட்டு போயி ஒரு வீட்டில் கொடுக்கணும்."

"அதை அந்த கார் காரனே செய்ய மாட்டானா?"

"செய்வான். மாட்டிகிட்டா பிரச்சனை."

"எதுக்கு மாட்டிக்கணும்?"

"போலீஸ் கிட்டே மாட்டிக்கிற மாதிரியான பொருள் அந்த டிக்கியிலே இருக்கு."

"அப்ப நா மாட்டிக்க மாட்டேனா?"

"ஹா... ஹா... ஹா. பச்ச புள்ளையா இருக்கியே.

அதுக்குதான் உன்னை அனுப்புறேன். நீ மாட்டிகிட்டா நல்லது.. மாட்டிக்காம கொண்டு போய் சேர்த்துட்டா அதுவும் நல்லது. ஒரே கல்லுல ரெண்டு மாங்கா."

"ஏன்டா இப்படி என் உயிர வாங்குற? உன்ன என்ன பண்றேன் பார்."

"நான் பேசுற போன் நம்பர் எதுவுமே என் பெயரில் இல்லை. நான் மாட்ட மாட்டேன்."

"நான் போகலனா இப்ப என்னடா பண்ணுவே?"

"பாஸ்போர்ட் கிடைக்காது. சாம்பலாகிடும்."

"பரவால்ல. எம்பஸில பேசி நான் வேற வாங்கிக்கிறேன்."

ஷைனி போனை வைத்துவிட்டாள்.

அருகிலேயே அமர்ந்து எல்லாவற்றையும் கேட்டுக் கொண்டிருந்தாள் கலைச்செல்வி. அறையின் குளுமையை மீறி வியர்த்திருந்தது.

"இவர் இப்படி மிரட்டுவதா நம்ம தலைவர்கிட்ட சொல்லிடுவோம் . அவன் சொல்ற இடத்துக்குப் போவோம். போலீஸ் பின் தொடர்ந்து வந்து பாஸ்போர்ட் கைக்குக் கிடைச்சதும் எல்லாரையும் அரெஸ்ட் பண்ணிடுவாங்க. நிச்சயமா. கவர்மெண்ட் நமக்கு ஹெல்ப் பண்ணுவாங்க."

"போலீஸ் கிட்ட போனா அவன் சும்மா விடுவானா? வேற பாஸ்போர்ட் வாங்கிட முடியும்னா அத பண்ணுவோம்."

"தலைவர்கிட்ட சொல்லுவோம். எது பெட்டர்னு அவங்களே சொல்லுவாங்க."

"சரி" என்றாள் ஷைனி.

கலைச்செல்வியின் போன் அடித்தது.

"ஹாய் கல்ஸ். இன்னைக்கு நைட் வந்துடுவீங்களா? எத்தனை மணிக்கு ரீச் பண்றீங்க?" கதிரவன் போனில் கேட்டான். கலைச்செல்வி நிலைமையை உத்தேசித்து, "நா அப்புறம் பேசறன். எங்ககூட வந்த ஒருத்தரோட பாஸ்போர்ட் மிஸ் ஆகிடுச்சு. அதான் கொஞ்சம் டென்ஷன்." என்றாள்.

"என்ன சொல்றே? பாஸ்போர்ட்டை மிஸ் பண்ணிட்டாளா... உன் பாஸ்போர்ட் பத்திரமா இருக்கா?"

"என்னதுல்லாம் பத்திரமா இருக்குப்பா."

"அப்ப சரி. நீ வந்து சேரு."

"சரி. சரி. அப்புறம் பேசறன்."

இணைப்பைத் துண்டித்தாள்.

தலைவர் ஏற்பாட்டில் போலீஸ் அதிகாரிகள் உடனடியாக ஹோட்டலுக்கு வந்தனர். அனைவரும் சாதாரண உடையில் வந்திருந்தனர்.

போலீஸ் அதிகாரி நடந்ததை விளக்கிச் சொல்லுமாறு ஆங்கிலத்தில் கேட்டார். அவரை சீஃப் வாரண்ட் ஆபீஸர் என்றனர். பதவியின் முக்கிய அடுக்கில் இருப்பவர். டெபுடி கமிஷனர் போன்ற பதவி எனப் புரிந்தது.

ஷைனி தன் சைக்கோ கணவனைப் பற்றி விளக்கமாக சொன்னாள். போதை பழக்கம், விவாகரத்து ஆனது எல்லாவற்றையும் பலரிடம் புலம்பிப் பழகிய விஷயமாக இருந்ததால் நேர்த்தியாக சொல்லி முடித்தாள்.

"இப்ப எந்தப் பொருளை நீங்கள் எங்க கொண்டு போய் சேர்க்க வேண்டும் என்று சொன்னாரா?"

"என்ன மாதிரியான பொருள் கொண்டு போய் சேர்க்கணும் தெரியல" என்றாள்.

"அவங்க தர்ற பொருளை நீங்க எங்க போய் வாங்கிக்கணும்?"

"ஹோட்டலுக்கே கார் வரும்னு சொன்னாங்க. அந்தக் கார் டிரைவர் எங்களைக் கூட்டிட்டு போவார்னு சொன்னாங்க. நாம்பென் போனதும் அங்கே எங்க போகணும்ங்கிற முகவரிய அந்த டிரைவருக்கு தெரிவிப்பாங்க. அதற்கப்புறம் அவர் எங்களை அந்த வீட்டுக்கு கூட்டிட்டுப் போவாரு. அங்க போய் இந்தப் பைய கொடுத்ததும் அங்க இருக்கிறவங்க பாஸ்போர்ட்டை கொடுப்பாங்க."

போலீஸ் அதிகாரி தீவிரமாக யோசித்தார்.

"சரி. அவர் சொன்னபடியே செய்யுங்கள். நீங்கள் இருவரும் செல்லுங்கள். உங்கள் பின்னாடி சாதாரண காரில் சாதாரண உடையில் போலீஸ் பின்தொடர்ந்து வரும்.

நீங்கள் அந்த வீட்டுக்கு போய் பாஸ்போர்ட்டை வாங்கி முடித்ததும் அவர்களை அரெஸ்ட் பண்ணி விசாரிக்கிறோம்."

கலைச்செல்வி, "சார் நானும் போகணுமா? ஏதாவது பிரச்சனை ஆகிவிடப் போகிறது?" என்றாள்.

"ஆகாது. அந்த விஷயத்தில் மிகவும் கவனமா இருப்போம். உங்களைப் பாதுகாப்பாக மீட்க வேண்டும் என்பதுதான் எங்கள் நோக்கம். உங்கள் கைக்கு பாஸ்போர்ட் வந்தபிறகுதான் எங்கள் நடவடிக்கை ஆரம்பிக்கும்."

"உங்கள் இருவருக்கும் நாம்பென்லிருந்து டிக்கெட் போட்டு விடுகிறோம். பாங்காக்கில் இறங்கி அங்கிருந்து ஏற்கெனவே திட்டமிட்டபடி நீங்கள் இந்தியா போகலாம். மற்ற மூவரும் சீயெம்ரீப் ஏர்ப்போர்ட் வழியாக பாங்காக் வந்து உங்களுக்காக ஏர்போர்ட்டில் காத்திருப்பார்கள்" என்றார் தலைவர்.

"பாஸ்போர்ட் கிடைத்துவிடும் இல்லையா சார்" என்றாள் ஷைனி.

"அதற்குத்தான் அம்மா இவ்வளவு வேலையும் செய்கிறோம். நிச்சயம் கிடைச்சுடும்."

"மற்ற மூவரும்?" கலைச்செல்வி கேட்டாள்.

"அவர்கள் சீயெம்ரீப் விமான நிலையத்தில் ஏறுவார்கள். நீங்கள் ஐந்து பேரும் பாங்காக் விமான நிலையத்தில் இணைந்து ஒன்றாக இந்தியா போவீர்கள்." செயலாளர் உறுதிப்படுத்தினார்.

"அது போதும் சார்."

போலீஸ் அதிகாரியிடம் ரிசப்ஷனிஸ்ட் பெண் ஏதோ சொன்னாள். அவர் ஷைனியிடம் நெருங்கிவந்து "உங்கள் ஹஸ்பன்ட் கொடுத்த தோல் பை வந்துவிட்டது. உங்கள் கார் தயார். கிளம்பலாம். உங்களைப் பின் தொடர்ந்து போலீஸ் வருகிறார்கள் என்பதை நீங்கள் காட்டிக் கொள்ளவே கூடாது. அது தெரிந்தால் பழையபடி வேதாளம் முருங்கை மரம் ஏறிக்கொள்ளும். ஜாக்கிரதை" என்றார் போலீஸ் அதிகாரி.

தலையை மட்டும் அசைத்தனர். பேச்சு வரவில்லை.

"உங்கள் கணவரைப் பற்றி இந்தியாவுக்குத் தகவல் சொல்லிவிட்டோம். இங்கே உங்கள் பாஸ்போர்ட்டை வந்ததும் அங்கே அவரை கைது செய்வார்கள். எல்லாம் சிறப்பாக அமையட்டும். திரும்பிப் பார்க்காமல் செல்லுங்கள்."

ஷைனியும் கலைச்செல்வியும் ஹோட்டலை விட்டு வெளியே வந்து அந்த மர்ம காரில் ஏறினார்கள். யார் அனுப்பியது எங்கு செல்லப் போகிறது என்று தெரியாத பயணம். இரண்டு பெண்களின் முகங்களிலும் பயரேகை தாண்டவமாடுவதைக் கட்டுப்படுத்த முடியவில்லை.

கார் நாம்பென் நோக்கி நகர்ந்தது. ஏறத்தாழ 350 கிலோ மீட்டர். சென்னை டு திருச்சி தூரம். காலியோ காலியான சாலை. ஐந்து மணி நேரத்தில் சென்று சேர்ந்துவிட முடியும். இப்போது மணி 2. மாலை 7 மணிக்கு எல்லாம் முடிந்துவிட்டால் 9 மணிக்கு விமானம். பாங்காக் சென்று இந்தியா செல்லும் வானம் பிடிக்க

வேண்டும். அதிகாலையில் ஊர் போய் சேர்ந்து விடலாம். எல்லாம் நல்லபடியாக நடக்க வேண்டும்.

கம்போடியா சாலையில் கார் தரையோடு பறந்துகொண்டிருந்தது. காரில் டிரைவரை தவிர வேறு யாருமில்லை. 100 கிலோ மீட்டர் வேகத்துக்கு குறைந்து செல்லவே இல்லை. திட்டமிட்ட நேரத்துக்கு முன்பே சென்று விடலாம் என்ற நம்பிக்கை பிறந்தது.

"நீங்க ரெண்டு பேரும் சாப்பிடணும்னா சாப்பிடலாம். உங்களுக்கு பார்சல் வச்சிருக்கோம்" என்றான் டிரைவர்.

"நாம எங்க போறோம் உங்களுக்குத் தெரியுமா?" மிகவும் புத்திசாலித்தனமாகக் கேட்பதாக நினைப்பு ஷைனிக்கு.

"நாம்பென் போனாதான் அட்ரஸ் சொல்லுவாங்க."

இவரும் ஒருவர் ஒருவர் பார்த்துக்கொண்டு, பாதுகாப்பாக வரும் கார் தெரிகிறதா என்று கவனித்தனர். கலைச்செல்வி அப்படித் திரும்பிப் பார்க்க வேண்டாம் என்று ஜாடையாக சொன்னாள். நீலநிற லேண்ட்ரோவர் ஒன்று சில நேரங்களில் பின் தொடர்வது தெரிந்தது. அதுவாகத்தான் இருக்கும் என்ற நம்பிக்கையில் இருவரும் அமைதியாக இருந்தனர். சாலையின் இரு பக்கமும் மா, பலா, பனை, தென்னை என்று தமிழ்நாட்டின் அத்தனை மரங்களும் புல் பூண்டுகளும் கண்ணில் பட்டன. எங்கிருந்தோ தமிழ் மன்னர்கள் இங்கு வந்து சேர்ந்தது என்ன மாதிரியான தொடர்பு என்பது புரியாமல் இருந்தது கலைச்செல்விக்கு. அங்கோர்வாட் கோவிலைக் கட்டிவிட்டு காணாமல் போய்விட்டார்கள்.

ஷைனி மேக்கப் கிட் மூலமாக கண்ணாடியில் முகம் பார்ப்பது போல பின்னால் வரும் காரை பார்த்துக்கொண்டே இருந்தாள். தம்ஸ் அப் காட்டினாள்.

'போதும் நீயே காட்டிக் கொடுத்துவிடாதே' என எச்சரித்தாள் கலைச்செல்வி.

கார், நாம்பென் அடைந்து மீகாங் ஆற்றங்கரை ஓரமாக நின்ற நொடியில் டிரைவருக்கு குறுஞ்செய்தி வந்தது. பிரம்மபுத்ரா ஆற்று நீர் இந்த ஆற்றில் கலந்து வருவதாக சொல்வார்கள். இந்தியாவில் இருந்து நீர்ப் பாதை என்றால் இந்த மீகாங் ஆறுதான். ஆறு நொடிகூட ஆறு பார்க்கவிடாமல் உடனே காரை எடுத்தான் டிரைவர். காரை நகர்த்தி நேரே சென்று இடதுபுறம் சென்றான். அவசரமாக மேக் அப் கிட்டை எடுத்து கண்ணாடி வழியே பின்னால் வந்த லேண்ட்ரோவர் காரைப் பார்த்தாள். அதன் பிறகு சில பல சிறிய சாலைகளில் இடது வலது என்று சென்று பெரிய அபார்ட்மென்ட் முன் நிறுத்தினான்.

“ஃபைவ் ஏ” என்றான் டிரைவர்.

இருவரும் டிக்கியில் இருந்த சிறிய தோல் பையை எடுத்துக்கொண்டு லிஃப்டை அடைந்தனர். உள்ளே சென்று ஐந்தாவது மாடிக்கான பட்டனை அழுத்தினர்.

ஐந்தாவது மாடிக்குச் சென்றபோது வயதான தம்பதி ஒன்று காத்திருந்தது. கவுன் போட்ட பாட்டி, ஷாட்ஸ் டீ சர்ட் போட்ட பாட்டன். அவர்கள் கம்போடியாவைச் சேர்ந்தவர்கள்.

தோல் பையைக் கொடுத்தபோது அந்த டேபிளில் வைத்துவிடுங்கள் என சைகையால் சொன்னார் தாத்தா. தயாராக வைத்திருந்த ஒரு சிறிய பையைக் கொடுத்தனர். பிரித்துப் பார்த்ததில் அதில் பாஸ்போர்ட் பத்திரமாக இருந்தது..

கீழே வந்து பார்த்தபோது அவர்களை அழைத்து வந்த காரைக் காணவில்லை. பின் தொடர்ந்து வந்த போலீஸ்கார் கார்தான் இருந்தது.. நீலநிற லேண்ட்ரோவர் அருகில் வந்தது.

“பாஸ்போர்ட் இருக்கிறதா?” என்றார் போலீஸ் அதிகாரி.

“இருக்கிறது” என்றாள் ஷைனி.

“நீங்கள் இந்தக் காரில் வந்து அமருங்கள்.”

இருவரும் லேண்ட்ரோவருக்குத் தாவ, துரித கதியில் போலீஸ் அந்த அப்பார்ட்மென்டின் 5 ஏ வீட்டை அடைந்தது. முதிய தம்பதி இவர்களைப் பார்த்து அதிர்ச்சியடையவில்லை. புன்னகைத்தனர்.

கெமெர் மொழியில் தெளிவாகக் கேட்டார் போலீஸ் அதிகாரி.

“இப்போது இரண்டு பெண்கள் வந்து உங்களிடம் ஒரு பை கொடுத்தனரா?”

டி சர்ட் போட்ட முதியவர் எந்தவிதமான பய அறிகுறிகளும் இல்லாமல், “அதோ அங்கே இருக்கிறது” என்றார் கெமெரில்.

“நீங்கள் இதைப் பிரிக்கவில்லையா?”

“பிரிக்கவில்லை. போலீஸ் அதிகாரி ஒருவர் வருவார். அவரிடம் கொடுத்துவிடுங்கள் என்று சொல்லியிருக்கிறார்கள்.”

“போலீஸ் அதிகாரி வருவார் என்றா?”

“ஆமாம்.”

“யார் அப்படி சொன்னது?”

“என்னுடைய நண்பன். டாக்ஸி டிரைவராக இருக்கிறான்.”

“அந்தப் பெண்களை அழைத்து வந்தானே அந்த டிரைவரா?”

“ஆமாம்.”

போலீஸ் அதிகாரிக்கு பலவிதமான குழப்பங்கள் ஒரே நேரத்தில் ஏற்பட்டு, அந்தப் பையைப் பார்த்தார். ஹோட்டலில் அந்தப் பெண்கள் புறப்படும்போது பார்த்த அதே தோல் பை.

திறந்தார். குழப்பங்கள் அதிகமாகின. உள்ளே அரை டஜன் மாங்காய்கள் இருந்தன.

"இந்தப் பைதானா?" பையை உதறிப் பார்த்தபடி கேட்டார் போலீஸ் அதிகாரி.

"இதுதான். நீங்கள் வந்துதான் திறந்து பார்க்க வேண்டும் என்று சொன்னதால், பெண்களையே அந்த இடத்தில் வைக்கச் சொல்லி விட்டோம். எங்கள் கைரேகைகூட அதில் இருக்காது."

அரை டஜன் மாங்காய்க்கா இந்த அவஸ்தை? படுவேகமாக கீழே இறங்கி ஓடினார் அதிகாரி.

5

திரும்பி காருக்கு வந்த சீஃப் வார்டனை கலைச்செல்வி கேட்டாள். "என்ன கடத்தினார்கள் சார்?"

அதிகாரி வெறித்த பார்வையுடன், "மாங்காய்."

"நீங்கள் சொல்வது புரியவில்லை. அது போதைப் பொருள் பெயரா?"

"இல்லை. வெறும் மாங்காய் அவ்வளவுதான்."

"என்ன சார் சொல்கிறீர்கள்? அதற்கு ஏன் இந்த கலாட்டா பண்ணினான்?"

"அதான் புரியவில்லை. நம்மை வேற எதோ மிஸ்கெய்ட் பண்ணிட்டான் என சந்தேகமாக இருக்கிறது."

"சார் அந்த மூன்று பேருக்கும் எதுவும் பிரச்சனையா இருக்குமா?" சொல்லிக்கொண்டே கலைச்செல்வி உடனே ராஜலட்சுமிக்கு போனைப் போட்டாள்.

"பாஸ்போர்ட் கிடைச்சுடுச்சா?" என்று ஆர்வமாகக் கேட்டாள் அவள்.

"பாஸ்போர்ட் கிடைச்சுடுச்சு. நாங்க இப்ப ஏர்போர்ட் போறோம். நீங்க?"

"நாங்களும் கிளம்பிட்டோம்."

"ஓகே அப்ப பாங்காக்கில் பார்க்கலாம்."

போலீஸ் பக்கம் திரும்பி, "சார் அவங்களுக்கு எந்த

ப்ராப்ளமும் இல்ல. நீங்க இப்ப எங்களைப் பத்திரமா நாம்பென் ஏர்போர்ட்டில் சேத்துட்டா போதும்."

தம்ஸ் அப் காட்டி "உறுதியாக" என்றார் அதிகாரி. டிரைவர் பக்கம் திரும்பி "ஏர்போர்ட்டுக்கு போ" என்றார்.

இருட்டத் தொடங்கி நியான் விளக்குகள் சிவப்பு, பச்சை, நீலம் என கடைகளில் ஒளிர்ந்தன. நிறைய பார்கள், மசாஜ் சென்டர்கள், உணவகங்கள் என உல்லாசப் பயணிகளை ஈர்க்கும் சமாச்சாரங்கள் அதிகம் கண்ணில் பட்டன. குட்டைப் பாவாடையுடன் அதிக உதட்டுச்சாயம் பூசிய பெண்கள் மசாஜ் சென்டர்களில் தென் பட்டார்கள்.

எல்லாமே உயர்வான வெளிநாட்டு வாகனங்களின் நடமாட்டம். வெளிநாட்டில் பல வெளிநாட்டுக் கார்கள்.

அதற்குள் நான்கைந்து முறை போன் செய்துவிட்டான் கதிரவன்.

"ஒன்னும் ப்ராப்ளம் இல்ல பா. நாங்க கிளம்பி வந்துருவோம் நாளைக்கு மீட் பண்ணலாம். சுருக்கமாக சொன்னாள் கலைச்செல்வி.

ஷைனியும் திடீர் நினைவு வந்தவளாக அவளுடைய அம்மாவுக்கு போன் செய்து, "நாளைக்கு வந்துடுவோம்" என்று சொன்னாள். இடையில் கணவன் மிரட்டியது, பாஸ்போர்ட் தொலைந்து போனது, மீண்டும் கிடைத்தது எதையும் அவள் சொல்லவே இல்லை. அம்மா எப்போது போன் பண்ணாலும் இப்பதான் சாப்பிட்டேன். இன்னைக்கு கிளம்புறேன். பங்ஷன் நல்லா நடந்தது... என இரண்டு, மூன்று வார்த்தைகளில்தான் பதில் சொல்வாள். வீணாக எதற்கு பயமுறுத்த வேண்டும் என்று நினைத்திருக்கலாம்.

போலீஸ் அதிகாரி, ஏர்போர்டில் இருவரையும் பத்திரமாக இறக்கி விட்டு, இந்தியா போய் சேர்ந்ததும் "மெசேஜ் பண்ணுங்கள்" என்று சொன்னார். "நான் உடனடியாக அந்த டிரைவரை கண்காணிக்க வேண்டியிருக்கிறது. அவனுக்கு இதில் டிரைவர் ரோல் மட்டும்தானா அவனும் உடந்தையா எனத் தெரிய வேண்டும். வருகிறேன்." சுருக்கமாக சொல்லிவிட்டு கிளம்பிவிட்டார்.

விமானம் கிளம்புவதற்கு இன்னும் இரண்டு மணி நேரம் இருந்தது.

"லைட்டா ஏதாவது சாப்பிடுவோம்." இருவரும் ஒரே நேரத்தில் சொல்லி சிரித்துக் கொண்டனர்.

வேக வைத்த முட்டை,ஆம்லெட், பிரட் ரோஸ்ட், சாண்ட்விச் காரசாரம் இல்லாத இந்த மாதிரி விஷயமாகவே இருந்தது. "காலங்காத்தால வீட்டுக்குப் போய் புளிக் குழம்பு வெச்சு சாப்பிடணும். நாக்கே செத்துப்போச்சு." கலைச்செல்வி அலுத்துக் கொண்டு ரொட்டியைக் கடித்தாள்.

“என்ன இருந்தாலும் ஒரு மாங்கா குடுக்குறதுக்கு இவ்ளோ இம்சை பண்ணுவானா ஒருத்தன்?”.

“நான்தான் சொன்னேனே... அவன் ஒரு சைக்கோ. என்னை டார்ச்சர் பண்றதுனா அவனுக்குப் பிடிக்கும்.”

“ஆனா அவன்தான் இப்படி செஞ்சான்னு சொல்றதுக்கு நம்மகிட்ட ப்ரூப் இல்லையே. வேற வேற நம்பர்ல இருந்து பேசி இருக்கான். அதுவும் வாட்ஸ்அப் கால். கதிரவன் கிட்ட சொல்லி அவனை ஒருவழி பண்றேன்.”

“நீங்க எவ்ளோ நாளா லவ் பண்றீங்க?” பேச்சைத் திருப்பினாள் ஷைனி.

கலைச்செல்விக்கு வெட்கம் பிடுங்கியது. மாநிற முகம், சிவப்பு நிறமாக மாறிவிட்டது. “நாலு வருஷமா. என் கவிதையைப் படிச்சிட்டு என்கிட்ட பேசினான். அப்படியே ஃப்ரெண்ட் ஆனோம். அப்புறம்...”

“லவ்வராகிட்டீங்க? உங்களுக்குள்ள சண்டை எதுவும் வராதா?”

“வரும். சண்டைக்கப்புறம் கவனிப்பு அதிகமாகிடும்.” கலைச்செல்வி சிரித்தாள். “கதிர் நினைச்சா அவனை எப்படியாவது கண்டுபிடிச்சு உள்ள தள்ளிடுவான்.”

“ஒழியட்டும் அவன புடிச்சு என்ன பண்றது? போலீசுக்கு ஏதாவது க்ளூ கிடைச்சா அவங்க பாத்துப்பாங்க.”

கலைச்செல்வி போன் அடித்தது. தலைவர் பேசினார்.

“நீங்க ஏர்போர்ட்ல இருக்கீங்களா?”

“ஆமா சார் உங்களுக்கு சொல்லணும்னு தான் நினைச்சேன். அதுக்குள்ள பசி. சாப்பிட்டுட்டு பேசலாம்னு நினைச்சோம். அதுக்குள்ள நீங்களே பண்ணிட்டீங்க. நாங்க எடுத்துட்டு வந்த பேக்ல ஆறு மாங்கா இருந்தது அவ்வளவுதான். ஏதோ சைக்கோ மாதிரி எங்களை இப்படி டார்ச்சர் பண்ணி இருக்கான். வேற ஒன்னும் பிரச்சனை இல்ல சார். நாங்க இந்தியா போயிட்டு உங்களுக்கு கால் பண்றோம்.”

“அவசரப்படாதீங்க ஒரு பேட் நியூஸ்.”

“என்ன சார்?”

“உங்க பிரெண்ட்ஸ் மூணு பேர் போன கார் ஏர்போர்ட் போய் சேரல. அவங்க போன் ஸ்விட்ச் ஆஃப் ல இருக்கு. ஏர்போர்ட்டில் இருந்து இப்ப எங்களுக்கு போன் பண்ணாங்க. அவங்க இன்னும் ஏர்போர்ட் வரலையாம். வேற வழி இல்லாம டிக்கெட்டை கேன்சல் பண்ண வேண்டியதா ஆயிடுச்சு.”

"சார் என்ன சொல்றீங்க?" என்று பதறினாள் கலைச்செல்வி.

"நீங்களும் கேன்சல் பண்ணிட்டு சீயாம்ரீப் வந்துடுங்க. அஞ்சு பேரையும் ஒன்னு அனுப்பி வைக்கிறதுதான் முறை. நாங்க இப்போ போலீஸ்ல கம்ப்ளைன்ட் கொடுத்திருக்கோம். நிச்சயமா நாளைக்கு ஃப்ளைட்ல நீங்க எல்லாரும் போயிடலாம்." தலைவரின் குரல் பதற்றமாக இருந்தது. கிளம்புகிற நேரத்தில் வெடிகுண்டைத் தூக்கி தலையில் போட்டார் தலைவர்.

"சார் என்ன சொல்றீங்க? ஏர்போர்ட் போனவங்க திடீர்னு காணாம போனா என்ன சார் அர்த்தம்?"

தலைவரின் குரல் குறைந்திருந்தது. "தயவு செஞ்சு உங்க ப்ரோக்ராம் கேன்சல் பண்ணிட்டு திரும்ப வந்திருங்க."

"முடியாது சார். இன்னும் என்னென்ன பிராப்ளம் வருமோ? உங்களை நம்பி வந்ததற்கு பட்டதெல்லாம் போதும். நாங்க இந்தியாவுக்குப் போய் ஆகணும்."

"அம்மா சொன்னா கேளுங்க. பிரச்சனை பெருசாயிருக்கு."

"என்ன சார் பெருசாயிருக்கு? தெளிவா சொல்லுங்க."

"அஞ்சு பேரை வர வெச்சிட்டு இப்ப ரெண்டு பேரை மட்டும் திருப்பி அனுப்பினா எங்களுக்குப் பல பிரச்சினைகள் வரும். ஒரே ஒரு நாள் இருங்க. அவங்கள மீட்டுக் கொண்டுவரணும்."

"மீட்டுக் கொண்டு வரணுமா? சாரி சார். நாங்க ரெண்டு பேரும் இந்தியா போறோம். மத்த மூணு பேரையும் நீங்க பத்திரமா திருப்பி அனுப்புங்க."

ஷைனி போனை வைத்துவிட்டாள்.

போர்டிங் பாஸ் வாங்குவதற்கு வரிசையில் நின்றனர்.

கலைச்செல்விக்கு மூன்று பேரின் கதி என்னாயிற்று என்ற கவலை. கூடவே பத்திரமாக ஊருக்குப் போய் சேரவேண்டும் என்கிற பதற்றம்.

உங்களுக்கு முன்னால் இன்னும் இரண்டு பேர்தான் இருந்தனர். போடிங் பாஸ் போட்டுவிட்டால் அடுத்த இருபது நிமிஷத்தில் விமானத்திற்குள் சென்றுவிடலாம். அதன் பிறகு ஒரு மணி நேரத்தில் பாங்காக். அங்கிருந்து சென்னை ஃப்ளைட். இரண்டு மணி நேரத்தில் சென்னை.

தேவையில்லாமல் கம்போடியா வந்து பட்ட கஷ்டங்கள் போதும்.

விமான நிலைய அதிகாரி கலைச்செல்வியிடம் பாஸ்போர்ட்டை கேட்டார்.

தமிழ்மகன் | 35

காட்டினாள். அவளை ஏற இறங்கப் பார்த்தார்.

"கொஞ்சம் வெயிட் பண்ணுங்க." அங்கிருந்த நாற்காலியில் அமர சொல்லி சைகை. செல்விக்கு பதற்றம் அதிகமானது. அடுத்தது ஷைனி. அவளையும் கலைச்செல்விக்கு பக்கத்தில் இருந்த நாற்காலியில் உட்கார சொன்னார். மற்றவர்கள் வரிசையாக போய்க் கொண்டிருந்தார்கள். ஷைனி, "எங்களை ஏன் இங்கு உட்கார சொல்லியிருக்கீங்கன்னு சொல்ல முடியுமா?" என்று ஆங்கிலத்தில் எகிறினாள்.

அதிகாரி பதில் சொல்லவில்லை.

"சார் உங்களத்தான். "

"கொஞ்சம் இருங்க இவங்களையெல்லாம் அனுப்பிவிட்டு பதில் சொல்றேன்." அதிகாரியின் கூல் அளவில்லாமல் இருந்தது.

அவர் குரலில் ஒரு கறார் தன்மை இருந்தது. இருவருக்கும் பொறுமையாக இருப்பதைத் தவிர வேறு வழி இல்லை. பொறுமை யாகவும் தவிப்புமாக இருப்பது பெரிய சவாலாக இருந்தது.

"எனக்கென்னவோ அந்த கலை வர்த்தகச் சங்கம் ஆட்களே இப்படியெல்லாம் பண்றாங்களோன்னு தோணுது. நமக்கெல்லாம் எதுக்கு விருது கொடுக்கறாங்க. எந்த அடிப்படையில செலக்ட் பண்ணினாங்கன்னே எனக்கு புரியல. வேற ஏதோ நோக்கத்துக்காக வரவெச்சிருக்காங்க. நம்ம ரெண்டு பேரையும் இந்தப் பக்கம் சுத்தவுட்டுட்டு, அங்க மூணு பேரை யாரோ கடத்திட்டாங்கன்னு நாடகம் ஆடறாங்க." ஷைனி. சொன்ன கதையில் நியாயம் இருப்பது போல இருந்தது.

"ஏதோ நோக்கம் இருக்குன்னா... நம்மளை நாம தங்கியிருந்த ஹோட்டல்ல வெச்சே முடிச்சிருக்கலாமே?" என்றாள் கலைச்செல்வி.

"அப்படி டைரக்டா பண்ணா ஈஸியா மாட்டிக்குவாங்க. இப்படி சுத்தவுட்டா... வேற யாரோ செஞ்சதா நம்ம வைக்கலாம். இரு அந்த செப்ப மூக்கன் வர்றான்."

விமானத்தில் ஏற வேண்டிய கடைசி ஆள் வரை போய் முடிந்தபின்

அதிகாரி அருகில் வந்தார். "உங்களைப் பார்க்க போலீஸ் அதிகாரி வருகிறார். அவர் வந்ததும் காரணத்தை விளக்குவார். சாப்பிட ஏதாவது வேண்டுமென்றால் சொல்லுங்கள்."

"எங்களுக்கு சாப்பாடு வேண்டாம். இந்தியா வேண்டும்."

பதில் சொல்லாமல் அவர் போய்விட்டார்.

கலைச்செல்வி கதிரவனுக்கு போன் போட்டு பிரச்சனைகளை

சொல்ல ஆரம்பித்தாள். ஷைனிக்கு அம்மாவிடம் இந்த நெருக்கடிகளை சொல்லலாமா, வேண்டாமா என்று யோசனை.

இவர்கள் இருவரையும் நாம்பென் விமான நிலையத்துக்கு அழைத்து வந்துவிட்டுட்டுப் போன அதே போலீஸ் அதிகாரி வந்து நின்றார்.

"உடனே என்கூட வாங்க."

"சரி எங்களுக்கு ஏதாவது சொல்லுங்க எதுக்கு உங்ககூட வரணும்?"

"உங்ககூட வந்த மத்த மூணு பொண்ணுங்க எல்லாம் கடத்தப் பட்டு இருக்காங்க. என்ன டிமாண்ட் பண்ணுவார்கள் என்று தெரிய வில்லை. ஒரு வேளை உங்கள் இரண்டு பேரையும் வரச்சொல்வார்கள்."

"அப்புறம் எங்கள் இரண்டு பேரையும் மீட்க வேண்டும் என்றால் அந்த மூன்று பேரையும் அனுப்புவீர்களா?"

"போகிற வழியில் விளக்கிச் சொல்கிறேன். சீக்கிரம் கிளம்புங்கள்." பதிலை எதிர்பார்க்காமல் விரைவாகப் போய்க்கொண்டிருந்தார்.

"சார் கொஞ்சம் நில்லுங்கள். கலை வர்த்தகச் சங்கத் தலைவர் மேல் நடவடிக்கை எடுங்கள். அவரை விசாரித்தால் எல்லா உண்மையும் வெளியில் வரும்."

"அவரை விசாரிக்க முடியாது."

"அவர் அவ்வளவு பெரிய ஆளா? ஏன் விசாரிக்க முடியாது?"

"விசாரிக்க முடியாது. ஏனென்றால் அவர் இறந்துவிட்டார்."

"எப்போது?"

"சற்று முன்."

"எப்படி?"

"சொல்கிறேன். வேகமாக வாருங்கள்."

6

சேண்ட்ரோவர் தயாராக இருந்தது.

“நான்கு மணி நேரத்தில் சீயெம்ரீப் போய் விடலாம்.” அதிகாரி சொன்னது அவ்வளவு முக்கியமானதாக இல்லை.

“சார் எங்களை அனுப்பிவையுங்கள். முதலில் இரண்டு பேர் போய் சேருகிறோம். எல்லோரையும் பணயம் வைக்க வேண்டாம்.” ஷைனி பதற்றத்தோடு சொன்னாள்.

போலீஸ் அதிகாரி அமைதியாக இருந்தார். “பணயம் வைப்பதாக நினைக்காதீர்கள். பாதுகாக்கிறோம் என்று உணருங்கள்.”

“பாதுகாப்பா? யாரிடமிருந்து?”

“உங்கள் கணவனாகவும் இருக்கலாம். டாக்ஸி டிரைவரை விசாரித்ததில் உங்கள் கணவர் கடந்த மாதம் இங்கே வந்தபோது பழக்கமானதாக சொன்னான். ஒரு வாரம் அவன்தான் உங்கள் கணவருக்கு டாக்ஸி ஓட்டியிருக்கிறான். நேற்று போன் செய்து ஓர் உதவி செய்ய முடியுமா என்ற உன் கணவன் கேட்டானாம். என் மனைவி அங்கு வந்திருக்கிறாள். அவளை சீயெம்ரீப்பிலிருந்து நாம்பென்னுக்கு அழைத்துச் செல்ல முடியுமா என்று கேட்டிருக்கிறான். உங்களுக்கு உதவி செய்வதாக நினைத்துதான் அந்த டிரைவர் வந்திருக்கிறான்.”

“சரி. அதற்கு எதற்கு மாங்காய் கொடுத்தனுப்பினான்.”

"அதில் என்ன இருக்கிறது என்று டிரைவருக்கோ, நீங்கள் சென்று கொடுத்த அந்த முதியவருக்கோ எதுவும் தெரிந்திருக்கவில்லை. கிழவரிடம், ஒரு போலீஸ் அதிகாரி வந்து அதை வாங்கிக்கொள்வார் என்று சொல்லியிருக்கிறான். நான் தான் அந்த போலீஸ் அதிகாரி."

"புரியவில்லை."

"ஏதோ கடத்தல் நாடகம் போல உங்களிடம் பேசியிருக்கிறான். நீங்கள் போலீஸுக்குப் போவீர்கள் என்பதும் அவனுக்குத் தெரிந்திருக்கிறது. உங்களை அலைக்கழிப்பதும் அச்சுறுத்துவதும்தான் அவன் நோக்கம்."

ஷைனி, "பைத்தியக்காரன்" என சலித்துக்கொண்டாள். கார் டயர் சாலையோடு உரசும் உர்ர்ர் மட்டும் கேட்டது. யாரும் யாரிடமும் பேசிக்கொள்ளவில்லை.

"அதனால்தான் சொல்கிறேன். பைத்தியக்காரர்கள் சும்மா இருப்பதில்லை. அந்த மாதிரி ஆசாமிகள் அடுத்தடுத்து பிரச்னைகள் செய்வார்கள். அவர்களிடமிருந்து காப்பாற்ற வேண்டியது அவசியம்."

ஷைனி அமைதியாக இருந்தாள். அழகிய இரவு. வளர்ந்து பருவம் எய்தி நிற்கும் நிலா. ரம்மியமான ஒளி. ஆனால் இதையெல்லாம் ரசிக்கிற மனநிலை மட்டும் இல்லை. இயற்கையின் அத்தனை அழகும் கேட்பாரற்று விரயமாகிக்கொண்டிருந்தது.

"இப்போது மூன்று பேர் கடத்தப்பட்டது? தலைவர் இறந்தது?" கலைச்செல்வி விஷயத்துக்கு வந்தாள்.

"அவனுடைய விளையாட்டு தொடர்கிறதா என்று தெரியவில்லை. கொரோனா அச்சுறுத்தல் அதிகரித்து வருகிறது. நிறைய கட்டுப்பாடுகள் விதிக்கிறார்கள். நாளையிலிருந்து ஊரடங்கு அறிவிக்க இருக்கிறார்கள்." அதிகாரி.

"ஊரடங்கு என்றால்?"

"யாரும் வெளியே செல்லக் கூடாது. அப்படிச் செல்வதற்கு தகுந்த காரணம் இருக்க வேண்டும்."

"இது வேறவா? நல்லா வந்து சிக்கிக்கிட்டோம்" என்றாள் கலைச்செல்வி.

"என்ன சொல்கிறீர்கள்? எதுவாக இருந்தாலும் ஆங்கிலத்தில் சொல்லுங்கள்."

"சார். இது உங்களுக்கு இல்லை. எங்களுக்குள் பேசிக்கொண்டது."

"சார்... தலைவர் இறந்தது எப்படி என்று சொல்லவில்லையே?" ஒரு மனிதன் இறந்து போனதைப் பற்றி விசாரிக்கிற மனமே இப்போதுதான் ஷைனிக்கு ஏற்பட்டது.

“தலைவரைப் பற்றி எதுவுமே கேட்கவில்லையே என நினைத்தேன். அவர் மாரடைப்பால் இறந்துபோனார். உயர் அழுத்தம் இருந்தது. உங்களுக்கு ஏற்பட்ட பிரச்னை, மூன்று பேர் கடத்தப்பட்டது போன்றவை அவரைப் பாடாய்படுத்திவிட்டது.”

“உச்.”

“முதலில் அவர் வீட்டுக்குப் போய்விட்டு ஹோட்டலுக்குப் போகலாம்.” கலைச்செல்வி நிஜமாகவே கவலையாகச் சொன்னாள்.

“அதற்கு முன்னாள் சீயெம்ரீப் காவல் நிலையத்தில் புகார் பதிவு செய்ய வேண்டும். பத்து நிமிட வேலைதான். அதன் பிறகு தலைவர் வீட்டுக்குச் செல்ல ஏற்பாடு செய்கிறேன்.”

“அந்த மூன்று பேரும் எங்கே இருக்கிறார்கள் என்பது தெரிந்துவிட்டதா?” ஷைனி கேட்டாள்.

அவளுடைய கேள்வி புரியாமல், “அது தெரிந்தால் மீட்டிருக்க மாட்டோமா?” என்றார்.

“சார்... எந்த நாட்டில் இருக்கிறார்கள் என்பதாகக் கேட்டேன்.”

“கம்போடியாவில்தான் அதில் சந்தேகமில்லை. எல்லா நிலையத்துக்கும் அந்த மூன்று பேரின் புகைப்படங்கள், விவரங்கள் அனுப்பிவிட்டோம். கம்போடியாவில் எந்த மூலையில் நடமாடினாலும் சிக்கிவிடுவார்கள்.”

“ஷைனியின் கணவனைக் கண்காணிக்க இந்தியாவுக்குத் தகவல் அனுப்பினீர்களா?”

“இந்தியாவில் சைபர் கிரைம் நிபுணர்கள் அவனைக் கண்காணிக்க ஆரம்பித்துவிட்டார்கள்.”

“அவனைப் பிடித்து சுளுக்கெடுத்தால் எல்லாம் தெரிந்துவிடும்.” கடுப்பாகச் சொன்னாள் ஷைனி.

இரவு இரண்டு மணி வாக்கில் சீயெம்ரீப் காவல்துறை அலுவலகத்தில் தங்களுக்கு ஏற்பட்ட பிரச்னைகளைச் சொல்ல, அங்கிருந்த காவல் பெண்ணொருத்தி நிதானமாக அனைத்தையும் பதிவு செய்துகொண்டாள். எங்கிருந்து வந்தீர்கள், ஏன் வந்தீர்கள், என்றைக்கு வந்தீர்கள், என்றைக்குக் கிளம்புகிறீர்கள். எங்கு தங்கினீர்கள்... என ஒரு வரி கேள்வி பதில் போல சரமாரியாகக் கேட்டுத் துளைத்தாள். அவள் கேட்கக் கேட்க ஷைனிக்கும் கலைச்செல்விக்கும் நடந்ததையெல்லாம் ரீவைண்ட் செய்து பார்க்க வசதியாக இருந்தது என்றுதான் சொல்ல வேண்டும்.

விடியற்காலை நேரத்தில் தலைவரின் வீட்டுக்கு அழைத்துச் சென்றார்கள். உண்மையிலேயே நகரின் முக்கியமான நபர் என்பது தெரிந்தது. நிறைய பேர் வந்து போன தடயம் மலர் வளையமாகக்

குவிந்து கிடந்தது. கண்ணாடி பெட்டிக்குள் கோட் எல்லாம் போட்டபடி அசைவற்றுக் கிடந்தார். நேற்று இந்த நேரத்தில் விழா ஏற்பாடு செய்துகொண்டிருந்தார். இன்று அவருக்கு மற்றவர்கள் ஏற்பாடு செய்துகொண்டிருந்தார்கள். கலைச்செல்வி நெருங்கிச் சென்று கைகூப்பி வணங்கினாள். 'இன்று இருப்பார் நாளை இல்லை என்ற பெருமை மிக்கது இந்த உலகு' திருவள்ளுவர் கம்போடியாவுக்கு வந்து வகுப்பெடுத்தார். கலை வர்த்தகச் சங்கத்து மற்ற பிரதிநிதிகள் வருத்தமாக இருந்தனர். "பாஸ்போர்ட் கிடைத்துவிட்டதல்லவா?" என்றார் செயலாளர்.

"கிடைத்துவிட்டது சார்."

"இந்த மூன்று பேரையும் விரைவில் மீட்டுவிடுவோம். தலைவருக்கு மனதே சரியில்லை. டென்ஷன். உயிரே போய்விட்டது. இறுதிச் சடங்கு முடிந்ததும் ஹோட்டலுக்கு வருகிறோம். பத்திரமாக இருங்கள்."

இந்தச் சங்கடமான நேரத்தில் யாரை நோவது? மீண்டும் ஹோட்டல் அறைக்கு வந்தபோது விடிந்தே விட்டது. "காவல் உதவியாளர். கவனமாக இருங்கள். தேவையின்றி அறையைவிட்டு வெளியே வராதீர்கள். எந்த அவசரம் என்றாலும் போன் செய்யுங்கள்" என்று சொல்லிவிட்டுப் போனார்.

ஷைனியும் கலைச்செல்வியும் ஒரே அறையில் இருப்பதாகத் தீர்மானித்து.. கதவைத் திறந்... போன் அடித்தது. ஷைனியின் போன்.

புதிய எண். கலைச்செல்வியைப் பார்த்தாள். பேசு எனத் தலையசைத்தாள் கலைச்செல்வி.

ஷைனியின் கணவன். "வெல்கம் டு இந்தியா."

ஷைனிக்கு முதலில் ஒன்றும் புரியவில்லை. இந்தியாவுக்கு வந்து இறங்கியதாக நினைத்துப் பேசுகிறான்.

"நாங்க இன்னும் கம்போடியாவிலதான் இருக்கோம்."

"ஏன்?"

"டேய் விளையாடாதே..."

"என்னுடைய விளையாட்டு நேத்தே முடிஞ்சுடுச்சு."

"நாங்கதான் நீ கொடுத்த மாங்காய கொண்டுபோய் கொடுத்துட்டமே அப்புறம் எதுக்குடா மத்த மூணு பேரைக் கடத்தி வெச்சிருக்கே?" எடுத்த எடுப்பிலேயே கூச்சல் போட்டாள் ஷைனி.

"எந்த மூணு பேர்...?" என்றான் அவன்.

"டேய் விளையாடாதே. எதுவா இருந்தாலும் என்னோட

தமிழ்மகன் | 41

நிறுத்திக்கோ. என்கூட வந்தவங்க கிட்ட வெச்சுக்கிட்டா நான் சும்மா விடமாட்டேன்.”

“கூல். உண்மையிலயே நீ எந்த மூணு பேரைச் சொல்றேன்னு தெரியல.”

“ப்ளீஸ்... அவங்கள விட்டுடு. நம்ம விவகாரத்தை இந்தியாவுக்கு வந்து தீத்துக்கலாம்.”

“உன்னை பயமுறுத்தணும்னு தோணுச்சு. அதுக்குத்தான் சும்மா மாங்காய கொடுத்து கடத்தல் பொருள் மாதிரி ட்ராமா பண்ணேன்.”

“அப்ப ராஜேஸ்வரி, ராகவி, பவித்ரா மூணு பேரையும் நீ கடத்தலையா?”

“நான் ஏம்மா கடத்தப் போறேன்? ஆளவிடும்மா சாமி. இருக்கிற ரேப் கேஸையெல்லாம் தூக்கி என் தலைமேல போடுவீங்க போல. எனி ஹவ். ஹாப்பி மார்னிங்.” டொக்.

கலைச்செல்வியும் ஷைனியும் திகைப்புடன் பார்த்துக்கொண்டனர். ‘தெரியாத பேய்கிட்ட சிக்குவதைவிட தெரிந்த பிசாசுகிட்ட மாட்டிக்கிறது நல்லது’ என ஒரு பழமொழி கலைச்செல்விக்கு நினைவு வந்தது. ஷைனியின் கணவன் தான் கடத்தியிருப்பான் என்ற எண்ணம் இருந்தவரை ஏதோ நம்ம ஆள் விவகாரம் என்று இருந்தது. இப்போது வேறு யாரோ என்றால்?

“மூணு பேரும் யார்கிட்ட சிக்கியிருக்காங்களோ தெரியல. நம்ம எம்பஸிக்குத் தகவல் போயிருக்கும். எப்படியும் கடுமையா தேடுவாங்க. அதுக்குள்ள அவங்களுக்கு எதுவும் ஆகாம இருக்கணும்.” கலைச்செல்வி ஆறுதல் போலவும் அச்சுறுத்தல்போலவும் பேசினாள்.

இரவெல்லாம் பயணம் செய்தது, உறக்கமில்லாத தவிப்பு எல்லாம் சேர்ந்து அவர்களின் முயற்சியில்லாமலேயே இமைகள் மூடின. பெரும் களைப்பு. உறங்கிய நேரம் ஒரு நொடியா, ஒரு நாளா என்பதுகூட புரியவில்லை. இன்டர்காம் மணி அடித்தது. எங்கே இருக்கிறோம் என்கிற எச்சரிக்கை எற்படுவதற்கு சில நொடிகள் தேவைப்பட்டது. கலைச்செல்விதான் முதலில் எழுந்தாள். படுக்கையின் இடது முனை வரை உருண்டு தூக்கக் கலக்கத்தோடு போனை எடுத்தாள்.

“ஹலோ.”

ரிசப்ஷனிஸ்ட் பெண். “குட்மார்னிங். உங்களைப் பார்க்க யாரோ வந்திருக்கிறார்கள்.”

“இந்த நேரத்திலா?” என்றவள், அவசரமாக கடிகாரத்தைப் பார்த்தாள்.

காலை 7.32.

ரிசப்ஷனிஸ்ட் பெண் சரியாகக் கேட்கவில்லையோ என மீண்டும் "ஹலோ" என்றாள்.

"ம் சொல்லுங்கள்."

"உங்களைப் பார்க்க ஒருவர் வந்திருக்கிறார்."

"போலீஸா? கலை வர்த்தகச் சங்க ஆட்களா?"

"இல்லை. இவர் இந்தியாவிலிருந்து வந்திருக்கிறார்."

சட்டென மனோகரன் நினைவுக்கு வந்தார்.

"ஷைனியைப் பார்க்கவா?"

"சாரி. ஷைனியின் அறைக்குப் போன் செய்துவிட்டேனா?"

"ஓ.கே. நோ ப்ராப்ளம்."

போனை வைத்தாள். ஷைனி எழுந்து, "யாருக்கு போன்?" என்றாள்.

"யாருக்கோ. தெரியாமல் நமக்கு போன் செய்துவிட்டாள்.

சிறிது நேரத்தில் மீண்டும் இண்டர்காம் அடித்தது.

கலைச்செல்வி யோசனையோடு எடுத்தாள்.

"காலைஷெல்வி அறையில் யாரும் இல்லையா?" கலைச்செல்வியைச் சொல்கிறாள் என்பதைச் சற்றே யூகிக்க வேண்டியிருந்தது.

"ஆமாம். அங்கே யாரும் இல்லை. நான் கலைச்செல்விதான் பேசுகிறேன். நானும் இந்த அறையில்தான் இருக்கிறேன். சொல்லுங்கள்."

"குட் மார்னிங். உங்களைப் பார்க்கத்தான் இந்தியாவிலிருந்து யாரோ வந்திருக்கிறார்கள்."

எச்சரிக்கை மணி உடம்பெங்கும் அதிர்ந்தது. "யாரையும் உள்ளே அனுமதிக்காதீர்கள். ஆள் அடையாளம் மட்டும் சொல்லுங்கள்."

ஷைனி, "எதுக்கு அடையாளம்லாம் கேக்கறே?" என்றாள்.

கலை ரிசீவரை மூடிக்கொண்டு, "எனக்கென்னவோ ராஜலட்சுமி சம்பந்தமான ஆளா இருப்பான்னு தோணுது. போலீஸுக்கு சொல்லுவமா?"

ஷைனி அச்சத்துடன் தலையசைத்தாள்.

கீழே ரிசப்ஷனில் காத்திருப்பது என்ன ஆபத்தோ?

தமிழ்மகன் | 43

7

யாரோ வந்து இருக்கிறார்கள் என்றும் சிறிய அச்சம் சூழ்ந்தது. புதிய இடமும் புதிய அச்சமும் அவர்களைப் பெரிதும் பயமுறுத்தியது.

"யாரையும் பார்க்க வேண்டாம்" என்று ஷைனி எச்சரித்தாள். அவள் முகம் அநியாயத்துக்கு மிரண்டு கிடந்தது.

"யார் வந்தாலும் போலீஸ் வந்த பிறகு பார்த்துக்கலாம்" என்றாள்.

"வந்து இருக்கவங்க பேராவது தெரிஞ்சுக்கலாம்." கலைச்செல்வி சும்மா சொல்லிப் பார்த்தாள். அதைத் தெரிந்துகொள்வதால் என்ன பயன் என்ற உறுதியான பதில் எதுவும் இல்லை.

"யாரா இருந்தா என்ன? அத தெரிஞ்சு என்ன பண்ண போற?"

கலைச்செல்வி ரிசப்ஷனிஸ்ட்டிடம், "அங்கே கேமரா இருக்கிறதல்லவா? வந்திருப்பவன் பதிவாகி இருப்பானா?" என்று விசாரித்தாள்.

இருக்கிறது... இருப்பான் என்பதைத் தெரியப் படுத்தினாள் அவள்.

"சரி. இப்போது அவன் பெயரைக் கேட்டு வைத்துக் கொள்."

அவள் அங்கே விசாரிப்பது ரிசீவரில் தெளிவாகக் கேட்டது.

அவன் சற்று தூரத்தில் உட்கார்ந்து இருக்கக்கூடும். பெயரை சொல்கிறான். ரிசப்ஷன் பெண்ணுக்கு அந்தப் பெயர் புரியவில்லை.

காதொரபோன்...? காத்திரவோன்...?

என இரண்டு மூன்று முறை விசாரிக்கவும் சற்று சத்தமாக... நிறுத்தமாக... திருத்தமாகப் பெயரைச் சொன்னான் அங்கே இருப்பவன்.

"கதிரவன்."

"ஓ மை காட்" கலைச்செல்வி துள்ளி குதித்தாள். "கதிரவனா... இதோ நான் கீழே வருகிறேன்."

"இரு கலை. அவன் பெயரைச் சொல்லிக்கொண்டு வேறு யாரும் ஏமாத்தப் போறாங்க?" சந்தேகத்தைக் கிளப்பினாள் ஷைனி.

"இல்லப்பா இது அவன் குரல்தான் எனக்குத் தெரியாதா?"

ஷைனியின் ஒப்புதலுக்குக் காத்திருக்காமல் கலைச்செல்வி கீழே ஓடினாள். மேற்கொண்டு என்ன செய்வது என்று தெரியாமல் தனியாக இருக்க பயந்து ஷைனியம் கன்றுக்குட்டி எனப் பின்னாலேயே ஓடினாள்.

கதிரவன் கொஞ்சம் கருப்பாகவும் கோரை முடியுடனும் இருந்தான். ரஜினி காந்த் போல செயல்படும் முயற்சி தெரிந்தது. மீசை, உடை, பாவனை அனைத்திலும் அது வெளிப்பட்டது. சுறுசுறுப்பு உடம் போடு தேவைக்கு அதிகமாக இருப்பது பார்த்தவுடன் தெரிந்தது. கலைச்செல்வியைப் பார்த்ததும் வேகமாக எழுந்து நின்றது. அவளுக்குப் பக்கத்தில் வந்தவரை நோக்கியது எல்லாமே வேகம்.

ரிசப்ஷனிஸ்ட், வந்தவன்மீது எந்த சந்தேகமும் இல்லையல்லவா என அழுத்தமாக விசாரித்தாள். நான் கல்யாணம் செய்துகொள்ளப் போகிறவன் தான் என்றதும் ரிசப்ஷனிஸ்ட் கதிரவனைப் பார்த்துப் புன்னகைத்தாள். அவனும் தன் முகக் கவசத்தைக் கீழே இறக்கி பதில் சிரிப்பை அவளை நோக்கி செலுத்தினான். அவனுக்கும் ஒரு அறை போட வேண்டுமா எனக் கேட்டாள் கவுன்டரில் இருந்தவள்.

"வேண்டாம் என் அறையிலேயே தங்கிக்கொள்ளட்டும்" என்ற கலைச் செல்வியை திடீர் காமாவேசத்துடன் திரும்பிப் பார்த்தான்.

"எம்பா... நானும் ஷைனியும் ஒரு ரூம்ல இருந்துக்குறோம். நீ என் ரூம்ல இருந்துக்க." அவனுடைய சிந்தனையைத் திருத்தினாள் கலை.

தமிழ்மகன் | 45

"மாஸ்க்கைக் கழட்டிடலாமா?"

"கழட்டிடு."

"முழு அரை நாள் இதை எங்கயும் கழட்ட விடல. ஏர்ப்போர்ட்ல அங்கங்க சோப்பு தண்ணிய தீர்த்தம் மாதிரி கையில ஊத்துறானுங்க. கையெல்லாம் சோப்பு நாத்தம். டெம்பரேச்சர் செக் பண்றாங்க. ஒரே தொல்லை."

"இன்டியன் ஏர்ப்போர்ட்லயுமா?"

"பின்ன? சில நாட்ல ஃபாரீனரையே உள்ள சேக்கல. சீனாக்காரங்க பல லட்சம் பேர் பாதிக்கப்பட்டிருக்காங்க. நம்ம ஊர்லயும் வெளிநாட்லருந்து வர்றவங்கள தனிமைப்படுத்தி வைக்கிறாங்க."

ஷைனி, "அவ்ளோ சீரியஸாவா இருக்கு?" என்றாள்.

கீழ்தளத்தில் ரெஸ்டாரண்ட். வந்தவனுக்கு ரெஸ்டாரண்டில் காபி வாங்கித் தரலாம் என வந்தனர். ரெஸ்டாரண்டில் காபி, டீ-யை விட பிராந்தி, விஸ்கி பருகுகிறவர்கள்தான் அதிகமாக இருந்தனர்.

"காபியா, டீயா?" என்ற கலையிடம் ஒரு பிரிட்டீஷ்காரி குடித்துக்கொண்டிருந்த திரவத்தைக் காட்டினான். "காலைலயேவா?"

"அந்தப் பொம்பளையும் காலையிலதான குடிக்குது?"

"என்னவோ குடிச்சுத் தொலை."

உபசரிப்பாளரிடம் அந்தப் பெண் குடிக்கும் அதே வஸ்துவை கொடுக்கும்படி கேட்டான்.

"இப்படி திடீர்னு வந்த?"

"ஏதோ பிரச்சினைன்னு தெரிஞ்சது. அதான் உடனே ஃப்ளைட் பிடிச்சு வந்துட்டேன்."

"இவங்க ஷைனி."

கைகொடுக்கலாமா, கைகூப்பலாமா என்பதற்கு வாய்ப்பளிக்காமல் ஷைனி தலையசைத்துப் புன்னகைத்தாள். பதிலுக்கு அப்படியே செய்தான் கதிரவன்.

பின்னர், கலையின் பக்கம் திரும்பி, "என்ன நடந்தது... எனக்கு ஒன்னொன்னா சொல்லு."

"எங்க ஆரம்பிச்சு சொல்றது? நீ ஒவ்வொன்னா கேளு."

உபசரிப்பாளன் வந்து டின் பியரை வைத்தான். கதிரவன் சில்லென பானம் உள்ளே இறங்கிய வேகத்தில் கேள்வியை அடுக்கினான்.

"உங்க அஞ்சு பேருக்கும் பரிசு கொடுத்தது யாரு?"

"அங்கோர்வாட் கலை வர்த்தகச் சங்கம்."

"அது எத்தனை வருஷமா இயங்குது?"

"மூணு வருஷமா?"

"கடந்த வருஷம் யார் பரிசு வாங்கினாங்க?"

"அந்த லிஸ்ட் எல்லாம் கலை வர்த்தகச் சங்கம் கொடுத்த குறிப்புப் புத்தகத்துல இருக்கு."

"போன வருஷம் பரிசு வாங்கினவங்ககிட்ட கலை வர்த்தகச் சங்கம் பத்தி விசாரிச்சீங்களா?"

இருவரும் ஒருவரை ஒருவர் பார்த்துக் கொண்டனர்.

"இல்லை."

"அவங்களுக்கு இந்த மாதிரி ஏதாவது சங்கடங்கள் நடந்ததான்னு தெரியணும். அவங்க போன் நம்பர் இருந்தா வாங்குங்க."

"அவங்க நம்பரை எங்க போய் பிடிக்கிறது?" என்றாள் கலை.

"தமிழ் சங்கத்தில் கண்டிப்பா அவங்க நம்பர் இருக்கும். உடனே கேட்டு வாங்குங்க."

கலைச்செல்வி யாருக்கோ போன் செய்ய எத்தனிக்க... "கொஞ்சம் இரு. இன்னும் சில கேள்விகள் இருக்கு."

"உங்க அஞ்சு பேரையும் பரிசுக்கு உரியவங்களா தேர்வு செஞ்சது யாரு?"

"அது அந்தந்தத் துறை வல்லுநர்கள்."

"உதாரணத்துக்கு நீ நல்லா கவிதை எழுதுவன்னு தேர்வு செஞ்சது கவிதை வல்லுனரா?"

"கவிதை வல்லுநர்னு சொல்ல வேண்டியதில்ல. மூத்த கவிஞர்னு வெச்சுக்கோ."

"யார் அந்த மூத்த கவிஞர்னு தெரியுமா?"

"பொதுவா தேர்வு செஞ்சவங்க பேரைச் சொல்ல மாட்டாங்க."

"சரி. மத்த அஞ்சு பேரும் இப்படித்தான் தேர்வு செய்யப்பட்டாங்களா?"

"ஆமா. நாட்டியத்துக்கு சிறந்த நாட்டியக்கலைஞர், சில நாட்டிய அமைப்புகள் கிட்ட கேக்காங்க. தொழிலதிபருக்கு அந்த மாதிரி. இலக்கியத்துக்கும் அந்தமாதிரி கேட்டிருப்பாங்க."

கதிரவன் இப்படி பெரிய துப்பறிவாளன்போல கேட்டுக்

கொண்டிருந்தது ஷைனிக்கு சற்று அலுப்பையும் எரிச்சலையும் ஏற்படுத்தியது. கதிரவன் அதைப்பற்றிக் கவலைப்பட்டதாகத் தெரியவில்லை.

"சரி ஓகே. இப்ப இந்தப் பிரச்னை ஏற்பட்ட பிறகு தேர்வு செஞ்சவங்க யாருன்னு கண்டிப்பா தெரிஞ்சாகணும்."

"சரி கேட்கிறேன்" எனக் கலை சொன்னதும் கதிரவன் ஷைனியின் பக்கம் திரும்பினான்.

"உங்க ஹஸ்பண்ட்தான் உங்க பாஸ்போர்ட்டை வாங்கி வெச்சிருந்தாரா?"

"ஆமா."

"அவர் இப்ப இங்கே இருக்காரா, சென்னையில் இருக்காரா?"

"சென்னை."

"எப்படித் தெரியும்?"

"அவர் பேசினத வெச்சி கண்டுபிடிச்சேன்."

"எப்படி?"

"இந்தியால இருக்கன்னு பார்க்காதே. என்னோட ஆளுங்க அங்கே இருக்காங்கனு அவனே சொன்னான். 3000 மைல் தூரத்தில் இருந்து என்ன பண்ணுவேன்னு நினைக்காத. சீக்கிரம் வந்து சேரு... இப்படி தான் பேசினான்."

"அது பத்தாது. உங்களை திசை மாத்தறதுக்குக்காக அப்படி பேசியிருக்கலாம்."

"நாங்களும் அதை யோசிச்சோம். அவனுக்கு அதை மறைக்க வேண்டிய அவசியமில்லைனு தோணுது."

"போற போக்குல ஒரு சந்தேகம். உங்களுக்கு வரலைன்னா பரவால்ல. உங்க கிட்ட இன்னும் சில கேள்வி. நீங்க இங்க இருந்து நாம்பென் போயிட்டீங்க. அப்ப மத்த மூணு பேரும் எங்கே இருந்தாங்க.?"

"அவங்க மூணு பேரும் இந்த ஹோட்டல்லதா இருந்தாங்க."

"அப்புறம் எப்படி காணாமப் போனாங்க?"

"இன்டியா போறதுக்காக ஏர்போர்ட் போனாங்க. வழியில யாரோ கடத்திட்டாங்க."

கதிரவன் மனதில் உள்வாங்கிக்கொள்வதற்காக நிதானித்தான். "நீங்க அங்க இருந்து பாங்காக் போறீங்க. இவங்க சீயெம்ரீப்லே இருந்து பாங்காக் வர்றாங்க. ரெண்டு பேரும் அங்க மீட் பண்றதா திட்டம். ஆனா அதுக்குள்ள அந்த மூணு பேரைக் கடத்திடாங்க."

கலைச்செல்விக்கே எரிச்சலாக இருந்தது. "ஆமாம்பா ஆமாம் வந்ததுல இருந்து ஏதோ போலீஸ்காரன் மாதிரி கேள்வி கேக்குற."

கதிரவன் டின்னிலிருந்த கடைசித் துளிகளை வாய்க்குள் கவிழ்த்துவிட்டு, "முதல்ல இங்க என்ன நடந்ததுனு புரிஞ்சிகிட்டாதான் நான் எதாவது பண்ண முடியும். இல்லாட்டி என்னையும் சேர்த்து கடத்திடுவாங்க."

"ஏம்பா சும்மாவே பயமுறுத்துற?"

"இப்ப போலீஸ் என்ன சொல்றாங்க."

"அந்த மூணு பேரோட போட்டோவையும் எல்லா போலீஸ் ஸ்டேஷனுக்கு அனுப்பிட்டாங்க. சந்தேகப்படும்படியான ஆட்களை எல்லாம் விசாரிக்கிறாங்க."

"ஓகே. முதல்ல நம்ம தமிழ் வர்த்தக சங்கத்தில இருந்து ஆரம்பிக்கலாம்."

"அவங்கலாம் பாவம்ப்பா. பாவம் தலைவரே ஹார்ட் அட்டாக்கில் இறந்து போயிட்டார்."

"ஹார்ட் அட்டாக்னு எப்படி கரெக்டா சொல்றீங்க. தற்கொலையா இருக்கலாம். யாராவது கொன்னு இருக்கலாம்."

"ஐயோ ஆள விடு சாமி. அவரை எதுக்குக் கொல்லணும்?"

"தப்பு செஞ்ச எவனோ மாட்டிக்க போறோம்ங்கிற பயத்திலே கொலை பண்ணி இருக்கலாம். தப்பு செஞ்சுட்டமே மாட்டிக்க போறோம் என்ற பயத்தில் இவரே தற்கொலையும் பண்ணியிருக்கலாம்."

"பத்திரிகை புத்தி. சரி. வாத்து முட்டை ஆம்லெட் ரெடி.. முதல்ல சாப்பிடு. தேள், பல்லி, பாம்பு வறுவல் எல்லாம் இருக்கு."

"முதலைக் கறி கிடைக்குமாமே?"

"எதையாவது சாப்பிட்டுத் தொலை. எங்களை எப்படியாவது இந்தியா கொண்டு போய் சேர்த்துடு."

"ஆமா. ஃபாரீன்ல இருந்து யாரும் வரக்கூடாதுன்னு நமக்கும் தடை போடறதுக்குள்ள போயிடணும். இங்கயும் லாக்டவுன் ஆரம்பிச்சுட்டாங்க."

எங்கு பார்த்தாலும் செயற்கை தாடி மாறி மாஸ்க்கை தொங்கவிட்டுத் திரிந்துகொண்டிருந்தார்கள். பேச்சு மறுபடி கொரோனா பக்கம் திரும்பியது.

"பல குளிர் நாடுகளில் லாக் டவுன். நம்மை மாதிரி ஹீட் கன்ட்ரீல வராதுன்னு சொன்னாங்களே?" கலைக்கு இன்னும்

தமிழ்மகன் | 49

கோவிட் அச்சம் அவ்வளவாகத் தெரியாமல் இருந்தது.

"ஹீட், கோல்ட் பத்திலாம் கொரோனாவுக்கு எந்த பாரபட்சமும் இல்ல. எல்லா ஊர்லயும் வருது. சீக்கிரம் ஊர் போய் சேர்ந்தா போதும். இந்த மூணு பேர் கதை என்னன்னு தெரிஞ்சுட்டா அடுத்த ஃப்ளைட்ல ஓடிப்போயிடலாம்." ஷைனி மனம் விட்டுப் பேசுவது தெரிந்தது.

"போலீஸ்கிட்ட அந்த மூணு பேர் கதையை முதல்ல கேட்கலாம்" என்றான் கதிர். மூவரும் எழுந்து மீண்டும் ரிசப்ஷன் வந்தனர்.

"எந்த நேரமும் போலீஸ் வந்துரும்."

"வந்தாச்சு" என்று கதவைக் காட்டினாள் ஷைனி.

நேற்று வந்த அதே போலீஸ் அதிகாரி. அவர்களை நெருங்கி வந்தார்.

"உங்க பிரெண்ட்ஸ் கிடைச்சுட்டாங்க" என்றார்.

"அப்படியா?" என்று மூவரும் ஆச்சரியமாகக் கேட்க, போலீஸ் அதிகாரி சற்று தயக்கத்துடன், "இரண்டு பேர்தான் கிடைத்திருக்கிறார்கள். ஒருத்தர் கிடைக்கவில்லை." என்றார்.

"யாரு?" என கலைச்செல்வி கேட்க, அதற்கான பதிலாக அங்கே பவித்ராவும் ராகவியும் மட்டும் வந்துகொண்டிருந்தனர்.

ராஜலட்சுமி இல்லை.

8

ராகவியும் பவித்ராவும் கொஞ்சம் கழன்று போய் இருந்தார்கள். கலைச்செல்வியையும் ஷைனியையும் பார்த்ததும் அவர்களுக்கு தெய்வம் நேரில் தோன்றியது போல இருந்திருக்க வேண்டும். ஓவென அழுதபடி ஓடிவந்து அணைத்துக்கொண்டனர்.

போலீஸ் அதிகாரி முதலில் கதிரவனை சந்தேகமாகப் பார்த்து ஆபத்து அற்றவன் என்பதை உறுதி செய்துகொண்டார்.

கதிரவனும் போலீஸ் அதிகாரியிடம் தான் வந்த காரணத்தை விலாவரியாக சொல்லி முடித்தான். அதன்பிறகுதான் ராகவியின் பவித்ராவும் எப்படி கிடைத்தார்கள் என்பதை விளக்க ஆரம்பித்தார் போலீஸ் அதிகாரியான சீஃப் வார்டன்.

"இரவு போன் வந்தது. மூன்று பேரையும் கடத்திச் சென்றவர்கள் சீயெம்ரீப்- லிருந்து அங்கோர்வாட் செல்லும் காட்டுப்பாதையில் இவர்கள் இரண்டு பேரை மட்டும் இறக்கிவிட்டுப் போய்விட்டார்கள்."

ஆமாம் என்பதைப் போல இரண்டு பேரும் தலையசைத்தார்கள்.

"இவர்கள் அங்கிருந்த யாரோ வெளிநாட்டுப் பயணிகளிடம் விஷயத்தைச் சொல்லி காவல்துறை

அணுகிய பிறகுதான் எங்களுக்கும் தெரிந்தது. அவர்களுக்கு ராஜலட்சுமி மீது ஏதோ முன்விரோதம் இருப்பது தெரிகிறது. மூன்று பேரும் ஒன்றாக வந்ததால்தான் மூன்று பேரையும் கடத்தினோம் என்று சொல்லியிருக்கிறார்கள். இவர்கள் இருவரின் என்ன செய்வது என்று தெரியவில்லை. கேமராக்கள் இல்லாத ஓர் இடத்தில் கொண்டுபோய் இறக்கிவிட்டுப் போயிருக்கிறார்கள். ராஜலட்சுமியின் மீது அவர்களுக்கு என்ன விரோதம் என்று தெரியவில்லை. கடத்திச் சென்றவர்கள் இந்தியர்களா என்றும் தெரிய வில்லை. ஷைனி போலவே அவளுக்கும் கணவன் பிரச்சனையா? குடும்பப் பிரச்சனையா என்பதை அவர்கள் வீட்டுக்குத் தொடர்புகொண்டு விசாரித்து இருக்கிறோம்."

"ஐயோ இந்தியாவுக்கு ஏன் தகவல் சொன்னீர்கள்? அங்கே கண் காது மூக்கு எல்லாம் வைத்து கதை செய்து விடுவார்களே?" என்று ஷைனி அஞ்சினாள்.

"இனியும் மறைத்து பிரயோஜனமில்லை" என்றான் கதிரவன்.

கலைச்செல்வியும் ஆமோதித்தாள். "ஆமாம்பா. பிரச்சனை எல்லாம் இந்தியால இருந்துதான் வந்திருக்கு. அங்க தெரிவதுதான் நல்லது."

போலீஸ் அதிகாரி தொடர்ந்தார். "ஆனால் ராஜலட்சுமிக்கு அப்படி யாரும் விரோதம் இல்லை" என்று அவர்கள் வீட்டில் சொன்னார்கள். அவர்களும் கிளம்பி வரலாமா என்று கேட்டார்கள். ஒரு நாள் அவகாசம் கொடுங்கள். கண்டுபிடித்து விடுவோம் என்று சொல்லியிருக்கிறோம்."

"சார் முதல்ல இந்த விழா குழுவினரை விசாரிக்க வேண்டும். இந்தியாவிலிருந்து விரோதம் என்றாலும் அவர்களை இங்கு அழைத்து வந்து பழிவாங்க இவர்கள் உடந்தையாக இருந்து இருக்கிறார்கள்."

"தேவைப்பட்டால் விசாரிக்கலாம்" என்றார் அதிகாரி.

"தேவைப்பட்டு விட்டது" என்றான் கதிரவன்.

"தலைவர் இந்தப் பதற்றத்தில் மாரடைப்பால் மரணம் அடைந்து விட்டார் என்பது உங்களுக்குத் தெரியுமா?"

"அது மரணம் என்று ஏன் முடிவுக்கு வரவேண்டும்? உண்மையை மறைக்க யாராவது அவரை யாராவது கொலை செய்து இருக்கலாம். அல்லது இவரே பழிக்கு அஞ்சி தற்கொலை செய்திருக்கலாம்."

போலீஸ் அதிகாரி அந்த சந்தேகத்தை விரும்பாதவர் போல கதிரவனை தலையிலிருந்து கால் வரை பார்த்தார்.

"விழா குழுவில் இருக்கும் ஐந்து பேரும் பல ஆண்டுகளாக இங்கு தொழில் செய்து வருபவர்கள். அவர்கள் மீது சந்தேகப்படும்படியான எந்தக் காரணங்களும் இல்லை. அதுவுமில்லாமல் இப்படி பெண்களை வரவழைத்து அவர்களுக்கு சிரமம் கொடுப்பதால் அவர்களுக்கு என்ன லாபம்...?"

"அதைத்தான் விசாரிக்க வேண்டும் என்கிறேன். இந்தியாவிலிருந்து சிரமம் கொடுக்க நினைப்பவர்கள் தருகிற லாபமாக இருக்கலாம்."

போலீஸ் அதிகாரி அதற்கு மேல் அதைத் தொடர நினைக்க வில்லை. "நாங்கள் மேலும் விசாரித்து ஒரு முடிவுக்கு வருவோம். நீங்கள் கவலைப்பட வேண்டாம்." போலீஸ் அதிகாரி கதிரவனை ஒரு மார்க்கமாகப் பார்த்துவிட்டுப் போனார்.

அவர் படிகளில் இறங்கி கண்ணிலிருந்து மறையும் வரை காத்திருந்துவிட்டு, "எனக்கு இவர் மேலேயே சந்தேகமாக இருக்கிறது" என்றான் கதிரவன்.

ஐந்து பேரும் ஷைனியின் அறைக்குச் சென்றனர்.

நடந்தவற்றை விவரிக்க ராகவி ஆர்வமாக இருந்தாள். லிஃப்டில் வரும்போதே பதற்றத்தைச் சொற்களாக பரிமாறியபடியே வந்தாள். அறையில் சென்று அமர்ந்து, ஆசுவாசப்படுத்தி பேசவைத்தனர்.

கட்டிலில் பவித்ராவும் ராகவியும் அமர்ந்திருக்க, எதிரே இருந்த சோபாவில் கலையும் கதிரும் ஷைனியும் அமர்ந்திருந்தனர்.

"நாங்க ஏர்ப்போர்ட் நோக்கிப் போய்க்கிட்டிருந்தபோது ஒரு கார் எங்களுக்கு முன்னால் வந்து நின்னுச்சு. அந்தக் காரிலிருந்து ரெண்டு பேர் முகக்கவசம் போட்டிருந்தாங்க. துப்பாக்கி வெச்சிருந்தாங்க. எங்களை அவர்கள் காருக்கு மாறச் சொன்னாங்க. வந்தவங்களுக்கு ராஜலட்சுமி மட்டும்தான் தேவைன்னு தெரிஞ்சிருக்கல. அவங்க கெமர் மொழியிலதான் பேசினாங்க. எங்களைக் கண்ணைக் கட்டி இன்னொரு இடத்துக்குக் கூட்டிட்டுப் போனாங்க. அது பண்ணைவீட்டைப் போல இருந்துச்சு. அங்கருந்தவங்க முகத்தை முழுசா மூடியிருந்தாங்க. 'மூணு பேரா?'ன்னு ஒருத்தன் எங்களைப்பாத்து தமிழ்ல சொன்னான். கொஞ்ச நேரம் கழிச்சு ராஜலட்சுமிய பாத்து நீ மட்டும் இருந்தா போதும்னு சொன்னான். மத்த ரெண்டு பேரை என்ன பண்றதுன்னு அவங்க பேசிக்கிட்டாங்க."

"கடத்தியவர்கள் இந்தியர்களான்னு தெரியலைன்னு போலீஸ்கார் சொன்னாரே? நீங்க தமிழ் பேசினான்னு சொன்னீங்களா?"

"சொன்னோம். அவங்களுக்குத் தமிழ் பேசறவங்கன்னா சிங்கப்பூர், மலேசியாகாரங்களும்தான் தமிழ் பேசறாங்கன்னு சொல்லிட்டார்."

"அப்படி வர்றாரா? சரி ஓகே. தமிழ்ல பேசினது எத்தனை பேர்? எப்படியிருந்தாங்க?" என்றான் கதிரவன்.

ராகவி "ரெண்டு பேர் தமிழ் பேசினாங்க. ஆனா அவங்க முகமூடி போட்டிருந்தாங்க" என்றாள்.

"சரி. அப்புறம்?" கதிரவன் தொடரச் சொன்னான்.

"இரவு எங்க ரெண்டு பேரையும் காரில் அனுப்பி ஓரிடத்தில இறக்கிட்டுப் போயிட்டாங்க." அடுத்த வரியிலேயே ராகவி நடந்தவற்றை முடித்துவிட்டாள்.

"நிதானமா சொல்லுங்க. அவங்க எதற்காக ராஜலட்சுமியை மட்டும் பிடிச்சு வெச்சிருக்காங்க? உங்களை வேற எதுவும் மிரட்டினாங்களா... கொஞ்சம் யோசிச்சு சொல்லுங்க."

பவித்ரா ஏதோ சொல்வதற்காக யோசிப்பது முகக் குறிப்பில் தெரிந்தது.

"அல்லாவின் ஆணைனு ஒருத்தர் போனில் சொன்னார். அதே போல யார்கிட்டயோ போன்ல பேசும்போது சலாம் அலைக்கும்னு சொன்னதைக் கேட்டேன்."

அனைவரின் முகத்திலும் அதிர்ச்சியும் பதற்றமும் ஒரே நேரத்தில் ஏற்பட்டது.

"இதை போலீஸ்கிட்ட சொன்னீங்களா?"

"சொன்னோம். ராஜலட்சுமிக்கும் அவங்களுக்கும் என்ன பிரச்னைன்னு அவங்களால இன்னும் கண்டுபிடிக்க முடியல."

"நீங்க ஏதாவது யூகிக்க முடிஞ்சுதா?"

"இல்ல. அவளை அவங்க தனி ரூம்ல அடைச்சு வைச்சுட்டாங்க."

"ராஜலட்சுமிக்கு வேற ஏதாவது தொந்தரவு கொடுத்தாங்களா? கொடுப்பாங்கன்னு நினைக்கிறீங்களா?"

"எதுவும் தெரியல."

மதியம் இரண்டு மணி வாக்கில் ராஜலட்சுமியின் ஃபேஸ்புக், ட்விட்டர் கணக்குகளை ஆராய்ந்தபோது இஸ்லாமிய அமைப்புகளிடமிருந்து அவளுக்கு மிரட்டல்கள் வந்தது தெரிந்தது. இந்திய கோயில்களின் செல்வங்களை இஸ்லாமியர்கள் கொள்ளையடித்ததாக அவள் ஒரு பதிவு போட்டிருந்தாள். அதற்கு வந்த கண்டனம் ஒன்றில் தேவைப்பட்டால் உன்னையும் கடத்துவோம் என்று ஒருவன் கமென்ட் போட்டிருந்தான். அவனுடைய ஊர், உறவு, பணியிடங்கள், படித்த இடங்கள், வேலை பார்த்த இடங்கள் என்ற எந்தக் குறிப்பும் இல்லை. ஆனால் சைபர் கிரைமுக்கு இந்தப் பதிவை அனுப்பி விசாரிக்க சொல்லலாம். சென்னை

கமிஷனர் அலுவலகத்துக்கு இந்தத் தகவலை அனுப்பி வைத்தான் கதிரவன். அவனுக்கு அங்கே சைபர் கிரைமில் வேலாயுதத்தை நன்றாகத் தெரியும். அவனுக்கும் தனிப்பட்ட முறையில் வாட்ஸ் அப் தகவல் அனுப்பினான்.

இது நடந்து மூன்று வருடங்கள் ஆகிவிட்டன. இதை வைத்துக் கொண்டு இஸ்லாமியர் கடத்திவிட்டார் என்று சொன்னால் ஆதாரமற்ற குழப்பங்கள் ஏற்படும். வேலாயுதத்திடமிருந்து தகவல் வருகிறவரைக் காத்திருப்பதுதான் நல்லது.

பவித்ராவுக்கு ராஜலட்சுமியைக் கடத்தியவர்கள் இஸ்லாமியரா என்பதையும் உறுதியாகச் சொல்ல முடியவில்லை. ஆனால் அவர்கள் தமிழர்கள் என்பதை உறுதியாகச் சொன்னாள். ஆனால் எந்த நாட்டுத் தமிழர் எனத் தெரியவில்லை.

ஷைனியின் கணவன்தான் இங்கு வந்து இருக்கிற ஒவ்வொரு பெண்ணிடமும் விளையாடுகிறான் என்ற கோணத்திலும் கதிரவன் யோசித்தான். வேலாயுதத்துக்கு ஷைனியின் கணவன் மனோகரன் பற்றிய குறிப்புகளையும் சொல்லி, ஷைனியின் பாஸ்போர்ட் விஷயத்தில் அவன் நடந்துகொண்டதையும் வாட்ஸ் அப்பில் பதிவிட்டான். வேலாயுதம் மொத்தமாக ஒருநாள் அவகாசம் கேட்டான்.

மனோகரனை கைது செய்ய போதிய ஆதாரங்கள் இல்லை. அதுவும் வெளிநாட்டில் நடந்த ஒரு சம்பவத்துக்கு முன்னாள் கணவன் என்பதற்காக தன்னைப் பழிவாங்க ஷைனி நாடகம் ஆடுவதாக அவன் ஒரு வழக்கு போட்டு இருக்கிறான். என்பது வேலாயுதம் சொன்ன முதல் தகவல். அதனால் மனோகரனை பெயிலில் அனுப்பிவிட்டார்கள். ராஜலட்சுமியை மிரட்டியவன் பற்றி சைபர் கிரைமில் தேடிவருவதையும் வேலாயுதம் சொன்னான்.

கலை வர்த்தகச் சங்கத்து ஆட்கள் வந்தார்கள். இப்படி ஆகிவிட்டதே எனத் தனித்தனியே வருந்தினார்கள். கதிரவன் அவர்களிடம் இந்த ஐந்து பேரை எப்படித் தேர்வு செய்தீர்கள் என்று கேட்டான். சென்னையில் இயங்கும் ஒரு பப்ளிக் ரிலேஷன் அலுவலக எண்ணைக் கொடுத்தார்கள். இவர்கள்தான் தேர்வு செய்தார்கள் என்றனர். கடந்த ஆண்டு விருது பெற்ற கவிஞரின் எண்ணைக் கேட்டான். இளைய தேவதை என்ற கவிஞரின் எண்ணைத் தந்தார்கள். இளைய தேவதையைப் பற்றிக் கலைச்செல்விக்குத் தெரியவில்லை. கேள்விப்பட்டிருக்கிறேன் என்று மட்டும் சொன்னாள். கேள்விபடுவது போதாது.

பி.ஆர்.ஓ எண்ணையும் இளைய தேவதையையும் விசாரிப்பது பலனளிக்கலாம்.

இரவு உணவுக்குப் பிறகு நான்கு பெண்களும் ஷைனியின் அறையிலேயே படுத்துக்கொள்வதாகச் சொல்ல, கதிரவன் கலைச்செல்வியின் அறையில் போய் படுத்தான். களைப்பில் உடனடியாக தூக்கம் வந்தது.

டி.வியை ஆன் செய்தான். சன் டி.வி-யில் பிரேக்கிங் நியூஸ் என ஸ்க்ரோல் ஓடியது.

“இந்தியாவில் மார்ச் மாத இறுதியில் விமானப் போக்குவரத்து காலவறையின்றி நிறுத்தப்படும்.”

மார்ச் மாத இறுதிக்கு இன்னும் ஒரு வாரம்தான் அவகாசம்.

இன்னும் ஒரு வார அவகாசத்தில் ராஜலட்சுமியை மீட்டுக் கொண்டு இந்தியா ஓடி ஆகவேண்டும். இல்லாவிட்டால் பல்வேறு சிக்கல்கள் அடுக்கடுக்காய் அணிவகுத்தன.

ராஜலட்சுமியை மீட்பது போலீஸின் வேலை. கலை வர்த்தகச் சங்கத்தின் அக்கறை. இருக்கிற நான்கு பெண்களை அழைத்துக்கொண்டு நாம் இந்தியா போய் சேர்ந்துவிடுவதுதான் சரி. அவசரமாக எழுந்தான்.

விமான டிக்கெட் நிலவரத்தை செல்போனில் ஆராய்ந்தான். மார்ச் இறுதிவரை எல்லா விமான டிக்கெட்டுகளும் புக்காகியிருந்தன. டிக்கெட் இல்லை என்று தெளிவாகப் போட்டிருந்தார்கள். இந்தியா போவது எப்படி என்ற கேள்வி விஸ்வரூபமாக எழுந்தது.

9

"இன்னும் ஓரிரு வாரத்தில் நிலைமை சரியாகிவிடும். இந்தியாவில் மீண்டும் இந்தியாவில் விமான சேவை தொடங்கியதும் முதல் ப்ளைட்டில் உங்களை அனுப்பி வைக்கிறேன்" என்றார் போலீஸ் அதிகாரி.

காலையில் இதைச் சொல்லத்தான் வந்தீர்களா என்ற கோபமும் இயலாமையும் எல்லோருக்கும் எழுந்தது. லவுஞ்சில் நான்கு பெண்கள், கதிரவன், சீஃப் வார்டன் ஆகியோர் இருந்தனர். இரண்டு வாரத்தில் நிலைமை சரியாகிவிடுமா? கடாரம் கொண்டான் போல படகிலேயே தமிழ்நாட்டுக்குப் பயணிக்கலாமா?... என்றெல்லாம் கதிரவன் குழம்பிக்கொண்டிருந்தான்.

"நாங்க ப்ளைட்ல வரும்போது ஒரு டாக்டர் இனிமே ஃப்ளைட்டே வானத்தில பறக்காதுன்னு சொன்னார்." கலைச்செல்வி நினைவுபடுத்தினாள்.

"அவர் டாக்டரா, ஜோசியக்காரரா சரியா சொல்லு. கரெக்டா கணிச்சிருக்காரே?"

"ஜோசியக்காரங்க எல்லாம் இந்த ஆண்டு சிறந்த சுற்றுலா ஆண்டாக அமையும்னுதான் புத்தாண்டு பலன் சொன்னாங்க. இதோ இப்ப ஒரு விமானமும் பறக்காதுன்னு சொல்லிட்டாங்க. நான் சொன்னவர் ஜோசியக்காரர் இல்ல. டாக்டர். அவருக்கு ஏதோ விஷயம் தெரிஞ்சிருக்கு. ஒரு ரகசியத்தை உள்ள வெச்சிருக்க முடியாம அவஸ்தைப்பட்டவர் மாதிரி. குடிச்சுட்டு கத்திக்கிட்டே வந்தார்."

"ஆமா இல்ல?" என்றாள் ஷைனி.

"ஒரு வேளை அவர் அந்த டாக்டர் கொரோனா பத்திய ஆராய்ச்சியில இருந்தவரா இருந்திருக்கும். நிலைமை கட்டுக்கடங்காம போனதைத் தெரிஞ்சு பதைச்சு போனவர் மாதிரி இருந்தார்." டாக்டர் பவித்ரா நிதானமாக சொன்னாள்.

"ஒரு டாக்டரோட மனசு இன்னொரு டாக்டருக்குத்தான் தெரியும்" என்ற கதிரவனின் பதிலுக்கு போலீஸ் அதிகாரியைத் தவிர அனைவருமே சிரித்தனர்.

"கொஞ்சம் ஆங்கிலத்தில் பேசினால் நானும் சிரிப்பேன்." என்றார் அதிகாரி.

"சார் நாங்கள் சிரிக்கிற மனநிலையில் இல்லை சார். ஏதோ தெரியாமல் சிரித்துவிட்டோம். ராஜலட்சுமியை மீட்டுவிட்டால் போதும்." என்றாள் ராகவி.

அதிகாரி தலையை மட்டும் அசைத்தார். லவுஞ்சில் இந்தியப் பெண் ஒருத்தி இவர்களைப் பார்த்துக்கொண்டு கடந்து போனாள். இவர்களை என்பதைவிட கதிரவனை என்பது சரியாக இருக்கும். கதிரவனும் அவளைக் கவனித்தான். இருபதுக்கு மேல், இருபத்து இரண்டுக்குள் ஏதோ ஒரு வயதாக இருக்கலாம். இரண்டுக்கும் நடுவில் ஒரே ஒரு வயதுதான் இருந்தது. இந்த உருவ கணிதத்திலிருந்து மீள்வதற்குள் அவள் ரெஸ்டாரெண்டில் நுழைந்து மறைந்துவிட்டாள்.

"இஸ்லாமியரிடமிருந்து ராஜலட்சுமிக்கு எதிர்ப்பு இருந்தது தெரிய வந்திருக்கிறது. ஆனால் அது மூன்று ஆண்டுகளுக்கு முன். அதன் பிறகு மதம் சார்ந்த எந்தப் பிரச்னைகளும் ஃபேஸ் புக்கில் இடம்பெறவில்லை. அதுதான் இடிக்கிறது. மேலும் ராஜலட்சுமியை எதிர்த்துக் கமெண்ட் போட்டவர் அதன் பிறகு சமூக ஊடகத்திலேயே இல்லை. ஆனாலும் இந்திய அரசின் சைபர் கிரைம் விசாரித்து வருகிறது." அதிகாரி பொறுப்புடன் சொல்லிக்கொண்டிருந்தார். கதிரவன் கவனத்தைத் திருப்பி வேகமாக அவர் சொன்னதைப் பின்பற்றிவிட்டான்.

"அந்த நபர் ஃபேக் ஐ.டியில் இருந்தவர். இப்போது வேறு ஐடி-யில் இருக்கக் கூடும்." என்றான் கதிரவன்.

"பாதி போலீஸ் வேலையை நீங்களே பார்ப்பீர்கள் போலிருக்கிறது."

"சார் நான் ப்ரஸ். இப்படியெல்லாம் யோசிக்க வேண்டியது எங்கள் கடமை."

"சரி. கிளம்புகிறேன். தைரியமாக இருங்கள். ராஜலட்சுமிக்கு ஒன்றும் ஆகியிருக்காது. இன்று மீட்டுவிட முடியும் என்ற நம்பிக்கை

இருக்கிறது." அதிகாரி மஃப்டியில் இருக்கிறார் என்றுதான் பெயர். அவருடைய உடல்மொழியும் விறைப்பும் போலீஸ் என்பதை உறக்கச் சொல்லின.

பெண்கள் நால்வரும் அடுத்த நொடியே அறைக்கத் திரும்ப, கதிரவன் ஒரு தம் போட்டுவிட்டு வருகிறேன் என நீச்சல் குளம் பக்கம் வந்தான். பூங்காவுக்கு நடுவே பிரமாண்டமாக இருந்தது குளம். சில பெண்கள், சில ஆண்கள் குளித்துக்கொண்டிருந்தனர். சிகரெட் பிடித்துக்கொண்டிருந்தவனின் அருகில் யாரோ வந்து நிற்பதை உணர்ந்து சிகரெட் புகையை வேறு திசையில் அவசரமாக ஊதிவிட்டுத் திரும்பிப் பார்த்தான். லவுஞ்சில் குறுக்கிட்ட அதே பெண். கிட்டத்தில் பார்க்கும்போது இந்திய முகம், தென்னிந்திய முகம் எனத் தெரிந்தது. இன்னும் கிட்ட போனால் தென்னிந்தியாவில் எந்த மாநிலம் என்பதையும் இன்னும் கிட்ட போனால் எந்த மாவட்டம்...

"நீங்க தமிழா?" என அவள் தமிழில் கேட்டாள். தமிழில் பேசினாலும் அவளுக்குத் தாய்மொழி தமிழாக இருக்க முடியாது போல இருந்தது. உச்சரிப்பு.

"ஆமா. நீங்க?"

"நானும் தமிழ்நாடு. இங்க ஒரு ஆட் ஷூட்ல நடிக்க வந்தேன். கொரோனால ஃப்ளைட் இல்லன்னு சொல்லிட்டாங்கோ. நான் மட்டும் மாட்டிக்கிட்டேன். என்கூட வந்த எல்லாரும் இந்தியா போயிருக்கு."

"ஏன் அப்படி? நீங்க ஏன் போகல?" நிறைய பேச வேண்டியிருப்பதை அறிந்து சிகரட்டைத் தரையில் போட்டு நசுக்கினான்.

"நோ ப்ராப்ளம். நீங்க ஸ்மோக் பண்ணுங்கோ."

"எனக்கும் அதைத் தூக்கிப் போட்டதுல நோ ப்ராப்ளம்." நிலைமையை சகஜமாக்கும் நோக்கில் சொன்னான்.

"இங்க ஏரிக்கு நடுவுல ஒரு முதலைப் பண்ணை இருக்கு. அத பாக்கணும்னு ஆசப் பட்டது தப்பாப் போச்சு. இங்க ஒரு மேக்கப் உமன் இருக்காங்க. நீங்க வேணா ஒரு நாள் இருந்து பாத்துட்டுப் போங்களேன்னு சொல்லிட்டா. அப்ப உடனே சரின்னு சொல்லிட்டேன். மறுநாள் இந்த லாக்டவுன் அனௌன்ஸ் பண்ணாங்க. போச்சு. ஒரு டிக்கெட்டும் இல்ல."

"எங்க கதையும் அதுதான். இல்லாட்டி இன்னைக்கு நான் கிளம்பியிருப்பேன்." கதிரவனுக்கு அவள் சொல்லும் முதலைப் பண்ணை காரணம் வேடிக்கையாக இருந்தது.

"உங்க கூட நிறைய பேர் வந்திருக்காங்களா?"

“ஆமா. அஞ்சு பேர். அவங்க என் கூட வரலை. முன்னாடியே இங்க ஒரு அவார்ட் பங்கஷனுக்கு வந்தாங்க. அவங்கள தேடி நா அப்புறமா வந்தேன்.”

“தேடியா? எதற்கு தேடினீங்க?”

“அது...”

“சொல்ல வேணாம்னா வேணாம். மொழி தெரியாத ஊர்ல இருக்கப் போறோமே... லாக்டவுன் முடியற வரைக்கும் எப்படி சமாளிக்கிறதுன்னு கவலையா இருந்தது. அதனாலதான் எதாவது பேசலாம்னு வந்தேன்.”

“வெல்கம். என்கூட இருக்கவங்க கிட்ட பேசினா உங்களுக்கு இன்னும் கம்பர்டபிளா இருக்கும். நாங்க நாலாவது ப்ளோர்ல இருக்கோம்.”

“நான் அஞ்சாவது ப்ளோர். ரூம் நம்பர் 516.”

எதற்கு ரூம் நம்பர் சொல்கிறாள் என்று ஏறிட்டான். அவள் சாதாரணமாக சொன்னதுபோலத்தான் இருந்தது.

பதிலுக்கு, “நான் 416-ல இருக்கேன். நூறுதான் வித்தியாசம்.”

“ஓ.கே. நீங்க ஏதோ தேடி வந்ததா சொன்னீங்க. நான் ஏதோ பேசி டயம் வேஸ்ட் பண்ணிட்டேன்.

“தேடி வந்ததுனா... எங்க டீம்ல ஒருத்தர் பாஸ்போர்ட் மிஸ் பண்ணிட்டாங்க. அது விஷயமாத்தான்.”

“ஓ! கிடைச்சுடுச்சா?”

“கிடைச்சுடுச்சு. ஃப்ளைட்தான் கிடைக்கல.”

“நீங்க நல்ல பேசுறீங்க.”

“நீங்க நடிச்ச அட்வர்டைஸ் என்னது?”

“ஏதோ இந்த நாட்டு சோப்பு. அருவியில குளிக்கிறமாதிரி ஷூட்..”

“உங்க பேர்?”

“ஸ்ரீதேவி.”

“நான் கதிரவன்.”

“இங்கதான இருக்கப் போறோம்... பாப்போம்.”

“சீயூ.”

அவள் போனாள். அவளுடன் வாசனையும் கடந்து போனது. எங்கேயோ பார்த்த மாதிரி இருந்தது அவள் முகம். சட்டென நினைவில் வரவில்லை. ஏதோ ஆபீஸில், ஏதோ ஹாஸ்பிடலில்,

ஏதோ அபார்ட்மென்டில், ஏதோ தியேட்டரில் அவளைப் பார்த்தது நினைவில் இருந்தது. இன்னொரு சிகரெட்டை ஆழ்ந்து சுவாசித்துவிட்டு, மாடிக்கு வந்தான். முகத்தைக் கழுவிக்கொண்டு, டி.வி-யைப் போட்டான். இன்னும் எத்தனை நாளைக்கு டி.வி-யைப் பார்த்துக்கொண்டு உட்கார்ந்திருக்க வேண்டுமோ?

போன் அடித்தது. அவளாகத்தான் இருக்கும் என்று பட்சி சொன்னது.

பதறாமல் எடுத்து, "ஹலோ" என்றான் மென்மையாக.

"கதிரவன் எங்க போனீங்க இவ்ளோ நேரம்? எத்தன வாட்டி உங்களுக்கு போன் பண்றது?" பவித்ராவின் குரல் போல இருந்தது.

"ஏன் என்ன ஆச்சு?"

"ராஜலட்சுமி பேசினா."

"ஓ... சூப்பர். எங்க இருக்கா?"

"அது இன்னும் தெரியல. அவ பேசினா. சீக்கிரம் வந்துடுவேன்னு சொன்னா. அதுக்குள்ள லைன் கட் ஆகிடுச்சு. அவளைக் கடத்தி வெச்சிருக்கிற இடத்தில இருந்து யாருக்கும் தெரியாமப் பேசியிருப்பான்னு நினைக்கிறேன். அது தெரிஞ்சுதான் லைனைக் கட் பண்ணியிருக்காங்க."

"ஆனா சீக்கிரம் வந்துடுவேன்னு சொன்னது ஆச்சர்யமா இருக்கு. அவளுக்கு ஏதோ கான்ஃபிடென்ட் வந்திருக்கு. உடனே இந்த விஷயத்தை போலீஸுக்கு சொல்லணும். அவங்க எதாவது ட்ரேஸ் பண்ண முடியுதான்னு பாப்போம்."

"அதுக்குத்தான் உனக்கு ட்ரை பண்ணோம். நாங்களே சொல்லிட்டோம். சரி சாப்பிட போவோம்."

கதிரவன் பசியெடுக்காத்தால் நேரத்தைப் பார்த்தான். மதியம் மையம் கொண்டிருந்தது.

"சரி வர்றேன்."

"கலை எங்கே?" என்றாள் பவித்ரா.

"கலை இங்க இல்லையே?"

"நீ கூப்பிட்டதா சொல்லிட்டுதான் கீழ வந்தா."

"என்ன சொல்றீங்க... நான் கூப்பிடவே இல்லையே?"

"கீழ லவுஞ்சுக்கு வரல?"

"வரல. நான் கூப்பிடவே இல்லை. போனை வை. நான் அங்க வர்றேன்."

அறையை விட்டுக் கிளம்ப நினைத்தவன். அவசரமாக இண்டர்காமில் 516-ஐ அழுத்தினான். ரிங் சத்தம் வெகு நேரம் ஓடி, மறு முனையில் ஒரு ஆடவன் குரல்.

சிறு தயக்கத்துக்குப் பிறகு, "ஸ்ரீதேவி இருக்காங்களா?" என்றான்.

"ஹூ ஆர் யூ... நான்சென்ஸ்" என்றது அந்த ஐரோப்பிய குரல்.

கதிரவனுக்குப் பெருந்த சந்தேகமும் குழப்பமும் கலந்து கட்டியது. ரிசப்ஷனுக்கு போன் செய்து, "இங்கே ஸ்ரீதேவின்னு ஒரு விளம்பர நடிகை தங்கியிருக்காங்களா?" என்றான்.

"ஶ்ரீதேபி...?" சிறிய தேடல். "இல்லை. அப்படி யாரும் இல்லை."

அறை எண்ணையும் தவறாக சொல்லியிருக்கிறாள். பெயரையும் தவறாகச் சொல்லியிருக்கிறாள். எங்கேயோ பார்த்த முகம். சந்தேகம் அச்சமாக மாறிக்கொண்டிருந்தது.

அறையை அறைந்து சாத்திவிட்டு ஓட்டமாக பவித்ராவின் அறைக்கு ஓடினான்.

"என்ன ஆச்சு கதிர்?"

"கலை வந்துட்டாளா?"

"வரல. கீழ போய் பார்க்கலாம்."

கலைக்குப் பதற்றமாக போன் போட்டான். அவளுடைய போன் அணைத்துவைக்கப்பட்டிருந்தது. சே!

அனைவரும் கலையைத் தேடி கீழே ஓடினர். லவுஞ்ச், நீச்சல்குளம், ரெஸ்டாரென்ட் எங்குமே அவள் இல்லை. நான்கு பேருக்கும் வியர்வை சுரப்பிகள் வேகமாக வேலை செய்தன.

10

கலைச்செல்வி திடீரென மாயமாகிவிட்டது இன்னமும் யார் மனதிலும் ஊறவே இல்லை. அப்படியொன்று நடந்ததாகவே பதிவாகவில்லை. சில வினாடிகள் முன்பு வரை எல்லோரிடமும் பேசிக் கொண்டிருந்தவள், எங்கே போயிருக்கக் கூடும்? கதிரவன் போலீஸ் அதிகாரிக்குத் தகவல் தெரிவித்தான்.

“என்ன ஒருத்தர் மாற்றி ஒருத்தர் காணாமல் போய்க்கொண்டிருக்கிறார்கள்? மற்ற மூவரையும் அறையைவிட்டு எங்கும் செல்ல வேண்டாம் என்று சொல்லுங்கள். நான் உடனே ஹோட்டலுக்கு வருகிறேன்.” அதிகாரி அதற்கு மேல் பேசாமல் பேச்சைத் துண்டித்தார்.

பவித்ரா, ராகவி, ஷைனி மூவரையும் அறையில் வைத்துப் பூட்டாத குறையாகப் பத்திரப்படுத்திவிட்டு ஓடினான் கதிரவன். ஹோட்டலின் சிசிடிவி கேந்திரத்துக்கு வந்து கலைச்செல்வி எங்கே சென்றாள் என்பதைத் தேடினான். பவித்ரா, ஷைனி இருந்த அறையில் இருந்து கலைச்செல்வி வெளியே வருவது தெரிந்தது. லிஃப்டுக்கு வருகிறாள். அடுத்த கேமிராவில் அவள் கீழ்தளத்தில் வந்து இறங்குவது தெரிந்தது. அங்கே நின்று வரவேற்பு பகுதியில் கதிரவனை எதிர்பார்ப்பது தெரிந்தது. இங்கும் அங்கும் பார்த்துவிட்டு, போனில் பட்டன்களை அழுத்துவது தெரிந்தது. அப்புறம்... கேமிராவில் திடீரென மின் பழுது போல சிறிய

அலைகள். எந்த உருவமும் சரியாகத் தெரியவில்லை. இரண்டு நிமிடங்கள் ஸ்ஸ்ஸ் என வெறும் ஒளிக்கீறல்கள் மட்டும் தெரிந்தன. அதன் பிறகு கேமிரா சரியானது. அதன் பிறகு அந்த இடத்தில் கலைச்செல்வி இல்லை. அவள் இருந்த இடத்தில் வேறு யார் யாரோ கடந்து போய்க்கொண்டிருந்தார்கள்.

"இரண்டு நிமிடங்களில் எங்கும் போயிருக்க முடியாது. ஹோட்டலில் இருக்கும் அத்தனை கேமிரா பதிவுகளையும் எடுங்கள்" என்றான்.

எதிலுமே கலைச்செல்வி இல்லை. கதிரவனுக்குக் கண்ணீர் முட்டியது. உடம்பில் பயத்துக்கான அட்ரினல்கள் சுரக்க ஆரம்பித்து பதற்றமும் வியர்வையும் வெளிப்பட்டன. எந்த திசையில் ஓடினால் அவளை மீட்க முடியும் என மூளை சுதாரிப்பாக இருந்தது. ஆனால் மொழி தெரியாத, இடங்கள் தெரியாத, ஊரடங்கு நேரத்தில் எதுவுமே செய்ய இயலாது என உரைத்தது.

போலீஸ் அதிகாரி பதற்றமாக உள்ளே நுழைந்தார். "ஏதாவது தெரிந்ததா?"

"இல்லை சார். திடீரென இரண்டு நிமிடங்களுக்கு கேமிரா வேலை செய்யவில்லை. அந்த நேரத்தில்தான் காணாமல் போயிருக்கிறாள்."

அதிகாரி நிதானமாக நிமிர்ந்து, "இல்லை. அவள் காணாமல் போவதற்காகவே கேமிராவை வேலைசெய்யாமல் செய்திருக் கிறார்கள்" என்றார்.

சிசிடிவி டிவிஷனில் இருந்த அனைவரையும் அழைத்தார். "யார் செய்த வேலை இது?" என்றார் காட்டமாக.

"நாங்கள் எதுவும் செய்யவில்லை. எங்களுக்கும் என்ன காரணம் எனத் தெரியவில்லை." கேமிரா கண்காணிப்பாளர்கள் நிஜமாகவே அஞ்சுவதை அவதானிக்க முடிந்தது.

"வேறு யாராவது இதற்கு உடந்தையாக இருந்திருப்பார்களா? வேறு யாராவது இங்கே வந்தார்களா?" என்றார் அதிகாரி.

"இல்லை சார். இந்த அறையின் சாவி எங்களிடம்தான் இருக்கிறது. வேறு ஒரு சாவி ஃப்ரன்ட் ஆபீஸில் இருக்கும்."

"அங்கே இருப்பவரை வரச் சொல்."

"சார் இது இந்த அறைக்குள் நிகழ்ந்த பிரச்னை அல்ல. மின்னோட்டத்தில் தடையேற்படுத்தி அலைநீளத்தில் குழப்பம் விளைவித்திருக்கிறார்கள். அதனால்தான் கேமிராவில் சிக்கல் உருவாகியிருக்கிறது. இரண்டு நிமிடங்கள் மட்டும் அவர்களுக்கு கேமிரா இயங்காமல் இருக்க வேண்டும் என்பதற்காக செய்திருக்கும் வேலை இது. கிட்டத்தட்ட ஜாமர் போல. செல் போன் இயங்காமல்

இருப்பதற்குச் செய்யப்படும் ஏற்பாடு போலத்தான் இதுவும்." கண்காணிப்பாளர் விளக்கினார்.

"எப்படியோ... அந்த டிவைஸ் பற்றி அறிந்தவர் என்பதால் உங்களையும் விசாரணை வளையத்தில் வைக்க வேண்டியிருக்கிறது."

வேகமாக அந்த ஹோட்டலைச் சுற்றியிருந்த காவல் நிலையங் களுக்குத் தகவல் அனுப்பினார் அதிகாரி. "அரை மணி நேரத்துக்கு முன்புதான் காணாமல் போயிருக்கிறார். இங்கிருந்து வெளியேறிய அத்தனை கார் எண்களையும் பின் தொடருங்கள். துரிதமாக செயல்படுங்கள். எத்தனை வேகமாகச் செயல்படுகிறோமோ அவ்வளவு எளிதாகக் கண்டுபிடிக்கலாம். சீக்கிரம்" என்று ஆணை பிறப்பித்தார்.

கதிரவன் பக்கம் திரும்பி, "உங்களுக்கு யார் மீதாவது சந்தேகமா?" என்றார்.

"எனக்குத் கலை வர்த்தகச் சங்கத்து ஆட்கள், விருதுக்கு இவர்களைத் தேர்வு செய்தவர்கள், இந்த ஹோட்டல் ஊழியர்கள் எல்லோர் மீதும் சந்தேகம் இருக்கிறது."

"எதனால்?"

"யாரோ சிலருக்கு இந்த ஐந்து பெண்களுக்கும் தொல்லை கொடுக்கும் நோக்கமிருக்கிறது. இந்த ஐந்து பேரைத் தேர்ந் தெடுத்தவர்கள் யார் எனத் தெரிய வேண்டும். பிறகு ஏன் எனக் கண்டுபிடிக்க வேண்டும். இவர்களைத் தேர்ந்தெடுத்தவர்கள், சென்னையிலிருக்கும் ஒரு மக்கள் தொடர்பு நிறுவனத்தினர். அதை ஏற்று விருது கொடுத்தவர்கள் கலை வர்த்தகச் சங்கத்து ஆட்கள். இங்கே ஹோட்டலில் உள்ளவர் தொடர்பு இல்லாமல் இப்போது கலைச்செல்வியைக் கடத்தியிருக்க முடியாது."

"சரி. தனிப்படை அமைத்து அத்தனை பேரையும் விசாரிக்கச் சொல்கிறேன். இந்தியாவுக்குத் தகவல் அனுப்புகிறேன்."

"இன்னொரு சந்தேகம்."

"என்ன?"

"என்னிடம் ஒரு பெண் வலிந்து வந்து பேசினாள். அவள் இங்குதான் ஐந்தாவது மாடியில் தங்கியிருப்பதாகச் சொன்னாள். ஆனால் அந்தப் பெண் இங்கே இல்லை. அவள் திடீரென வந்து மாயமாக மறைந்திருக்கிறாள்."

"அதற்கும் இதற்கும் என்ன சம்பந்தம்?"

"இருக்கிறது சார். அவளை என்ன எதற்காகவோ என்னை திசை திருப்பியிருக்கிறாள். அவள் என்னிடம் பேசிக்கொண்டிருந்த

நேரத்தில்தான் கலைச்செல்வி என்னைத் தேடி கீழே வந்தாள். கடத்தப்பட்டிருக்கிறாள்."

"அந்தப் பெண்ணின் உருவம் சிசிடிவி கேமிராவில் இருக்குமா?" என்றார் அதிகாரி.

"நிச்சயம் இருக்கும். அவள் என்னிடம் நீச்சள் குளம் அருகே பேசிக்கொண்டிருந்தாள். நாம் லவுஞ்சில் பேசிக்கொண்டிருந்தபோது கடந்து போனாள்."

அதிகாரிக்கும் இந்தத் தகவல் மிகுந்த பயனுள்ளதாகத் தோன்றியிருக்க வேண்டும். தலையை ஆழ்ந்த யோசனையோடு அசைத்தார். கேமிரா கண்காணிப்பாளரிடம் கதிரவன் சொன்ன நேரத்தைச் சொல்லி, நீச்சல் குளத்தின் கேமிராக்களைக் கவனித்தார். அந்தப் பெண் ரெஸ்டாரண்டிலிருந்து நீச்சல் குளம் வரும் பாதையில் ஒய்யாரமாக நடந்துவந்தாள். இருபத்தைந்து வயது சுற்று வட்டாரத் தோற்றம். லிப்ஸ்டிக், கண் மை என கவனம் கொடுக்கப்பட்ட முகம். கையில் சிறிய கைப் பை. கதிரவனோடு பேசும் போது அவளையும் அறியாமல் ஒரு திசையை அடிக்கடிப் பார்த்தாள். அங்கே யாரோ நிற்கிறார்கள் என யூகிக்க முடிந்தது.

"அவள் பார்க்கிற திசையில் அவளுக்குத் தெரிந்த யாரோ நிற்கிறார்கள். அந்த இடத்தின் கேமிராவைக் காட்டு" என்றார்.

காட்டினான்.

அங்கே ஒரு நடு வயது ஆண் நிற்பது தெரிந்தது. அவன் தன்னை மறைத்துக்கொள்ள விரும்பியது தெரிந்தது. பெரிய சூரிய தொப்பி போட்டிருந்தான். கூலிங் கிளாஸ், முகக் கவசம் எனக் கிட்டத்தட்ட மறைந்திருந்தான். அவனுடைய சட்டை, பேன்ட் மட்டுமே தெரிந்தது.

"இவன் உங்கள் ஊர்க்காரன் தான். யார் எனக் கண்டுபிடிக்க முடிகிறதா?" எனக் கதிரவனைப் பார்த்துக் கேட்டார் அதிகாரி.

கதிரவன் அவன் முகத்தை நினைவுபடுத்த முயன்றான். அவன் கேமிரா இருக்கும் இடத்தை நன்கு அறிந்திருந்தான். முடிந்த அளவுக்கு கேமிரா இல்லாத திசைகளிலேயே முகம் கொடுத்துக் கொண்டிருந்தான்.

"அடையாளமே தெரியவில்லை சார்."

"இந்தியாவில் இருந்துதான் கடத்தல் திட்டங்கள் நடந்திருக்கின்றன. ஷைனிக்கு நேர்ந்தது அவளுடைய கணவன் கொடுத்த தொல்லை. ராஜலட்சுமிக்கு அவளுடைய ஃபேஸ் புக் கமென்டுக்கு ஏற்பட்ட தொல்லை. இப்போது கலைச்செல்வி. இவளுக்கு அங்கே யார் விரோதி எனக் கண்டுபிடிக்க வேண்டும். பவித்ராவுக்கும், ராகவிக்கும்

யார் தொல்லை தரப் போகிறார்கள் என்பதையும் முன்கூட்டியே கண்டுபிடித்து எச்சரிக்கை செய்ய வேண்டும். தடுக்க வேண்டும்."

ஐந்து பெண்களின் கம்போடியா வருகையில் திட்டமிட்ட சதிப் பின்னல் இருப்பதை ஓரளவுக்கு யூகிக்க முடிந்தது. இந்தப் பின்னலின் நுனி சென்னையில் இவர்களைத் தேர்ந்தெடுத்தவர்கள் கையில் இருப்பதைத் தீர்மானித்தான். பதற்றமும் சுய இரக்கமும் போட்டி போட்டதில் கதிரவனின் கண்களில் நீர் கோர்த்து தளும்பி நின்றது.

"அழுகிறீர்களா?" என்றார் அதிகாரி.

"இல்லை சார். அதுவாக வருகிறது" துடைத்துக்கொண்டான்.

அவர் வேகமாக ஸ்ரீதேவி எனச் சொல்லப்பட்ட அந்தப் பெண்ணின் படத்தைத் தனியே பிரித்தெடுத்து வாட்ஸ் அப்பில் அவருடைய குழுவுக்குத் தெரியப்படுத்தினார். "கண்டதும் உடனே கைது செய்துவிட்டு தகவல் சொல்லுங்கள்" எனச் செய்தி அனுப்பினார்.

"சார் ஒரு நிமிடம். சென்னையில் சைபர் கிரைமில் ஏற்கெனவே அந்த மக்கள் தொடர்பு நிறுவனத்தை விசாரிக்கச் சொல்லியிருக்கிறேன். அதில் என்ன முன்னேற்றம் என்று கேட்கிறேன்."

வேலாயுதம் இரண்டாவது ரிங்கிலேயே போனை எடுத்து விட்டான். "லாக்டவுன்னால விசாரிக்கிறது கஷ்டமா இருக்கு. ஒவ்வொருத்தனும் வீட்ல இருந்து வொர்க் பண்றான். சொந்த ஊருக்குப் போய் வொர்க் பண்றான். அதனாலதான் கொஞ்சம் டிலே ஆகிடுச்சு. நீ கேட்ட விவரம் கிடைச்சுடுச்சாச்சு."

"யார் அவனுங்க?"

"அவங்க 18 வருஷமா பி.ஆர்.ஓ வேலை பண்ணிக்கிட்டிருக்காங்க. கலை வர்த்தகச் சங்கத்து ஆட்கள் அவங்க கிட்ட ஐந்து பேரைத் தேர்ந்தெடுக்கிற வேலையை ஒப்படைச்சிருக்காங்க. முதல்ல ஒவ்வொரு துறையிலயும் பத்து பேரைத் தேர்வு செஞ்சிருக்காங்க. வாட்ஸ் அப் குழு, ஃபேஸ் புக், ட்விட்டர்னு இவங்க நடவடிக்கைகள ஆராய்ஞ்சி ஷார்ட் லிஸ்ட் பண்ணியிருக்காங்க. ஒவ்வொரு துறையிலயும் அஞ்சஞ்சு பேர் தேர்வு செஞ்சிருக்காங்க. அடுத்து அந்த அஞ்சு பேர்லருந்து ஒருத்தரைத் தேர்வு செய்ற பணி. அதை அந்தந்த துறை சார்ந்த மூன்று பேருக்கு அனுப்பி மார்க் போட சொல்லி இறுதிப் பட்டியல் தயார் பண்ணியிருக்காங்க. லாஸ்ட் இயரும் இப்படித்தான் தேர்வு செஞ்சாங்களாம். லாஸ்ட் இயர் யாருக்கும் எந்தப் பிரச்னையும் ஏற்படல. தட்ஸ் ஆல்."

"தட்ஸ் ஆல் இல்ல. இன்னும் இருக்கு. இப்ப கலைச்செல்வி

தமிழ்மகன் | 67

காணாமப் போயிட்டா. ராஜலட்சுமி எங்க இருக்கான்னு தெரியல. எனக்கென்னவோ அடுத்த ரெண்டு பேருக்கும்கூட ஏதோ பிரச்சனை காத்திருக்குன்னு நினைக்கிறேன்.”

“என்னது கலைச்செல்வி காணம? என்னடா சொல்றா?”

“எனக்கு பயமா இருக்கு வேல். அந்த பி.ஆர்.ஓ காரனுங்கள பிடிச்சு ஒரு உலுக்கு உலுக்குனா எல்லா உண்மையும் தன்னால கொட்டும்.”

“ஓ.கே. நீ போனை வை.”

அதிகாரி அருகில் வந்தார். “எதாவது தெரிந்ததா?”

வேலாயுதம் சொன்ன எல்லா விளக்கத்தையும் சொன்னான்.

பவித்ராவிடமிருந்து கதிரவனுக்கு போன் வந்தது. “சார் எனக்கு வாட்ஸ் அப்பில் ஒரு மெசெஜ் வந்துக்கிறது.”

“என்னவென்று?”

“உனக்கும் இருக்குடி கச்சேரி.-ன்னு வந்திருக்கு. ரொம்ப பயமா இருக்கு கதிர்.”

அதிகாரியிடம் விஷயத்தைச் சொல்ல, இருவரும் லிஃப்ட் நோக்கி ஓடினர்.

11

பவித்ரா மிரண்டு போய் இருந்தாள்.

வாரன்ட் ஆபீஸர், அவளிடமிருந்து செல்போனை வாங்கி, அந்த வாட்ஸ் அப் செய்தியை வாசித்தார்.

'உனக்கும் இருக்குடீ' எனத் தமிழில் இருந்தாலும் அதன் அர்த்தத்தைக் கேட்டுத் தெரிந்துகொண்டு, செய்தி வந்த நேரத்தைக் கவனித்தார். எண்களைக் குறித்துக்கொண்டார்.

"உனக்கும் பிரச்னை இருக்கிறது என்ற வாசகம் ஓர் உண்மையைச் சொல்கிறது. இந்தச் செய்தியைச் சொல்பவன், ஏற்கெனவே மூன்று பேர் பிரச்சனையில் இருப்பதை அறிந்தவனாக இருக்க வேண்டும். அல்லது இந்த மூன்று பேருக்கும் பிரச்சனை ஏற்படுத்தியவனாக இருக்க வேண்டும்." அதிகாரி சொன்னார் என்பதைவிட முணுமுணுத்தார் என்பதுதான் சரி.

"இவன் மூன்று பேருக்கும் பிரச்சனை ஏற்படுத்தியவன் இல்லை சார். ஷைனியின் கணவன்தான் முதல் பிரச்சனைக்குக் காரணமானவன். அதில் சந்தேக மில்லை. ராஜலட்சுமியைக் கடத்தியவர்கள் முற்றிலும் வேறு ஆட்கள். ஷைனியின் கணவனை அங்கே விசாரித்து விட்டார்கள். அவனுடைய பிரச்சனை ஷைனி மட்டும்தான். கலைச்செல்விக்கும் அவனுக்கும் எந்த சம்பந்தமும் இல்லை." கதிரவன் பதில் சொன்னான்.

"நான் சும்மா சொல்லிப் பார்த்தேன். உங்களுக்குக் கேட்டுவிட்டதா?"

கதிரவன் எதுவும் சொல்லாமல் அவரைப் பார்த்தான்.

"யாரும் எங்கும் செல்லாதீர்கள். ஓட்டலைச் சுற்றிப் பாதுகாப்புக்கு ஏற்பாடு செய்கிறேன். உங்கள் அறை வாசலிலேயே காவலுக்கு சார்ஜன்ட்டைக் காவலுக்கு நிற்க வைக்கிறேன். காணாமல் போன இரண்டு பேரையும் மீட்கும் வரை யாரும் எங்கும் செல்லாதீர்கள். கதிரவன்... நீங்களும்தான்" என்றார்.

"போகிற மாதிரியாகவா இருக்கிறது?" என்றான்.

அதிகாரிக்கு மேலிடத்திலிருந்து அழுத்தம் அதிகரிப்பது அவருக்கு வரும் போன்கள் மூலம் உணர முடிந்தது. வெளிநாட்டிலிருந்து வந்தவர்கள் காணாமல் போனால் ஒரு நாடு எத்தனைச் சிக்கல்களை எதிர்கொள்ள வேண்டியிருக்கும் என்பதை அவதானிக்க முடிந்தது. தூதரகங்கள் தரும் நெருக்கடிகளும் ஐ.நா போன்ற அமைப்புகளும் தலையிடும். அதையெல்லாம் வார்டனின் முகத்தில் கொஞ்சம் கொஞ்சமாக படிக்க முடிந்தது. "நான் லூட்டினன்ட் ஜெனரலைச் சந்தித்துப் பேசிவிட்டு வருகிறேன். இந்திய அதிகாரிகளுக்கும் தகவல் அனுப்புகிறேன். ஜாக்கிரதையாக இருங்கள்." அவர் தொப்பியை எடுத்துத் தலையில் பொருத்திக்கொண்டு வேகமாக வெளியேறினார்.

ஹோட்டல் மேனேஜர் வந்து, பெண்கள் இருந்த அதே மாடியில் கதிரவனுக்கும் அறை வழங்குமாறு போலீஸ் அதிகாரி சொன்னதாகச் சொன்னார். அதற்கான சாவியைக் கொடுத்தார்.

கதிர் தன்னுடைய அறை சாவியைக் கொடுத்து, "என்னுடைய பெட்டி, உருப்படிகளை இந்த அறைக்கு மாற்றிவிட்டால் நலம்" என்றான்.

"நிச்சயமாக சார்" எனப் புறப்பட்டுப் போனார் மேனேஜர்.

மூன்று பேரிடமும் என்னிடம் சொல்லாமல் யாரும் வெளியில் செல்ல வேண்டாம் எனச் சொல்லிவிட்டு கதிர் அவனுடைய அறைக்குச் சென்றான். நல்லவேளையாக அவனுக்கும் பெண்கள் இருந்த அதே மாடியில் அடுத்த அறையே கொடுத்திருந்தனர்.

அறையில் போய் படுத்தான். கலைச்செல்வியை யார் கடத்தி யிருப்பார்கள் என்பதை எத்தனைவிதமாக யோசித்தபோதும் ஒரு விடையும் கிடைக்கவில்லை.

படபடவென கதவு தட்டும் சத்தம் கேட்டு, சறுக்கி ஓடி கதவைத் திறந்தான் கதிர்.

ராகவி நின்றிருந்தாள்.

"ராஜலட்சுமி திரும்பி வந்து விட்டா. ஆனா... ஆனா... அவ

முழுசா வரலை"என்று அவள் பதற்றத்தோடு சொன்னபோது கதிரவனின் உள்ளுக்குள் பயம் சரசரவென்று பாய்வதை உணர முடிந்தது. ராகவியின் பின்னாலேயே ஓடி பெண்கள் இருந்த அறைக்குள் நுழைந்தான்.

ராஜலட்சுமியை முதன்முதலாகப் பார்த்தான். கலவரமாக இருந்தாள். பயம் உறைந்த முகம்.

"எதாவது டார்ச்சர் பண்ணாங்களா?" என்றான்.

இது யார் என்பதுபோல கதிரைப் பார்த்தாள் ராஜலட்சுமி.

"கலைச்செல்வியோட வுட் பீ இவர். தைரியமா சொல்லு."

"என்னை ஒண்ணும் பண்ணல. ஒரு ரூம்ல அடைச்சு வெச்சுருந்தா அவ்வளவுதான். கடைசியா அனுப்பறச்சதான் இப்படி முடிய வெட்டிவிட்டானுங்க."

ராஜலட்சுமியின் கூந்தல், நர்சரி குழந்தைக்கு பாப்கட் வெட்டுவது போல சுருங்கி இருந்தது. ராகவி சொன்ன சொன்ன முழுசு இதுதான்.

"அவங்க யார்னு தெரிஞ்சுதா?" என்றான் கதிர்.

"ரெண்டு பேர் இருந்தாங்க. ரெண்டு பேருமே எனக்கு யார்னு தெரியல."

இரண்டு நாட்களாக ஆண் சூழ் உலகில் இருந்தும் அவள் பத்திரமாக வந்துவிட்டது நிம்மதியாக இருந்தது. தலைமுடி என்ன இன்னொரு ஆறு மாதத்தில் வளர்ந்துவிடும் என்று பவித்ராவும் ராகவியும் டிசைன் டிசைனாக தேற்றியும்கூட அவள் அழுகையை நிறுத்தவில்லை. 23 ஆண்டுகளாக வளர்த்த முடி என்பதையே அவளும் பொங்கி அழுதபடி சொல்லிக்கொண்டிருந்தாள்.

பாலியல் ரீதியாக எந்த ஒரு தொந்தரவும் இல்லை என்பது பாதி உயிர் வந்தது போல் இருந்தது.

கலைச்செல்வி காணாமல் போய்விட்டாள் என்ற செய்தி. ஓரளவுக்கு அவளுக்கு ஒரு ஆறுதலாக மாறி இருக்கக்கூடும். அதாவது அவளுடைய தலைமுடி கவலையைப் பெரிது படுத்துவதைக் குறைத்துக்கொண்டாள். எல்லோருடைய கோபமும் இப்போது ஒட்டுமொத்தமாகக் கலை வர்த்தகச் சங்கத்தின் மீது திரும்பியது. வேறு யார்மீது கோபப்படுவதென்றும் யாருக்கும் தெரியவில்லை. விதவிதமாக டார்ச்சர் செய்வதற்காக அழைத்து வந்திருக்கிறார்கள். சங்கத்து ஆட்களைக் கட்டி வைத்து உதைத்தால் எல்லாமே வெளிவந்துவிடும் என்று கொந்தளித்தான் கதிரவன்.

எவ்வளவு கோபப்பட்டாலும் சங்கத்து ஆசாமிகளை நேரில் பார்க்கும்போது பரிதாபமாகத்தான் இருந்தது. அவர்களுக்கே தெரியாமல் அவர்களை யாரோ ஆட்டி வைக்கிறார்கள் என்ற கோணத்திலும் யோசித்துப்பார்த்தான் கதிரவன்.

நிதானத்துக்கு வந்திருந்த நால்வரும் கலைச்செல்வியைப் பற்றி இலக்கு தெரியாமல் கவலைப்பட்டனர்.

ராஜலட்சுமி ஓரளவுக்கு தேறிவந்த நேரத்தில் நான்கு பேரையும் அறையை விட்டு வெளியே வரக்கூடாது என்று அறிவுறுத்திவிட்டு வெளியே வந்தான் கதிரவன்.

ஓட்டல் ரிசப்ஷனுக்கு வந்து நின்றான். பார்க்கிற எல்லோருமே அவனுக்குக் கடத்தல்காரர்களாகத் தெரிந்தார்கள். ஹோட்டலில் கேமரா வேலை செய்யவில்லை. அங்கே இருக்கிற நீச்சல்குளம் வரைக்கும் வந்து ஒருத்தி திசை திருப்புகிறாள். ஹோட்டல் காரனும் உடந்தையா?

எப்படி யோசித்தாலும் சிக்கின் நுனி கைக்கு அகப்படவில்லை.

ரிசப்ஷன் பெண்ணிடம் ஒரு வெள்ளை பேப்பரை வாங்கி, ஒவ்வொரு பாயின்ட்டாக எழுதிப் பார்த்தான். பிள்ளையார் சுழி போல 'ஹக்குனா மட்டாட்டா' என எழுதினான்.

வேகமாக வரிசைப்படுத்தினான்.

ஐந்து பெண்கள்... வெவ்வேறு துறையைச் சேர்ந்தவர்கள்... விருதுக்குத் தேர்வு செய்யப்படுகிறார்கள். தேர்வு செய்தது சென்னையில் இருக்கிற பிஆர்ஓ நிறுவனம். இங்கே வந்ததும் ஒவ்வொருவராக ஒவ்வொரு வலையில் சிக்குகிறார்கள்.. ஐந்து பேரையும் வேண்டுமென்றே வரவழைத்து இருக்கிறார்கள்.

ஷைனிக்கு முன்னாள் கணவனின் தொல்லை என்றார்கள்.

ராஜலட்சுமிக்கு மத விவகாரம் என்கிறார்கள்.

கலைச்செல்விக்கு? புதிதாக எதிரியை அறிமுகப்படுத்துவார்கள்.

ஆனால் அவளுக்கு எதிரி என்று யாருமே இல்லையே. கவிதை எழுதுவது அவ்வளவு பெரிய குற்றமாக இருக்க வாய்ப்பில்லை. அச்சுபிச்சு என்று கவிதை எழுதுவதற்குஎல்லாம் ஆளைக் கடத்த மாட்டார்கள்.

அவளுக்கு எதிர்ப்பு இல்லை என்றால் அவர்கள் வீட்டிலுள்ள யாருக்காவது எதிரிகள் இருப்பார்களா? அப்பா, அண்ணன்... இவளாவது கவிதை எழுதுகிறாள். அவர்கள் அந்தப் பாவத்தையும் செய்யாதவர்கள். பிள்ளைப் பூச்சிகள்.

சென்னையிலிருந்து வேலாயுதம் போன் செய்தான்.

“கதிர் அந்த பி.ஆர்.ஓ ஆபீசை கொக்கி போட்டு தூக்கிட்டு வந்து விசாரித்தோம். சம்திங் ஃபிஷ்ஷி.”

“ஒவ்வொரு துறையிலும் அஞ்சு அஞ்சு பேர் என சார்ட் லிஸ்ட் கொடுத்தவங்க அவங்கதான். அதுல வினோதமாய் இந்த ஐந்து பேரும் உள்ளனர் என்பது தெரிகிறது. ஆனா அதுக்கப்புறம் துறைசார் நிபுணர்கள் தேர்வு செய்து இருக்காங்க.”

“பி.ஆர்.ஓ குடுத்த 25 பேர்ல அவங்க ஏன் அந்த அஞ்சு பேரைத் தேர்வு செஞ்சாங்க? அப்ப துறைசார் நிபுணர்களையும் சந்தேகிக்க வேண்டியதா இருக்கு.”

“ஆனா அதுக்கும் வழியில்ல...”

“ஏன்? அஞ்சு அஞ்சு பேரை செலக்ட் பண்ணதுல என்ன முறை ஃபாலோ பண்ணாங்க?”

“இ ஓட்டிங்னு சொல்றாங்க.”

“அப்படின்னா?”

“ஒரு ஆப் ரெடி பண்ணி 100 பேர் பட்டியல் தந்து, அவர்களோட சாதனைய எல்லாம் லிஸ்ட் பண்ணியிருக்காங்க. யார் யாருக்கு எவ்வளவு மதிப்பெண்ணுனு போடணும். அந்த டேட்டாவ வச்சுதான் அஞ்சு பேரை செலக்ட் பண்ணியிருக்காங்க. சதியில கொஞ்சம் நேர்மை கலந்திருக்காங்க. அதனாலதான் கன்ஃப்யூஷன்” வேலாயுதம் சந்தேகப்பட வாய்ப்புள்ளதா, இல்லையா என்பதை முடிவெடுக்க முடியாமல் முடித்தான்.

“பொதுத்தேர்தல்லயே ஓட்டிங் மிஷின்ல ஊழல் பண்றாங்க. இதுல ஏதோ தப்பு நடந்திருக்கு. யாருக்கு ஓட்டு போட்டாலும் இந்த அஞ்சு பேருக்கு வர்ற மாதிரி ஏதாவது வழி இருக்கும். நீ கொஞ்சம் செக் பண்ணு. ரொம்ப நியாயமான முறையில் செலக்ட் பண்ண மாதிரி ஏதோ ஒரு நாடகம் இருக்கு. தப்பு அங்கதான் நடந்திருக்கு. இன்னும் கொஞ்சம் ஆழமா போன பிடிக்கலாம். அஞ்சு பொண்ணுங்களையும் கூட்டிட்டு வந்து டார்ச்சர் பண்றதுதான் நோக்கம்னு தெரியுது. இப்பத்தான் ராஜலட்சுமி வந்தா. கூந்தலை கட் பண்ணி அனுப்பிட்டாங்க.”

“சே... இடியட்ஸ்?... யார்னு தெரிஞ்சதா...”

“தெரியல... போனில் பேசும்போது சலாம் அலைக்கும் என்று சொன்னானாம்.”

“அது பொதுவானது. நான்கூட என் இஸ்லாம் நண்பனுக்கு அப்படிச் சொல்வேன். இதெல்லாம் பத்தாது.”

“ஆனா... யாருக்கும் உடலால் சேதம் கிடையாது.” என்றான் கதிர்.

“மூன்று பேருக்கு நடந்தத வைச்சு அந்த முடிவுக்கு வர வேண்டாம்.”

“அப்ப கலைச்செல்வி ஆபத்து நடக்கும்னு சொல்றீயா?”

“அப்படி இல்ல. தற்செயலா நடந்தத வெச்சு அஞ்சு பேருக்கும் ஆபத்து நடக்கணும்னு கட்டாயமில்லை. கலைச்செல்வி பக்கத்தில் ஏதாவது பார்க்குப் போயிட்டு சாதாரணமாகத் திரும்பி வரலாம்.”

“பார்க்குக்குப் போயிட்டு வர அவகாசம் எல்லாம் முடிஞ்சிடுச்சு. ஊரடுங்குல பார்க்குக்கு எப்படி போவா? அதுவுமில்லாம அவ போன் ஸ்விட்ச் ஆஃப் ஆகியிருக்கு. அவ கடத்தப்பட்ட நேரத்தில ஓட்டல் கேமரா ஒர்க் பண்ணல. இன்னொருத்தி அந்த நேரத்துல தெளிவா வந்து டைவர்ட் பண்றா. ஒரே நேரத்தில இத்தனை தற்செயல் எல்லாம் நடக்காது வேலாயுதம்.”

“சரி முதல்ல நான் இங்கே விசாரிக்கிறேன். மத்தவங்க எல்லாரும் சேபா இருக்கு சொல்லு. கலைச்செல்விக்கு யாராவது எதிரி இருக்காங்களான்னு யோசி. விசாரி.”

போன் பேச்சு முடிவுக்கு வந்தது.

எழுதிக் கொண்டிருந்த பேப்பரை மறுபடி படித்தான் கதிர்.

சென்னையில் இருக்கிற பி.ஆர்.ஓ நிறுவனம் இப்படி ஐந்து பேரைத் தேர்வு செய்யப் போகிறது என்பது சதி செயல் செய்கிறவர்களுக்குத் தெரிந்திருக்கிறது.அல்லது பி.ஆர்.ஓ நிறுவனம் இந்தச் சதிக்கு முக்கிய உடந்தை.

இந்த செய்தி சங்கத்து ஆசாமிகளைத் தவிர வேறு யாருக்கு தெரியும்?

பேப்பரில் ஒரு ஓரத்தில் அந்த சந்தேகத்தைக் குறித்துக்கொண்டான்.

இந்த ஹோட்டலில் யார் உடந்தையாக இருக்கிறார்கள் என்று இன்னொரு ஓரத்தில் எழுதினான்.

இன்னொரு பக்கத்தில் கலைச்செல்வியின் எதிரிகள் என்று எழுதினான். கலைச்செல்வி மீது பொறாமையாக இருப்பவர்கள். அவர் வளர்ச்சியைப் பிடிக்காதவர்கள். அவளுடைய உறவினர்கள்... அவளுக்குப் போட்டியாக கவிதை புனைபவர்கள் ... என்று எழுதிப் பார்த்தான்.

ஷாக் அடித்தது போல ஒரு யோசனை வெட்டியது.

நம்முடைய எதிரிகள் யாராவது அவளைப் பழி வாங்கலாம் அல்லவா?

ஒரு பத்திரிகைகாரனுக்கு ஊர்பட்ட விரோதிகள் இருப்பார்களே...

எல்லா மந்திரிகளும் பகையாளிகள். எல்லா அதிகாரிகளும் பங்காளிகள். பங்காளி சண்டை, பகையாளி சண்டை எல்லாம் கலந்து கட்டி இருக்கிறது.

ஐயோ என்னுடைய எதிரிதான் எவனோ பழிவாங்க இருக்கிறான்.

ரிசப்சனில் டிவியில் யாரோ சேனல் மாற்றும்போது சன் டிவி கணநேரம் தோன்றி மறைந்தது. இவ்வளவு குழப்பத்துக்கு நடுவில் கணநேரம் தமிழ் படம் கண்ணில் பட்டது மனம் புரியாத ஆறுதலாக இருந்தது.

காவல்துறை அதிகாரி வந்துகொண்டிருந்தார். கூடவே சங்கத்து ஆளும் வந்தார். கலை வர்த்தகச் சங்கத்து ஆள் சாறு பிழியப்பட்ட சாத்துக்குடி போல இருந்தார். என்னவோ நடந்திருக்கிறது.

அதிகாரி இறுக்கமாக இருந்தார்.

"சங்கத்து ஆட்களை விலாவாரியாக விசாரித்துவிட்டோம்."

கதிரவன், சங்கத்து ஆசாமிகளை சந்தேகப் பார்வைப் பார்த்துவிட்டு, அதிகாரியின் பக்கம் திரும்பினான்.

"ஏதாவது தகவல் கிடைத்ததா?"

"கிடைத்தது."

"நல்லது சார். என்ன தகவல்?"

"எல்லா குற்றத்துக்கும் பின்னணியில் நீங்கள்தான் இருக்கிறீர்கள். எந்த நிமிடமும் நீங்கள் கைது செய்யப்படலாம்."

கதிரவன் பேஸ்த் அடித்து நின்றான்.

12

அதிர்ச்சியும் மிரட்சியுமாக திகைத்து நின்றான் கதிரவன்.

"என்னைக் கைது செய்யப் போகிறீர்களா?"

வாரன்ட் பொறுமையாகப் பார்த்தார். சிறிய சலனமுமின்றி, "தேவைப்பட்டால்" என்றார்.

"எதற்காகத் தேவைப்படப் போகிறது? விளக்கமாகச் சொல்லுங்கள்."

"நீங்கள் வர்த்தக சங்கத்து ஆட்களைச் சந்தேகிக்க என்ன தேவைகள் இருந்ததோ அவை போலத்தான்." சங்கத்து ஆட்கள் ஏதோ உசுப்பேற்றியிருப்பது புரிந்தது.

"சொல்லப்போனால் அந்த சந்தேகத்தில் நியாயம் இருந்தது. அவர்கள்தான் இந்த ஐந்து பெண்களையும் விருது கொடுப்பதாக அழைத்து வந்தவர்கள். அதனால் அவர்கள் மீது சந்தேகம் இருப்பதாக சொன்னேன். என்னைச் சந்தேகிக்க ஒரு காரணம் இருக்க முடியுமா? நான் என் காதலியைக் காப்பாற்றுவதற்காகக் கடைசி விமானத்தைப் பிடித்து இங்கு ஊரடங்கில் சிக்கித் தவிக்கிறவன்."

"இவ்வளவு ரிஸ்க் எடுத்து இங்கு வந்ததே சந்தேகத்தைக் கிளப்புகிறது. உன்னுடைய அவசர வருகை முதல் சந்தேகம். வந்ததில் இருந்து யார் யார் மீதோ குற்றத்தைத் திசை திருப்புகிறாய். நிறைய கதைகள் சொல்கிறாய். இவை அடுத்தடுத்த சந்தேகங்கள்."

76 | பிரம்மராட்சஷ்

"சார் புரிந்துகொள்ளுங்கள். நான் காப்பாற்ற வந்தவன். என் காதலிக்கு எதுவும் ஆகிவிடக்கூடாது எனப் பதறி வந்தவன்."

"காதலியைக் காப்பாற்றினாயா? கடத்தினாயா?"

"நான் ஏன் கடத்தப் போகிறேன்? இதில் எள் மூக்கு அளவும் உண்மையில்லை."

வாரன்டுக்கு எள் மூக்கு அளவு என்ன என்பதில் சிறு குழப்பம் ஏற்பட்டு, சங்கத்து ஆட்களின் உதவியுடன் தெளிவுக்கு வந்தார். கதிரவன் பதற்றத்தில்தான் அப்படியொரு உதாரணத்தைச் சொன்னான்.

"பின்னே அவள் எங்கே?"

"சார் அதை நீங்கள்தான்... மன்னிக்கவும் நாம்தான் கண்டுபிடிக்க வேண்டும். ஹோட்டல் அறையிலிருந்து என்னைத் தேடிக் கீழே வந்தவள் மாயமாகியிருக்கிறாள். எல்லாவற்றையும் விளக்கமாகச் சொன்னேன்." கதிரவனுக்கு உடம்பெல்லாம் நனைய ஆரம்பித்திருந்தது.

"இந்த ஹோட்டலில் இதற்கு முன் எப்போதும் கேமிராவில் இப்படியொரு பழுது ஏற்பட்டதில்லை. அதற்கும் உங்களைச் சந்தேகிக்க வேண்டியிருக்கிறது."

"நான் தான் சொன்னேனே... ஒரு பெண் என்னிடம் வந்து வம்படியாக பேசி திசை திருப்பினாள். அவளுடைய வேலைதான் இது."

வாரன்ட், சங்கத்து ஆசாமிகளை சொல்லிவிடட்டுமா எனப் பார்த்தார். "அவளை விசாரித்துவிட்டோம். அவள் அங்கோர் பேலஸில் தங்கியிருக்கிறாள்."

"அப்பாடா... அவளிடம்தான் எல்லா ரகசியங்களும் இருக்கின்றன."

"பாவம் அவள். இங்கே ஒரு விளம்பரப் படத்தில் நடிக்க வந்தவள். முதலைப் பண்ணையைப் பார்ப்பதற்காகத் தங்கி, தன் உடன் வந்தவர்களைப் பிரிந்தவள்."

"அதைத்தான் என்னிடமும் சொன்னாள். ஆனால் அது பொய்."

"அவள் விளம்பரப் படத்தில் நடித்ததற்கும் முதலைப் பண்ணைக்குப் போனதற்கும் ஆதாரங்கள் இருக்கின்றன."

"சார் அது ஓர் ஆதாரமா?... சரி. ஏன் இந்த ஹோட்டலில் தங்கியிருப்பதாகச் சொன்னாள்?"

"அவள் அப்படிச் சொல்லவில்லை. நீதான் சொன்னாய்."

தமிழ்மகன் | 77

"அப்படிச் சொன்னதால் எனக்கு ஏதாவது பயனிருக்கிறதா சார்?"

"அவளைச் சந்தேகப்படுவதற்காகத்தான் எங்களைத் தேவையில்லாமல் நீ திசை திருப்பியிருக்கிறாய்."

"சார்!"

"அவள் எந்தவித பதற்றமும் இல்லாமல் எங்களிடம் பேசினாள். காணாமல் போன பெண்ணைக் கண்டுபிடிக்க உதவுவதாக சொல்லியிருக்கிறாள்."

கதிரவனுக்குத் தலைச் சுற்றியது. இது ஆவது இல்லை என்ற எண்ணம் வந்தது.

"சார் நான் ஒரு பத்திரிகையாளன். ஒரு நடிகை சொன்னதை நம்பி என்னை இப்படி வளையத்தில் சிக்க வைப்பது சரியல்ல."

"உண்மையை அறிய நடிகை, பத்திரிகையாளர் எனப் பார்க்க வேண்டியதில்லை."

"சார் நீங்கள் விளையாட்டாகப் பேசுகிறீர்களா?"

"இல்லை."

சங்கத்து ஆட்கள் நிலைமையை சகஜமாக்க விரும்பினார்கள். "கதிரவன், சம்பந்தமே இல்லாமல் நீங்கள் எங்கள்மீது பழி சுமத்தியபோதும் நாங்கள் இப்படித்தான் வருந்தினோம்,"

"அப்படியானால் இது பழிக்குப் பழியா?"

"நாங்கள் உங்கள் மீது எந்தப் பழியும் சுமத்தவில்லை. இது காவல் துறையில் எடுத்த முடிவு. இப்போது பந்து உங்கள் பக்கம் விழுந்திருக்கிறது." செயலர் சொன்னார்.

"உங்களுக்காவது புரிகிறதா ... நான் இந்தக் குற்றங்களைச் செய்வன் என நம்புகிறீர்களா?"

"நாங்கள் போலீஸை நம்புகிறோம்." - இது பொருளாளர்.

காவல் அதிகாரி, கதிரவனின் பாஸ்போர்ட்டை ஒப்படைக்குமாறு சொன்னார். நீங்கள் இந்த ஹோட்டலைவிட்டு எங்கும் செல்லக் கூடாது என்றார் கண்டிப்புடன்.

"அதில் எனக்கு எந்தப் பிரச்னையும் இல்லை. என் பாஸ்போர்ட்டை வைத்துக்கொள்ளுங்கள். சீக்கிரம் கலைச் செல்வியைக் கண்டுபிடியுங்கள் அது போதும். மற்ற பெண்களுக்கும் ஆபத்து காத்திருக்கிறது என்பதைப் புரிந்துகொள்ளுங்கள்."

கதிரவன் பாஸ்போர்ட்டை எடுத்துக்கொடுத்துவிட்டு வேகமாக தன் அறையை நோக்கி நடந்தான்.

இந்தக் கனவை இதற்கு முன்னே கண்டதுபோல இருந்தது என்ற எண்ணம் வந்தபோது கதிரவனுக்கு விழிப்பு வந்துவிட்டது.

பெரிய சுவாரசியங்கள் அற்ற கனவுதான். கலைச்செல்வி ஓடுகிறாள்... ஓடுகிறாள்.. பின்னால் கதிர் துரத்துகிறான். ஆனால் பிடிக்கவே முடியவில்லை. பிறகு அவன் ஊஞ்சல் ஆடுவது போல இருக்கிறது. நெடிய ஊஞ்சல். மெல்ல அருகிலே வருவது போல வந்து விலகிச் செல்கிறாள். எந்தப் பக்கம் போனால் அவளைப் பிடிக்கலாம் என்பது மட்டும் புரியவே இல்லை. மொத்தத்தில் கைக்கு அகப்படவில்லை. துண்டுதுண்டாக இப்படி ஒரு கனவு.

எழுந்து உட்கார்ந்து யோசித்துப் பார்த்தான். மற்ற இரண்டு பேருக்கும் நடந்தது போல ஏதோ மிரட்டல் மட்டும் நடக்குமா? எல்லை தாண்டி போகுமா? இந்தியாவில் அவருடைய உறவினர் களுக்கு சொல்லலாமா? சொன்னால் எல்லோரும் பயப்படுவதை தவிர வேறு ஏதேனும் உருப்படியாக நடக்குமா? மற்ற இருவரை போல அவளாக பத்திரமாக திரும்பி வந்த பின்பு எதுவும் நடக்காதது போல இந்தியாவுக்கு சென்று விடலாமா?

எந்த புத்திகெட்ட நாயின் வேலை இது? இப்போது பவித்ராவுக்கு மிரட்டல் வந்து இருக்கிறது என்றால் நடக்கிற சதிகள் தனித்தனியானவையா... கூட்டணியா? ஒருத்தனேவா? பலவனா?

தேவையில்லாமல் இப்போது கம்போடிய போலீஸின் சந்தேக வலையில் சிக்கியாகிவிட்டது. வேலாயுதத்திடம் நிலைமையைச் சொல்லி, தமிழகப் போலீஸாரின் உதவியை நாட வேண்டும்.

கடிகாரத்தைப் பார்த்தான். இரவு அதிகாலையாக உருமாறும் நேரம். 2.33. பழக்க தோசமாக செல்போனை எடுத்து வாட்ஸ் அப்புகளை ஆராய்ந்தான். தாமரைப்பூ போட்ட குட் மார்னிங் செய்திகள். தலைவர்களைக் கிண்டல் செய்து மீம்ஸ்கள். நடிகர்களின் புதிய பட டீஸர்கள். வெறுப்பான நேரங்களில் பெரும்பாலும் தேவையற்ற வேலைகளில்தான் கவனம் செல்லும். ஏற்கெனவே பார்த்த அந்த டீஸர்களைப் பார்ப்பதும் அப்படித்தான் இருந்தது.

கலைச்செல்வி பற்றி ஒரு தகவலும் இல்லை. இந்த நேரத்தில் டீஸர் அவசியமா?

அவசியம்தான் போல திடுக்கென உணர்ந்தான். 'தேவதையின் திருமுகம்' யவனதாரா நடிக்கும் படம். நூறு நடனக் கலைஞர்கள் பங்கு பெறும் பிரமாண்டமான நாட்டியக் காட்சி. அதிலே... அதிலே... ஸ்ரீதேவியும் நாட்டியம் ஆடிக்கொண்டிருந்தாள். அப்படியே அந்தக் காட்சியை நிறுத்தி, உருப்பெருக்கிப் பார்த்தான். அவளேதான். இவள் டான்ஸர். ஆமாம். ஏற்கெனவே சில திரைப்படங்களிலும்

பார்த்தது நினைவுக்கு வந்தது. மனம் இன்னொரு காட்சியோடு முடிச்சு போட்டது. ரிஸப்ஷனில் சன் டி.வியில் வந்த பாடல் காட்சி. ஆம் அதிலும் அவள் முகம் தெரிந்தது.

நெட் மூலமாக அந்தப் படத்தின் அந்தப் பாடலைத் தேடி எடுத்தான். ஓட்டிப் பார்த்தான். அதோ... நடனமாடுகிறாள். எல்லோரும் கதாநாயகனை முத்தமிட தாவி வருவதாகவும் கதாநாயகி அவர்களைத் தடுத்து நாயகனை அழைத்துக்கொண்டு ஓடுவதாகவும் காட்சி ஓடுகிறது. இரண்டாவதாக முத்த இச்சையோடு நாயகனை நெருங்குகிறவள்... யெஸ். அவளேதான்.

இப்போது சினிமா ரிப்போர்ட்டிங் பிரிவிலிருந்து அரசியல் பிரிவுக்கு மாறிவிட்டதால் சட்டென அந்தப் படத்தைப் பற்றிய விவரங்களை நினைவில் வைத்திருக்க முடியவில்லை. வெளியான வருடம், படத்தின் இயக்குநர், தயாரிப்பாளர் குறித்த விவரங்களை நெட்டில் துழாவினான். ஸ்ரீதேவியைப் பற்றிய மேலும் சில விவரங்கள் தேவை. யார், பின்னணி என்ன? எதற்காக இங்கே வந்தாள், இந்தச் சதிகளில் என்ன பங்கு...

ச்சே... நாம் வீணாக அவளைக் குற்றவாளி கூண்டில் ஏற்கிறோமா... இந்த தருணத்தில் யார் மீதும் கனிவு வேண்டாம் என்றது மனதில் குரல். எந்தத் துருப்பையும் விட்டுவிட வேண்டாம். குடைந்து பார்ப்போம் என்றது பத்திரிகை மனசு.

தினமலர் செய்யாறு பாலுவுக்கு ஸ்ரீதேவியின் அந்த இரண்டு படங்களையும் வாட்ஸ் அப்பில் அனுப்பி, இந்தப் பெண்மணியைப் பற்றி விவரம் வேண்டும் என்றான்.

‘மொட்டை ராஜன் குட்டையில் விழுந்தது போல இந்த அர்த்த ராத்திரியில் கேட்டால் எப்படி’ என மறு நொடியில் பதில் போட்டான் பாலு.

எவனும் செல்போனை விட்டுப் பிரிவதும் இல்லை... உறங்குவதும் இல்லை.

வாட்ஸ் அப்பில் அழைத்தான் கதிரவன்.

“என்னடா இந்த ராத்திரியில வள்ளி பத்தி விசாரிக்கிற?” என்றான் பாலு.

“அவ பேர் வள்ளியா? ஸ்ரீதேவின்னு சொன்னாளே?”

“நீ எங்கடா அவள பாத்த?... போற போக்கே சரியில்லையே” என்றான்.

“டேய் நிலைமை தெரியாம பேசாதாடா..” எனத் தொடங்கி, கலைச்செல்விக்குக் கம்போடிய வர்த்தக கலைச் சங்கம் விருது

வழங்க அழைத்தது தொடங்கி, இப்போது சந்தேக கேஸில் கம்போடியாவில் ஹோட்டல் அரெஸ்ட்டில் இருப்பது வரை இயம்பினான்.

“அவ பேர் வள்ளி. சினிமாவுக்காக ராசி பார்த்து இரண்டு மூன்று முறை பேரை மாற்றிப் பார்த்தாள். ஒருவேளை இப்ப ஸ்ரீதேவி வெச்சிருக்கலாம். கூட்டத்தில் ஒருத்தி, பஞ்சாயத்து கிரவுடு, கல்யாண வரவேற்பு இப்படி கும்பல்ல ஒருத்தியாத்தான் வந்திருக்கா. அப்ப அப்ப டான்ஸ் ஆட வாய்ப்பு வந்தா அதிலும் வருவா.”

“ஆனா அவ இப்ப எதுக்கு கம்போடியா வந்திருக்கான்னு விசாரிக்கணும்.”

“கேட்டு சொல்றேன். கலைக்கு அதுக்குள்ள எதுவும் ஆகாம இருக்கணும்.”

“இந்திய கம்போடிய நாட்டு போலீஸ்காரர்கள் இன்னும் பிரச்னையைப் புரிந்துகொள்ளவில்லை. இல்லையென்றால் என்னைப் பிடித்து வைப்பார்களா?”

பாலு, “கவலைப்படாதே... நீ நினைக்கிற மாதிரி இந்த வள்ளி என்கிற ஸ்ரீதேவிய கவனிச்சா கலைச்செல்விக்கு விடை கிடைச்சிடும். பொழுது விடிஞ்சதும் முதல் வேலையா தேடுறேன். நீ நிம்மதியா தூங்கு. அங்க இப்ப என்ன நேரம்?”

“இப்ப மூணு” என்றான் கதிர்.

“இங்க ஒன்னரை. அமேசான்ல படம் பாத்துக்கிட்டு இருந்தேன். சரி கொஞ்ச நேரம் தூங்குவோம். காலைல லைன்ல வர்றேன்.”

ஸ்ரீதேவி மூலமாக ஏதோ துப்பு கிடைக்குமென்று மனது சொல்லியது. இன்னேரம் பாலு தூங்கியிருக்கக் கூடும். கதிரவனுக்குத் தூக்கம் வரவில்லை.

தூக்கம் இழந்தவனுக்கு நெட்டே துணை. யூ ட்யூபில் மேய்ந்தான். சில யூ ட்யூப் காட்சிகளை நெட்டே பரிந்துரைத்தது.

‘காணாமல் போன கலைச்செல்வி... இப்போது எங்கே?’

இப்படியொரு தலைப்பில் ஒரு வீடியோவைக் காட்டியது.

பெரிய எழுத்தில் மனது திக் என்றது.

கதிரவன் தயக்கமும் படுவேகமுமாக அதைக் கிளிக் செய்தான்.

இருட்டு அறை. பேருக்கு ஒரு பூஜ்ஜிய பல்பு எரிந்துகொண்டிருந்தது. மங்கிய ஒளியில் ஒரு பெண் அந்த அறைக்குள் நடமாடுவது தெரிந்தது. ஆ! கலைச்செல்வி. கதவை நோக்கிச் சென்று அதைத் திறக்க முயற்சி செய்கிறாள். முடியவில்லை. தட்டிப் பார்க்கிறாள்.

சோர்ந்து போய் வந்து சோபாவில் அமர்கிறாள். அழுகிறாள். தலையணையால் முகத்தைப் பொத்திக்கொள்கிறாள். காலை நீட்டிப் படுக்கிறாள். வலது முன் கையை நெற்றியில் வைத்து மூடிக்கொண்டு படுக்கிறாள். ஏதோ நினைவு வந்தவளாக எழுந்திருக்கிறாள்...

அய்யோ என்ன இதெல்லாம்?

எழுந்து நிற்கிறாள்... துப்பட்டாவை முறுக்குகிறாள். ஜன்னல் பக்கமாக சென்று அதைத் திறக்க முனைகிறாள். மீண்டும் அழுகிறாள். சோபாவில் வந்து அமர்கிறாள்.

'கலைச்செல்வி அங்கிருந்து தப்புவாளா? பொறுத்திருங்கள். நாளை இரண்டாம் பகுதி' என ஆர்வம் கிளப்பியிருந்தார்கள்.

ட்ரூ மேன் ஷோ. கலைச்செல்வியை அடைத்துவைத்து அதையே நிகழ்ச்சியாக நடத்துகிறார்கள். அதற்கு ஐந்து லட்சம் பார்வையாளர்களைத் தொட்டிருந்தது.

கொடுமையே...

பாலு, வேலாயுதம், வாரண்ட் என உடனே தெரிவிக்க வேண்டியவர்களுக்கு லிங்க் அனுப்பினான். ஆபத்து... விரைந்து நடவடிக்கை எடுங்கள் என மெசெஜ் போட்டான்.

வார்டன் அழைத்தார்.

"இந்த நிகழ்ச்சியை நடத்தத்தான் அவசரமாக இந்தியாவிலிருந்து கம்போடியா வந்தாயா? கலைச்செல்வியை எங்கே அடைத்து வைத்திருக்கிறாய்?" என்றார் கோபமாக.

13

கதிரவனின் கண்கள் கலங்கின. “என்னை ஐயுறுவதால் நிச்சயம் உண்மையான குற்றவாளியை நழுவ விடுகிறீர்கள். தாமதமாக என்னை நம்புவீர்கள். அதற்குள் குற்றவாளி வெகுதூரம் சென்றுவிடுவான். என்னை அவசரமாக நம்புங்கள்” என்றான்.

“இப்போதைக்கு உங்களை சந்தேக லிஸ்டில் வைத்திருக்கிறோம். நம்ப வேண்டுமானால் வேறு ஒரு குற்றவாளி அகப்பட வேண்டும்.” வாரண்ட் சிரிக்காமல் சொன்னார்.

“இது அநியாயம் சார். உங்களுக்கு யாரும் சிக்க வில்லை என்பதற்காக என்னை..”

“அப்படியில்லை. கண்ணுக்கு எட்டிய தூரம் வரை இன்னும் ஒருவரும் தென்படவில்லை. முடிச்சு அவிழும் வரை உங்களைக் கண்காணிக்க உத்தரவு அவ்வளவு தான்.”

“அன்பு கூர்ந்து இன்னும் இரண்டு நாட்கள் என்னைச் சந்தேகிக்காமல் இருந்தால் நானே கண்டு பிடித்து சொல்கிறேன் சார்.”

“கலைச்செல்வியை வைத்து நீ நடத்தும் அந்த ஷோ இன்னும் இரண்டு நாட்களில் முடிந்துவிடும். அதானே?”

“இப்படியே பேசினால் எப்படி சார்?”

“நான்பேசவில்லை.எங்கள்டிபார்ட்மென்ட்பேசும்.”

“அவசரப்படாதீர்கள் சார். சென்னையில் என் நண்பர்கள் விசாரித்து வருகிறார்கள். காவல்துறையைச் சேர்ந்தவர்கள் பத்திரிகையாளர்கள்... ஸ்ரீதேவி பின்புலம் தெரிந்துவிட்டால், அவளை யார் இயக்குகிறார்கள் என்பதைக் கண்டுபிடித்து விடுவேன். அசல் வில்லன் வெளியே வருவான். இன்னும் இரண்டு நாள் போதும்.”

“நாங்கள் இன்னும் உங்களை கைது செய்யவில்லை. உண்மையிலேயே நீங்கள் கண்டுபிடித்துவிட்டால் உங்களுக்கும் எங்களுக்கும் எல்லோருக்குமே நன்மை.”

“அது போதும் சார்.”

“அந்த ட்ரூமன் ஷோ வீடியோ முதலில் அர்ஜென்டினாவில் இருந்து ஏற்றப்பட்டு இருக்கிறது. இப்போது நியூகினியா ஐபி அட்ரஸ் காட்டுகிறது. இந்த வீடியோ ஷோவை நடத்துக்கிறவர்களுக்கு சர்வதேச நெட்வொர்க் இருக்கிறது.” போலீஸ் அதிகாரி கொஞ்ச நேரம் அமைதியாக இருந்தார். அது கதிரவன் வாயிலிருந்து என்ன வருகிறது என்பதை கவனிப்பது போல இருந்தது.

“நான் எது சொன்னாலும் அதைத் தவறாகப் புரிந்து கொள்கிறீர்கள். நீங்களே சொல்லிவிடுங்கள்” என்றான் கதிரவன்.

“பரவாயில்லை... சொல்.”

“அந்த வீடியோவை நிறுத்த நடவடிக்கை எடுக்கலாம் சார். யூட்யூபுக்கு புகார் தெரிவிக்கலாம். ஓர் அரசாங்கம் நடவடிக்கை எடுத்தால் உடனடியாகப் பலன் கிடைக்கும்.”

“அப்படி எடுத்ததால்தான் அர்ஜென்டீனாவிலிருந்த ஐ.பி அட்ரஸை நியுகினியாவுக்கு மாற்றியிருக்கிறார்கள்.”

“வேறு வழி?”

“யோசிக்கிறோம். நீயும் யோசி.”

அதிகாரி சிரித்தார்.

போனை துண்டித்தார்.

அவர் நம்புகிறாரா, இல்லையா என்பதைப் புரிந்துகொள்ள முடியவில்லை. இப்போதைக்கு உன் மீது ஐயம். அதனால் குற்றவாளி பட்டியலில் வைத்திருக்கிறோம் என்கிறாரே... இப்படி கூடவா ஒரு போலீஸ் பிரிவு இருக்கும் என்று தலையில் அடித்துக்கொண்டான். தான் மீள்வதற்கும் கலைச்செல்வியை மீட்பதற்கும் ஒரே வழி யோசிப்பது... கண்டுபிடிப்பது.

ஸ்ரீதேவி ஏதோ விளம்பர படத்தில் நடிப்பதற்கு வந்ததாகச் சொன்னாள். அந்த விளம்பர படக்குழு சென்னை திரும்பி

விட்டதா அல்லது இங்கேயே இருக்கிறதா? இந்த கலைச்செல்வி வீடியோவுக்கும் அந்த விளம்பர குழுவுக்கும் சம்பந்தம் இருக்குமா? ஜுரத்தின் பிதற்றல் போல சிந்தனை தாறுமாறாக இருந்தது.

கலைச்செல்வியை நினைத்தால் பரிதாபமாக இருந்தது. அவளைப் பார்த்து ஊரே கைகொட்டி சிரித்து கொண்டிருக்கிறது. ஆளாளுக்கு பெட் கட்டி வீடியோ பார்க்கிறார்கள். என்ன கொடுமை? இங்கிருக்கிற போலீஸ்காரர்களோ வினோதமாக நடந்து கொள்கிறார்கள்.

யெஸ்.

இந்திய போலீசிடம் முழுவிவரத்தையும் சொல்லிவிட வேண்டும். முதலில் நம்மை காப்பாற்றிக் கொள்வதற்கு அது ஒன்றுதான் வழி. கமிஷனர் ஆபிசுக்கு முழுமையாக் இமெயில் அனுப்பினான்.

வேலாயுதத்துக்கு வாட்ஸ் அப்பில் செய்தி பகிர்ந்தான்.

மீண்டும் நினைவு சுழன்றது.

அர்ஜென்டினா எங்கிருக்கிறது... நியூ கினியா எங்கிருக்கிறது... கலைச்செல்வி பாவம்... இப்படி ஒரு சர்வதேச சதியில் வைத்து சிக்கல் செய்யவேண்டிய பெண்ணே அல்ல. எழுதிக்கொண்டிருக்கும் போது பேனாவைப் பிடுங்கி கொண்டாலே அழுது விடுவாள். அவளுக்கு போய் இப்படி ஒரு கொடூர சதி. சே..

மீண்டும் அந்த யூட்யூப் லிங்கை கிளிக் செய்தான். கலைச்செல்வி இருக்கும் இடம் குறித்து எதாவது தடயம் கிடைக்கிறதா என கவனமாகப் பார்த்தான். எல்லா குற்றங்களும் ஒரு தடயத்தையாவது விட்டுவைக்கும் என்கிறது கிரிமினாலஜி தத்துவம்.

அது ஒரு செவ்வக அறை. அந்தக் கதவுகள் பிரமாண்டமான தேக்கு மரத்தை அறுத்து செய்யப்பட்டவை. கம்போடியாவில் சாதாரண டீக்கடை கூட மரத்தால் இழைக்கப்பட்டிருக்கிறது. சொல்லப்போனால் அது தேக்கு அல்ல... தேக்கு போன்ற ஏதோ ஒரு மரம். சாலை ஓரங்களில் அந்த மரத்தால் செய்த சிற்பங்கள் ஏராளமாக விற்கப்படுவதை கதிரவன் கவனித்திருந்தான். அவள் இருப்பது கம்போடியாவுக்குள்ளேயே ஏதோ ஒரு வீடு. அல்லது ஹோட்டல் அறை. இன்னும் ஏதாவது.... கவனமாகப் பார்த்தான்.

அவள் வாய் முணுமுணுப்பது தெரிந்தது. ஹா... ஹக்குனா மட்டாட்டா. கதிரவன் தன்னை மறந்து அழுதான். அழுகிறோம் என்பது அவனுக்கே தெரியவில்லை. தெரிந்திருந்தால் கண்ணீரைத் துடைக்க வேண்டும் என்ற எண்ணமாவது ஏற்பட்டிருக்கும். ஹக்குனா மட்டாட்டா மந்திரத்தை அவளுக்குச் சொன்னதே அவன்தான். எதற்கெடுத்தாலும் மனம் உடைந்து போகாமல்

இருக்க வேண்டும். இதுவும் கடந்து போகும் போல ஓர் அர்த்தம். இது லயன் கிங் படத்தில் வழி தவறிப்போன சிங்கக் குட்டிக்கு பன்றி நண்பன் சொல்லும் அறிவுரை. ஹக்குனா மட்டாட்டா. கலைச்செல்விக்கு அது மிகவும் பிடித்துப்போய்விட்டது. அடிக்கடி சொல்ல ஆரம்பித்தாள். இதோ இப்போது அவள் சொல்வது அவன் மனதை உலுக்கியது. தான் சொல்லிக்கொடுத்த அறிவுரைக்கு நாம் தான் பொறுப்பேற்க வேண்டும். எல்லாம் நன்மைக்கே... இதுவும் கடந்து போகும் என அவள், தான் சொல்லிக்கொடுத்த காரணத்துக்காக அந்த இருட்டறையில் நம்பிக்கொண்டிருக்கிறாள்.

கண்ணில் திரையிட்டிருந்த நீரின் காரணமாக வீடியோவைச் சரியாகப் பார்க்க முடியவில்லை என்பதால்தான் கண்ணீரைத் துடைத்தான்.

கதவையும் ஜன்னலையும் திறக்கப்பார்த்துவிட்டு முடியாமல் போய் சோபாவில் வந்து அமர்கிறாள். அவள் சாய்ந்துகொண்டிருக்கும் தலையணையை எடுத்து, முகத்தில் பொத்திக்கொண்டு விம்முகிறாள். அந்தத் தலையணை... வீடியோவை நிறுத்தி, கொஞ்சம் பின்னால் நகர்த்தி மீண்டும் பார்த்தான். அந்தத் தலையணையில் ஏதோ எழுத்து... ஏ... என்... அதற்கு மேல் தெரியவில்லை. மீதி எழுத்துக்களை அவளுடைய கைகளே மறைத்துக்கொண்டன. அதன் பிறகு முழு வீடியோவிலும் அந்தத் தலையணை வரவில்லை. வேறு எழுத்துக்கள். ஒரு காலண்டர்... ஒரு புத்தகம்... ஒரு நியூஸ் பேப்பர் எதுவுமே இல்லை.

ஏ.. என் அது ஹோட்டலில் பெயராக இருந்தால்? அந்த எழுத்து உள்ள ஹோட்டல்களைக் கண்காணித்தால்?

ஒரு கணமும் தாமதிக்காமல் வாரண்டுக்கு போன் செய்தான். அவர் எடுக்கவில்லை. எப்போதும் இரண்டாவது ரிங்கில் போனை எடுப்பவர். சிறிது நேரம் போனையே பார்த்துக்கொண்டு உட்கார்ந்திருந்தான். என்னை நம்பினால் போன் வரும்... இப்படியொரு சோதிடம். பார்த்துக்கொண்டே இருந்தான். கலைச்செல்வியைப் போல தானும் ஓர் அறையில் அடைபட்டுக்கிடப்பதை உணர்ந்தான். சுதந்திரக் காற்றே... எப்போது வீசுவாய்? கவிதையாக சிந்திக்கிற நேரமா? அவனா சிந்தித்தான்... அதுவாக வருகிறது.

போன் அடித்தது. வாரண்ட்.

"சார்... ஒரு முக்கியமான தடயம் கிடைத்தது. கலைச்செல்வியைக் காட்டும் வீடியோவில் ஒரு தலையணையில் ஏ... என் என்ற எழுத்து இருக்கிறது. அது ஒரு ஹோட்டலின் பெயராக இருக்கலாம்."

"ஆமாம்." என்றார் வாரண்ட்.

"எந்த ஹோட்டல்? வேகமாக..."

"ஏ... என் என்பது அங்கோர் என்பதில் இருக்கிற இரண்டு எழுத்துக்கள். அங்கோர் பேலஸ், அங்கோர் வாட், ராயல் அங்கோர் என இந்த சாலையிலேயே 16 ஹோட்டல்கள் இருக்கின்றன."

"யோசிக்காதீர்கள் சார். பதினாறையும் சோதனையிடுங்கள்."

"அதெல்லாம் முடிந்துவிட்டது. எந்த ஹோட்டலிலும் கலைச்செல்வி இல்லை." வாரண்டின் குரலில் அலுப்பு தெரிந்தது.

"சார் சோர்ந்து போக வேண்டாம். ஏதாவது அங்கோர் ஹோட்டலை தவறவிட்டிருப்பீர்கள்."

"சுமார் நூறு சார்ஜென்ட்டுகள் சுழன்று சுற்றி வந்துவிட்டார்கள். எந்த ஹோட்டலையும் விட்டு வைக்கவில்லை. நம்மை அலைக்கழிப்பதற்காகவே இப்படியொரு தலையணையை அங்கே வைத்திருக்கிறான். நேரத்தை விரயமாக்குவது அவன் நோக்கம்."

"உறுதியாகத்தான் சொல்கிறீர்களா?"

"ஆமாம். வேறு யோசனைகள் வந்தால் தெரிவி."

தெரிவிப்பதாக கதிரவன் வாயெடுப்பதற்கு அவன் போனை அணைத்துவிட்டார்.

அவன் சவால் விடுகிறான். கண்டுபிடி பார்ப்போம் என்கிறான். நாம் யோசிப்பதற்குள் போலீஸார் நடவடிக்கையே எடுத்து முடித்துவிட்டார்கள். சபாஷ்.

கதிரவனிடம் இருந்த ஒரே துருப்புச் சீட்டு. சென்னை... சென்னையில் உள்ள வேலாயுதம். வேலாயுதம் விசாரிப்பதாக சொன்ன பி.ஆர்.ஓ.

கலைச்செல்வியின் வீடியோ லிங்கை வேலாயுதத்துக்கு வாட்ஸ் அப்பில் அனுப்பினான். எப்படியாவது இதைத் தடை செய்ய ஆவன செய்யுமாறு கேட்டுக் கொண்டான்.

நெருங்கிவிட்டோம். இன்னும் ஒரு நாள் பொறு என சுருக்கமாக பதில் வந்தது. பாலுவிடமிருந்து 'அவள் இப்போது நடிப்பதில்லை. துணை நடிகர்கள் சங்கத்திலிருந்தும் விலகிவிட்டதாக சொன்னார்கள். வீட்டை, செல்போன் நம்பரை, பெயரை எல்லாமே மாற்றிவிட்டாள். சென்னையில் எங்கிருக்கிறாள் எனத் தெரியவில்லை. விசாரித்துக்கொண்டிருக்கிறேன்.' எனத் தகவல் வந்தது.

பாலு தேடிக்கொண்டுதான் இருக்கிறான். கம்போடியாவில்

இருக்கிறாள் என்று சொன்னபோதும் எங்கிருக்கிறாள் எனத் தெரியவில்லை என்கிறானே? என ஒரு கணம் குழம்பினான் கதிர். தூக்கக் கலக்கம். சென்னையில் அவள் வீடு எங்கிருக்கிறது என்பதைத்தான் சொல்கிறான் என்பது மூன்று வினாடிகளில் புரிந்தது.

‘ஆனால் அவள் இப்போதும் கம்போடியாவில்தான் இருக்கிறாள். அவள் நடித்த விளம்பரக் கம்பெனியைக் கண்டுபிடிக்கவும். விளம்பரக் கம்பெனியின் பெயர் பிஃப்டி பிஃப்டி என்று சொன்னார்கள்.’

‘சரி. கொஞ்சமாவது தூங்கினால்தான் காலையில் நான் கண்டு பிடிக்க முடியும். இப்போதே காலை ஆரம்பித்துவிட்டது. பால்காரன், பேப்பர்காரன் சத்தம் கேட்கிறது. குட் நைட்.’ என்று முற்றுப்புள்ளி வைத்தான்.

வேறு என்ன கிளறலாம் என்ற யோசனையில் படுக்கையில் சாய்ந்தவன், மீண்டும் கண் விழித்தபோது, ஜன்னல் வழியே சூரிய வெளிச்சம் தெரிந்தது. முகத்தைக் கழுவிக்கொண்டு ரெஸ்டாரண்டில் ஒரு காபி ஆர்டர் செய்தான். நான்கு மணி நேரம் இறந்தவன் போலக் கிடந்திருக்கிறோம் என்பது தெரிந்தது. மணி ஒன்பது.

காபி வந்தது. நிதானமாகக் குடித்தான். அவள் குடித்திருப்பாளா? உறங்கியிருப்பாளா?

பதில் தெரியாமல் முட்டிக்கொண்டு திரும்பின வினாக்கள். ஒரு சிகரெட்டை எடுத்து புகைத்து முடித்தான். குளித்து முடித்து புதிய உடையில் குடியேறினான். போனை எடுத்தான். வாட்ஸ் அப் குட் மார்னிங்குகளைக் கடந்து, போன் ஸ்கிரீனை கீழே இழுத்துப் பார்த்தபோது... பாலு அனுப்பிய செய்தி.

குரலில் பதிவுசெய்த செய்தி.

வேகமாக கிளிக்கினான்.

“கதிர்... நீ சொல்ற மாதிரி ஒரு விளம்பரக் கம்பெனியும் இல்லை. கேட்டலிஸ்ட் ராம்குமார் கிட்ட விசாரிச்சுட்டேன். அவருக்குத் தெரியாத கம்பெனி எதுவுமில்லை. அவள் அங்கே புரூடா விட்டிருக்கிறாள். அவள் சொன்ன கதை, அவள் நடித்த கம்பெனி எல்லாமே பொய். ஏதோ வில்லங்கம் இருக்கிறது. கலைச்செல்வி கடத்தப்பட்டதில் அவளுக்கு முக்கிய பங்கு இருப்பதாக கிசுகிசு சொல்கிறது. நீ அங்கே அவளை மிரட்டி விசாரிக்க வாய்ப்பு உள்ளதா பார். அல்லது அங்குள்ள போலீஸிடம் அவள் சொன்ன விளம்பர கம்பெனி கப்சாவை விளக்கமாக சொல்.”

ஆடியோ மெசெஜைக் கேட்டு முடித்த பின்பு, ‘எல்லாம் சரிதான். அவளுக்கு என்ன நோக்கம்? கலைச்செல்வியைக் கடத்துவதற்காகவா

அவள் இந்தியாவிலிருந்து வந்திருப்பாள். எதற்காக கலைச்செல்வியைக் கடத்தி, அவள் பதறுவதை யூ ட்யூபில் வெளியிட வேண்டும்? அவளுக்கும் கலைச்செல்விக்கும் என்ன சம்பந்தம்?' என பதில் ஆடியோ போட்டான்.

பாலு தூங்குவதே இல்லையெனத் தெரிந்தது.

"கதிர், குற்றவாளி யார் என்று தெரிந்துவிட்டது. காரணம்தான் தெரிய வேண்டும்." நறுக்கென பதில் வந்தது.

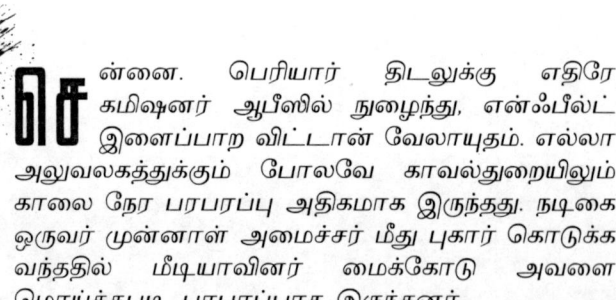

14

சென்னை. பெரியார் திடலுக்கு எதிரே கமிஷனர் ஆபீஸில் நுழைந்து, என்ஃபீல்ட் இளைப்பாற விட்டான் வேலாயுதம். எல்லா அலுவலகத்துக்கும் போலவே காவல்துறையிலும் காலை நேர பரபரப்பு அதிகமாக இருந்தது. நடிகை ஒருவர் முன்னாள் அமைச்சர் மீது புகார் கொடுக்க வந்ததில் மீடியாவினர் மைக்கோடு அவளை மொய்த்தபடி பரபரப்பாக இருந்தனர்.

பைக்கை நிறுத்திவிட்டு, ஹெல்மெட்டை எடுத்ததும் மறக்காமல் முகக் கவசத்தை மாட்டிக்கொண்டான். கதிரவன் வயதுதான். அவனைப் போலவே ரஜினி பாதிப்பு இருந்தது. உதாரணமாக ஹெல்மெட்டை கழற்றிய லாகவம்.

வாழை பயிரிட்ட நிலத்தில் உழவு செய்யும்போது மாடுகளுக்கு வாய்ப்பூட்டு போடுவார்கள். ஊரடங்கின் முக கவசம் வேலாயுதத்துக்கு அதைத்தான் நினைவு படுத்தியது. மனிதர்கள் அனைவரும் போட்டுக் கொண்டிருப்பதைப் பார்க்கும் மாடுகள் என்ன நினைக்கும்? 'மனிதனுக்கு ஒரு காலம் வந்தால் மாட்டுக்கு ஒரு காலம் வரும்' என்றா? வாய்ப்பூட்டு போடாத மாடு ஒன்று பார்த்துக் கொண்டே போனது.

எந்த கொரோனா கெடுபிடியும் போலீசையும் பத்திரிகையையும் ஓய்வாக விட்டுவைக்கவில்லை. அவர்கள் வழக்கத்தைவிட அதிகமாக செயல்பட வேண்டியிருந்தது.

கம்போடியாவில் மாட்டிக் கொண்டிருக்கும் ஐந்து பெண்களைப் பற்றிய விசாரணைகளை கமிஷனர் தனி கவனம் கொடுத்து பார்த்துக் கொண்டிருந்தார். சைபர் கிரைம் விவகாரங்களை வேலாயுதத்திடம் விட்டிருந்தார்கள்.

கதிரவன் கொடுத்திருந்த அடிப்படையில் சில முக்கிய நகர்வுகள் ஆரம்பித்திருந்தன. முதலில் ஐந்து பெண்களையும் தேர்வு செய்த பிஆர்ஓ நிறுவனம். அதன் நிறுவனர் ராஜவேல் இன்று அழைக்கப்பட்டிருந்தார். அசிஸ்டன்ட் கமிஷனர் பாலசுந்தரம் தலைமையில் தனிப்படை அமைக்கப்பட்டு இருந்தது. பாலசுந்தரம் தினமும் போலீஸ் கட்டிங் என்று முடிவெட்டிக் கொண்டுதான் அலுவலகம் வருவார் போல இருந்தார். தலைமுடி எப்போதும் ஒரே அளவில் இருக்கும். ஒரு மில்லி மீட்டர் அதிகமாக அல்லது குறைவாக இருந்து அவரை யாரும் பார்த்ததே இல்லை. சால்ட் அண்ட் பெப்பர் ஷேட். காக்கி உடுப்பின் மீது அவருக்குத் தனி கவனமும் கவுரவமும் இருந்தது. மிடுக்காக அமர்ந்திருந்தார். நீள்வட்ட டேபிளும் அதைச் சுற்றி நாற்காலிகளும் இருந்தன.

நோய் பரவல் காரணமாக அந்தக் குளிர் அறை மின்விசிறியின் தயவில் முடிந்த அளவு காற்றோட்டத்தை ஏற்படுத்தியிருந்தது. ஏசி இல்லாததால்தான் தனக்கு வியர்ப்பதாக ராஜவேல் சொன்னாலும் காற்றைத் தாண்டிய காரணம் இருந்தது. பாலசுந்தரம் அருகில் அமர்ந்தான் வேலாயுதம்.

"முதலில் இருந்து வருகிறேன்" என்று ஆரம்பித்தார் பாலசுந்தரம்.

ராஜவேலுவின் பார்வையில் மறுபடியுமா என்ற கேள்வி தோன்றியதை அவர் பொருட்படுத்தவில்லை.

"எப்படி இந்த ஐந்து பேரைத் தேர்ந்தெடுத்தீர்கள்?"

ஏற்கனவே பலமுறை இதற்கு விளக்கம் கொடுத்துவிட்ட சலிப்பில் ராஜவேலு வேலாயுதத்தைப் பார்த்தான்.

"பரவால்ல இன்னொரு முறை சொல்லுங்க. இந்த முறை நீங்க சொல்றதை வீடியோ எடுக்கிறோம். உண்மை கண்டு பிடிக்கும் கருவியும் பொருத்தியிருக்கோம்." என்றான் வேலாயுதம்.

"நீங்க எவ்வளவு உண்மை பேசுறீங்களோ அவ்வளவு நல்லது. விசாரணை சீக்கிரம் முடியும்." பாலசுந்தரம் குரலில் முறுக்கு கம்பியின் இறுக்கம்.

"சார் நான் முதலிலிருந்தே உண்மைதான் பேசுறேன்."

"நல்லது. இப்போது மீண்டும் ஒருமுறை பேசுங்கள்."

"கம்போடியாவில் இருக்கிற வர்த்தக சங்கத்தினர் கடந்த இரண்டு

வருஷமா எங்க கிட்ட இந்தப் பொறுப்பைக் கொடுத்துக்கிட்டு இருக்காங்க. நாங்க அவங்களுக்கு அவங்க கேட்கிற திறமையான ஆட்களைத் தேர்வு செய்து கொடுப்போம். அதாவது, அவங்க கொடுத்திருக்கிற திறமையாளர்களை முதல் பட்டியலில் அறிவிப்போம். அதில முதல்ல கிட்டத்தட்ட நூறு பேர் இருந்தாங்க. நாங்க உருவாக்கி வைத்திருக்கிற ஆப் மூலமா அந்த முதல் பட்டியலை வெளியிடுவோம். அதை சமூக வலைதளங்கள், எங்களுடைய பிரத்தியேக வலைதளம் கம்போடிய வர்த்தக சங்கத்தின் உடைய வலைதளம் எல்லாத்தையும் அறிவிப்போம். சில தொலைக்காட்சி சேனல்லயும் விளம்பரம் செய்வோம். மக்கள் பார்த்துட்டு ஓட்டு போடுவாங்க. நூறு பேரில் யார் அதிக ஓட்டுவாங்கறாங்களோ அவங்கதான் வின்னர். ஆனா, ஒவ்வொரு துறையிலயும் அதிக ஓட்டு வாங்கின ஐந்து பேரை லிஸ்ட் பண்ணி துறைசார்ந்த எக்ஸ்பெர்ட்ஸ் கிட்ட கொடுப்போம். அதாவது அஞ்சு துறைக்கும் சேர்த்து இருபத்தஞ்சு பேர். இதில எந்த தில்லுமுல்லுவுக்கும் இடமில்ல சார்."

"முதல் 100 பேரில் இந்த இந்த 5 பேர் இருந்தாங்க. இல்லையா?"

"ஆமா சார். நூறு பேர்ல அவங்க இல்லன்னா எப்படி சார் ஷார்ட் லிஸ்ட்ல வர முடியும்?"

"வெயிட். அதுக்கப்புறம் அதை 25 பேர்னு ஷார்ட்லிஸ்ட் பண்ணீங்க."

"ஆமா சார்."

"ஸோ... அதுலயும் அந்த அஞ்சு பேர் இருப்பாங்க."

"நேச்சுரலி."

"அந்த இருபத்தைந்து பேர்ல இந்த அஞ்சு பேர் இருந்தாங்க அப்படித்தானே?"

"ஆமா சார்."

"அப்புறம் அந்த 25 பேர்லருந்து இந்த அஞ்சு பேரை செலக்ட் பண்ணீங்க."

"ஆமா சார்" என்றபோது ராஜவேலு முகத்தில் தேவையில்லாமல் மிரட்சி. புரிந்துதான் கேட்கிறாரா... இது ஒருவகை டார்ச்சரா என டாஸ் போட்டுப் பார்த்தான்.

"எல்லா பட்டியல்லயும் அந்த அஞ்சு பேர் இருந்தாங்க?"

அவர் திரும்பத் திரும்ப அதே கேள்வியை வெவ்வேறு டோன்களில் கேட்டுக்கொண்டிருப்பது வேலாயுதத்துக்கே சலிப்பாக இருந்தது. ராஜவேலுவுக்கு இருக்காதா?

“சார் முதல்ல நூறு பேரு இருந்தாங்க. அதிலிருந்து தான் சிறந்த அஞ்சு பேரைத் தேர்வு செய்கிறேன். அப்போ 100 பேர் லிஸ்ட்ல அவங்க எப்படி வந்தாங்கன்னு கேட்கிறதுதான் சரி. நாங்க கடைசியா இந்த அஞ்சு பேரை புதுசா நுழைச்சு இருந்தா நீங்க என்னை சந்தேகப்படலாம்.”

“கரெக்ட். கேள்விய புடிச்சுட்டீங்கராஜவேல். நான் ரிவர்ஸ்ல வரேன். முதல்ல இந்த அஞ்சு பேரை தேர்வு செஞ்சுட்டீங்க. அதை அந்த நூறு பேர்ல கலந்துவிட்டீங்க. ஆப்-பெல்லாம் வெச்சு வடிகட்டி எடுத்த மாதிரி மறுபடியும் அந்த அஞ்சு பேரை எடுத்துட்டு வந்து கணக்கு காட்டுறீங்க.”

“சான்ஸே இல்ல சார். அப்படி இருந்தா அந்த 100 பேரைத் தேர்வு செஞ்சது அவங்கதான். கம்போடியாவுல இருக்கிற அந்த வர்த்தக சங்கத்தினர். நீங்க அவங்க கிட்டதான் கேக்கணும்.”

“அவங்ககிட்ட கேட்டுட்டோம். இப்ப நீங்க என்ன சொல்றீங்கன்னுதான் கேட்டுக்கிட்டு இருக்கோம்.”

“சார் நீங்க சொல்றது எனக்குப் புரியல.”

“கொஞ்சம் ட்ரை பண்ணி பாருங்க புரியும்.” பாலசுந்தரம் தொனியில் கிண்டலின் இழை.

“சார் முதல்லேயே அஞ்சு பேரை முடிவு பண்ணா மறுபடி எதுக்கு சார் நூறுபேர் லிஸ்ட்ல அவங்களைச் சேர்க்கணும்?”

“ஜனநாயகப்படி தேர்வு செஞ்ச மாதிரி காட்டலாமில்ல? அதுக்கு பண்ண டிராமா.”

“நான்தான் காரணம்னு உங்ககிட்ட அந்த அசோஷியேஷன்ஸ் ஆளுங்க சொல்றாங்களா?”

“அவங்க சொல்லல. ஆனால் 100 பேர் பட்டியல் தயாரிப்பு குழுவுல நீங்களும் இருந்தீங்கன்னு சொன்னாங்க.”

ராஜவேலு அந்த வரியில் கொஞ்சம் தயங்கி நின்றான்.

“அந்தக் குழுவில் இருந்ததா சொல்ல முடியாது சார். மொதல்ல அவங்க சில ஆலோசனை கேட்டாங்க. நாங்க இங்க சில பேரை சஜஸ் பண்ணோம்.”

பாலசுந்தரம் உதடு பிரிக்காமல் சிரித்தார். “அதுல இந்த அஞ்சு பேர் இருந்தார்களா?”

ராஜவேலு முகத்தில் அலுப்பு ஒரு கணம் தோன்றி, மரியாதை கருதி உடனே மறைந்து விட்டது.

“நிச்சயமா எங்களுக்கு எந்த பர்ப்பஸூம் இல்ல சார். அதுல இந்த

அஞ்சு பேரை நாங்க சொன்னோமான்னு எனக்கு நினைவில்லை.”

“அதுவும் சரிதான். நீங்க குடுத்த லிஸ்டை போன்ல சொன்னீங்களா, வாட்ஸ் அப்ல அனுப்பி வெச்சீங்களா? இ மெயில்ல அனுப்புனீங்களா... கொஞ்சம் யோசிச்சு பாருங்க.”

ராஜவேலுக்கு எதைச்சொன்னால் சரியாக இருக்கும் என வேகமாக அலசினான்.

“அப்படியே சொல்லியிருந்தாலும் அது எங்க நோக்கம் இல்லை சார். நாங்க கொடுத்த சஜஷன்ல அந்த அஞ்சு பேர் இருந்திருக்கலாம்.”
“ஆனா அதுல உங்களுக்கு எந்த உள் நோக்கமுமில்லை.”

“ஆமா சார்.”

“நீங்க பயன்படுத்தியது போன் டாக், வாட்ஸ் அப் மெசெஜ், இமெயில்... இதில எது?”

“இது சம்பந்தமா அடிக்கடி தகவல் கொடுத்தோம். இந்த மூணுமே யூஸ் பண்ணோம். அதான் எப்ப லிஸ்ட் கொடுத்தோம்னு சரியா சொல்ல முடியல.”

“அப்ப 100 பேரை லிஸ்ட் பண்ணினதுல இருந்தீங்க?”

“ஆமா சார். ஆனா அது தேர்வுக் குழுன்னு சொல்ல முடியாது சார்.”

ராஜவேலு இனிமேல் நம் கையில் இல்லை போல அமைதியாக இருந்தான்.

“நீங்கதான் அந்த அஞ்சு பேரை செலக்ட் பண்ணீங்கன்னு ஒத்துக்கறீங்களா?”

“நீங்க அப்படி நெனைச்சா நான் ஒன்னும் பண்ண முடியாது சார்” என்றான் கவிழ்ந்த நிலையிலேயே.

அந்த அறையிலிருந்த மூவருமே அமைதியாக இருந்ததால் சில வினாடிகள் காலம் ஸ்தம்பித்தது போல இருந்தது. ராஜவேலுவுக்கு அது மிகுந்த அச்சமூட்டியது.

பாலசுந்தரம், தண்ணீர் பாட்டிலை, ராஜவேலுவின் பக்கம் நகர்த்தினார். அதற்காகவே காத்திருந்தது போல அரை பாட்டில் நீரைக் குடித்துவிட்டு, “தாங்க்ஸ்” என்றான்.

“யார் உங்களை இந்தப் பேர்களை சேக்க சொன்னாங்க?” பாலசுந்தரம் அடுத்த பாய்ச்சலை ஆரம்பித்தார்.

“எனக்கும் அந்த பெண்களுக்கும் ஒரு பகையும் இல்ல சார். நாங்க திறமை அடிப்படையில சிலரை சொன்னோம். அவ்வளதான். எங்க மேல பழி வந்துடப் போகுன்னுதான் நூறு பேரைத் தேர்வு

செஞ்சத மறைச்சேன். மத்தபடி நான் சொல்றது உண்மை சார். எனக்கு வேற ஒண்ணும் தெரியாது. உண்மையில நாங்க சொன்ன லிஸ்ட்ல இந்த அஞ்சு பேர் இருந்தாங்களான்னே இன்னும்கூட எனக்கு உறுதியா தெரியல சார்." ராஜவேலு இறங்கி வந்தான்.

"நீங்க எந்த பதிலை உண்மையா சொன்னீங்க. எதையெல்லாம் பொய்யா சொன்னீங்கன்னு பார்க்க விரும்பறீங்களா? நீங்க பேச ஆரம்பிச்சதிலிருந்து ரெக்கார்ட் பண்ணோம். நீங்க பொய் சொல்ற இடத்தில எல்லாம் ஒரு பீப் சவுண்டு வரும். இந்த மீட்டிங்ல பத்து இடத்துக்கு மேல பீப் சவுண்ட் வந்திருக்கு. நீங்க பாக்கணும்னா பாக்கலாம்."

"வேண்டாம் சார்."

"ஏன்?"

"சார் இந்த எந்திரம் சொல்றத நம்பி தவறான முடிவுக்கு வந்துடாதீங்க."

"ஓகே நீங்க போகலாம். நீங்க உண்மையிலேயே எங்களுக்கு ஒத்துழைக்க விரும்பினால் அவங்களுக்கு அனுப்புன மெயில், வாட்ஸ்அப் தகவல் எல்லாத்தையும் எங்களுக்கு பார்வர்ட் பண்ணுங்க. வித்அவுட் எனி எடிட்டிங்..."

"ஷ்யூர்சார். நான் எடிட் பண்ணா வசமா மாட்டிப்பேன். என் ஆபீஸ் போன், சிஸ்டம் எல்லாத்தையும் நீங்க எப்ப வேணா செக் பண்ணலாம். அந்த மாதிரி எந்தத் தகவல் இருந்தாலும் உங்களுக்கு அனுப்பி வெக்கிறேன். வரேன் சார்."

வந்தபோது இருந்த உற்சாகத்தின் சரிபாதி குறைந்திருந்தான் ராஜவேலு. தளர்ந்த நடையில் அறையைவிட்டு வெளியேறும் வரை காத்திருந்தார் பாலசுந்தரம்.

"நீங்க என்ன நினைக்கிறீங்க வேலாயுதம்?"

"யாரோ சொல்லித்தான் தேர்வு செஞ்சிருக்காங்க. ஆனா, இந்த அஞ்சு பொண்ணுகளுக்கும் கம்போடியாவில இப்படிலாம் நடக்கும்னு தெரியாம இருக்கலாம். அவங்களுக்கு விருது கிடைக்க வழி செய்ங்கன்னு யாரோ சிலர் பணத்தால இவங்களை கன்வீன்ஸ் பண்ணியிருக்காங்க. விருது வாங்குற ஆசையில பணம் செலவு பண்றாங்கன்னு ராஜவேலு நினைச்சிருக்கலாம்."

பாலசுந்தரம் தலையசைத்து மறுத்தார். "பெண்களுக்கு அங்க என்ன நடக்கப் போகுன்னு இவனுக்குத் தெரிஞ்சிருக்கு. குறிப்பா கலைச்செல்விக்கு நடக்கப் போறது நிச்சயமா தெரிஞ்சிருக்கு. ஸ்ரீதேவி நடிச்ச அந்த ரெண்டு படத்துக்கும் இவன் தான் பி.ஆர்.ஓ. உங்க ஃப்ரெண்ட் கதிர் கொடுத்த க்ளூ இஸ் வெரி இம்பார்ட்டன்ட்.

நடிகை ஸ்ரீதேவிய இவனுக்கு நல்லா தெரிஞ்சிருக்கணும்."

"அவன்கிட்டயே கேட்டிருக்கலாமே சார்?"

"அதுக்கு முன்னாடி நாம வேடப்பட்டி துரைசாமியைக் கொஞ்சம் கண்காணிக்கணும்."

"அது யாரு சார்?"

"அந்த ரெண்டு படத்தோட ப்ரொட்யூசர்."

15

தி. நகரில் காமராஜர் வீட்டுக்குப் பக்கத்தில் இருந்த தெரு ஒன்றில் நுழைந்து தான் குறித்து வைத்திருந்த முகவரியை சரி பார்த்துக் கொண்டான் வேலாயுதம். இளவெயிலால் ஹெல்மெட்டுக்குள் தலை வியர்வையால் நனைந்திருந்தது.

பிரம்மாண்டமான வீடு. சினிமாவில் இருப்பவர்கள் மட்டுமே கட்ட முடிகிற, அதே வேகத்தில் விற்க முடிகிற வீடு அது. மாடியிலே தன் பெட்ரூம் வரைக்கும் சென்று கார் பார்க்கிங் செய்யும் வசதி வைத்திருந்த நடிகர் சந்திரபாபு நினைவுக்கு வந்து போனார். ஒரு வருடமாவது அந்த வீட்டில் வாழ்ந்தாரா எனத் தெரியவில்லை. ஆனால், எல்லாருமே அப்படி ஏமாளிகளாக இருப்பதில்லை. சென்னையிலே கோடிக் கணக்கில் சொத்து வைத்திருந்தவர்கள் இருக்கிறார்கள். சினிமா என்றாலே இரண்டு பக்கம் நினைவுக்கு வந்து போகிறது.

புல்லட்டை சற்று தள்ளி நிறுத்திவிட்டு வீட்டை வாங்க வந்தவன் மாதிரி ஏற இறங்கப் பார்த்தான். நடமாட்டத்தைக் கவனித்தான். சொல்லப்போனால் ஒரு நடமாட்டமும் இல்லை. வீட்டுக்கு யாரும் வரவுமில்லை போகவும் இல்லை.

கதிரவன் சொன்ன அந்த சினிமா நடிகையை வைத்துப் படம் தயாரித்தவர். அசிஸ்டெண்ட் கமிஷனரும் இந்தத் தயாரிப்பாளர்மீது ஒரு கண் வைக்கும்படி சொன்னார்.

குத்துமதிப்பாக வலையை வீசிப் பார்ப்போம். அகப்பட்டால் மீன். இந்த யூகங்களை வைத்து தமிழ்நாட்டின் மிகப் பெரிய தயாரிப்பாளரை அணுகி அப்படியெல்லாம் விசாரித்துவிட முடியாது. ஆதாரங்கள் இல்லாமல் விசாரிப்பதும் சரியாக இருக்காது. அவருக்கு ஆகாதவன், அல்லது அவரை நன்றாகத் தெரிந்தவன் இந்த ரெண்டு பேர்தான் அந்த உண்மையைச் சொல்ல முடியும். அப்படியே அவர் வைத்திருந்தாலும் அதை வைத்து என்ன கண்டுபிடிப்பது என்பதும் புரியவில்லை. எதற்கும் இருக்கட்டுமே என்றுதான் அவருடைய வீட்டைத் தேடிக் கண்டுபிடித்தான்.

ஸ்ரீதேவி நடித்த இரண்டு படங்களையும் தயாரித்தவர் என்பதைவிட, அவர் தயாரித்த இரண்டு படங்களிலும் ஸ்ரீதேவி இருந்தாள் என்பதுதான் சரி. தயாரிப்பாளர்- ஸ்ரீதேவி- கம்போடியா - கலைச்செல்வி. தொடர்பில்லாத தொடர்புகள்.

பிரம்மாண்டமான இரும்பு கேட். பக்கத்தில் செக்யூரிட்டிகள் உள்ளிருந்து பார்ப்பதற்கென ஒரு சிறிய திட்டிவாசல் திறப்பு. அதைத் திறந்து ஒரு செக்யூரிட்டி விசாரித்தான். விபூதி பட்டையின் நடுவே குங்குமம் வைத்து மங்கலகரமாக இருந்தார்.

“ப்ரொட்யூசர பாக்கணும்.”

“என்ன விஷயமா?”

“இல்ல... அதுவந்து அவர்கிட்டதான் சொல்லணும்.”

“அப்படீன்னா பார்க்க முடியாது கிளம்புங்க.” பணக்கார வீட்டு செக்யூரிட்டிகள் பாதி முதலாளிகள்.

“ஏங்க?”

“அப்பாயிண்ட்மெண்ட் வாங்கினீங்களா? அவர் வர சொன்னாதான் பார்க்கலாம்.”

“வர சொன்னாருங்க. நான் ஒரு டைரக்டர். கதை சொல்றதுக்காக வரச்சொன்னார்.”

“இந்த மாதிரி எத்தனை பேர் கிளம்பி இருக்கீங்க?”

வேலாயுதம் எந்த நேரமும் துரத்தப்படலாம் என்பதை உணர்ந்து, “அவர் வரச் சொன்னதாலதான் நா வந்தேன்” என்றான் அழுத்தமாக.

“அவர்தான் வீட்லயே இல்லையே. வரச்சொன்னார்னு பூ சுத்துற?”

“பிரதர்... அவர்கிட்ட நா தேதி வாங்கல. போன மாசம் அவர் ஊட்டிக்கு வந்தாரு. அங்கதான் பார்த்தேன். நான் ஒரு கத வெச்சிருக்கேன்னு சொன்னேன். நாட் கேட்டாரு. ‘புடிச்சிருக்கு மெட்ராஸ் வரும்போது எங்க வீட்டுக்கு வா’ன்னு சொன்னாரு. எப்ப வருவார்னு சொல்லுங்க. நான் வந்து பார்க்கிறேன். வரச் சொன்னா உள்ள போறேன்... இல்லாட்டி ஊட்டிக்குப் போறேன்.”

"சரி பேர சொல்லிட்டுப் போங்க. சார் கிட்ட சொல்லி வைக்கிறேன்."

"ராஜேஷ் பைலட்." என்றான் வேலாயுதம்.

"பைலட்டா?"

"ஆமா. ஏரோப்ளேன் ஓட்டுவேன்."

"அட ஏன் தம்பி... நல்ல வேலையவுட்டுட்டு இந்த நாய் பொழைப்புக்கு வர்ரே?"

ராஜேஷ் பைலட் என்ற பெயர் வேலை செய்தது. செக்யூரிட்டியின் பேச்சில் கொஞ்சம் கெடுபிடி குறைந்துவிட்டது.

"எப்ப வருவார்னு தெரியுமா?"

"அது தெரியாது தம்பி. ஃபார்ம் ஹவுஸ்ல இருப்பார்னு நினைக்கிறேன். கொரோனா பயம். யாரையும் மீட் பண்றது இல்ல. யார் வந்தாலும் வெளியூர் போய் இருக்கேன்னு சொல்லுனு சொல்லிட்டாரு. நீ எதுக்கும் லாக் டவுன் எல்லாம் முடிஞ்சா வந்து பாரு."

கொஞ்சம் பணம் வைத்து இருக்கிறவனுக்குக் கொஞ்சம் பயம். ரொம்ப பணம் வைத்திருப்பவனுக்கு ரொம்ப பயம்.

"சரி பிரதர் வரேன். ஊட்டி ராஜேஷ் பைலட்னு சொல்லுங்க. ஃபார்ம் ஹவுஸ் எங்க இருக்கு."

"தம்பி... அதெல்லாம் நான் சொல்லக் கூடாது."

"நான் அங்க போறதுக்கு கேட்கலண்ணே. சென்னைல இருந்து பக்கமா, தூரமான்னு தெரிஞ்சுக்கக் கேட்டேன். பரவால்ல விடுங்க."

"புதுச்சேரில இருக்கு. திடீர்னு வருவாரு. சமயத்தில ஒரு வாரம்கூட இருப்பாரு."

"நன்றி பிரதர். அடுத்த வாரம் லாக் டவுன் தளர்வு இருக்கும்னு சொன்னாங்க. அப்ப வந்து பாக்கிறேன்."

அது அவனுக்கு அவசியமில்லை போல உடனே அந்த சிறிய கதவைச் சாத்திவிட்டான்.

கம்போடியா சென்ற தமிழகப் பெண் மாயம் என செய்தி வந்திருந்தது. பாலு அந்தச் செய்தியில்தான் கண் விழித்தான். இரவு தூங்க நேரமாகிவிட்டது. தமிழ் நாட்டிலிருந்து கம்போடியாவுக்குப் பயணம் செய்த கலைச்செல்வி என்ற பெண் அங்கே திடீரென மாயமாகிவிட்டார். அவரை ஓர் இருட்டறையில் அடைத்து வைத்திருப்பது தெரிய வந்துள்ளது.

...அதற்கு மேல் படிக்க முடியவில்லை. கலைச்செல்வியின் குடும்பம் இன்னேரம் கதறிப்போய் இருக்கும்.

ஸ்ரீதேவி என்ற அந்த நடிகை, சம்பந்தமே இல்லாமல் கதிரவனின் வாழ்க்கையில் வம்பு செய்கிறாள். ஒன்றிரண்டு சினிமாக்களில் துக்கடா வேடம் போட்டவள். அவளுக்கு என்ன அப்படியொரு பழிதீர்க்கும் காரணமிருக்கும்? யோசிக்க யோசிக்க நேரமாகிக்கொண்டிருந்தது. பாலுவின் அலுவலகத்தில் ஒரு சட்டமிருந்தது. தினமும் காலையில் அலுவலகம் வந்து கைநாட்டு போட்டுவிட்டு, பிறகுதான் செய்தி சேகரிக்கப் போக வேண்டும். வீட்டிலிருந்து அப்படியே செய்தி சேகரிக்கச் செல்வதற்கு அனுமதியில்லை. சாலிகிராமத்தில் வீட்டுக்குப் பக்கத்திலேயே ஒரு கொலை நடந்தாலும் அதை ஆபீஸுக்குப் போய் வந்துதான் விசாரிக்க வேண்டும்.

கடமையே என்று முதல் கட்டமாக ஆபீஸில் தலையைக் காட்டிவிட்டு கதிரவனின் விவகாரத்தைத் தொடரலாம்.

சினிமா பத்திரிகையாளர் வாட்ஸ் அப் குழுவில் ஸ்ரீதேவியின் புகைப்படத்தைப் போட்டு, 'இவருடைய விலாசம், தொடர்பு எண் இருந்தால் கொடுக்கவும்' எனக் கேட்டிருந்தான். அந்தக் குழுவில் இருந்த எண்பத்தி சொச்சம் பேருக்கும் தெரியவில்லை போலிருக்கிறது.

திருமணம் செய்துகொள்ளாமல் வாழ்வதில் இருக்கும் சுதந்திரத்தின் ஒரே குறை உரிய நேரத்தில் சாப்பிட முடியாமல் போவதுதான். எழுந்திருக்கும்போதே மணி ஒன்பது. பத்தரை மணிக்கும் அலுவலகத்தில் கையெழுத்து போட வேண்டும். இடையில் சமைப்பதோ, சாப்பிடுவதோ டைம் டேபிளில் இல்லை. வேகமாகத் தயாராகி, பைக்கில் விரைந்து...

அலுவலகத்தில் அவனுடைய டேபிளில் ஒரு சிறு குறிப்பு எழுதி வைத்திருந்தார்கள்.

'தயாரிப்பாளர் வேடப்பட்டி துரைசாமி உங்களை உடனே வரச் சொன்னார். அவருடைய தொடர்பு எண்...'

அந்தக் குறிப்புச் சீட்டையே பார்த்துக்கொண்டிருந்தான். அவனுக்குத் திகைப்பாக இருந்தது. நேற்றுதான் நினைத்தான். வேடப்பட்டி துரைசாமி தயாரித்த படத்தில் நடித்திருக்கும் ஸ்ரீதேவியைப் பற்றி அந்த நிறுவனத்தில் விசாரித்தால் ஏதாவது தகவல் கிடைக்குமே என. சரியாகத்தான் நினைத்திருக்கிறோம். பழம் நழுவிப் பாலில் விழுகிறதா? இல்லை. ஏதோ சிக்கல் இருக்கிறது. நாம் ஸ்ரீதேவியைத் தேடிக்கொண்டிருக்கிறோம் என்பது அவருக்குத் தெரிந்திருக்கிறது. அந்த நடிகையைத் தேடினால் அவருக்கு என்ன

வந்தது? இல்லை சாதாரணமாக அழைத்தாரா? தன் அடுத்த படத்தின் அறிவிப்பைச் சொல்வதற்கா?

தொடர்பு எண்ணில் தொடர்பினான்.

"ஆபீஸ்லயே இருங்க. கார் அனுப்பறேன். கொஞ்சம் புதுச்சேரி ஃபார்ம் ஹவுஸுக்கு வந்துடுங்க. ஒரு முக்கியமான விஷயம் பேசணும்." சுருக்கமாக சொல்லிவிட்டு போனை வைத்துவிட்டார். அடுத்த அரைமணி நேரத்தில் கார் வந்திருப்பதாக டைம் ஆபீஸில் இருந்து இன்டர்காம்.

திடீர் அழைப்பும். அவகாசமில்லாத நெருக்கடியும் நல்ல அறிகுறிபோல இல்லை. ஏதோ விபரீதம். இல்லையென்றால் அவர் அழைத்திருக்க மாட்டார். அதுவும் பண்ணை வீட்டுக்கு.

சீஃப் ரிப்போர்ட்டரிடம் மட்டும் விஷயத்தைச் சொன்னான். "இது சினிமா ரிப்போர்ட்டிங் மட்டுமில்லை... க்ரைம் ரிப்போர்ட்டிங். உடனே உடனே மெசெஜ் பண்ணு" என்று எச்சரித்து அனுப்பி வைத்தார்.

ஏழு பேர் போகிற இன்னோவாவில் தனியாக தான் மட்டும் போவது அநாவசியம்... ஆடம்பரம்.

கார் புறப்பட்டதும் முதல் வேலையாக கதிரவனுக்குப் போன் போட்டான். டிரைவருக்குக் கேட்காதபடி கம்மி குரலில் பேசினான்.

"தயாரிப்பாளர் வேடப்பட்டி துரைசாமி சாரை உனக்குத் தெரியுமா?"

"தெரியாது. ஏன் கேட்டே?"

"நீ சொன்ன நடிகை அவர் படத்தில நடிச்சிருக்கா."

"ஓ... அதுக்கு என்ன இப்போ?"

"நேத்து ஒரு வாட்ஸ் அப் குழுவுல அந்த நடிகையைப் பத்தி விசாரிச்சிருந்தேன். நான் விசாரிக்கிறது அவர் காதுக்குப் போயிருக்கும்னு நினைக்கிறேன். திடீர்னு அவருடைய ஃபார்ம் ஹவுஸுக்குக் கூப்பிட்டு கார் அனுப்பியிருக்கார். நா இப்ப போயிட்டிருக்கேன்."

மறுமுனையில் யோசிப்பதை உணர முடிந்தது. கதிரவன் உடனே பதில் சொல்லாமல் இருந்தான்.

"கதிர்?"

"நீ ஏன் வாட்ஸ் அப் குருப்ல போட்டே? இதெல்லாம் ரகசியமா விசாரிக்கணும்."

"நான் ஆபீஸ்ல சொல்லிட்டுத்தான் போறேன். நீ பயப்படாதே.

ஒருவேளை அவரோட அடுத்த புராஜெக்ட் பத்தி சொல்றதுக்குக் கூட கூப்பிட்டிருக்கலாம். நாம் ஓவரா கற்பனை பண்றோம்." பாலு நிலைமையை சகஜமாக்க நினைத்தான்.

"இல்லை, அப்படித்தோணலை. உன்னை மட்டும் தனியா ஃபார்ம் ஹவுஸுக்கு வரவெச்சி சொல்ல மாட்டார். ஏதோ விஷயமிருக்கு. நேத்து நீ அந்த நடிகையை விசாரிக்கிற... அவ இவரோட படத்தில நடிச்சவ... இப்ப அவர் உன்னை உடனே சந்திக்கணும்னு சொல்றாரு. ரைட்?"

"ஆமா."

"உன்கிட்ட எதுக்கு அந்த நடிகைய விசாரிக்கிறன்னு கேட்டா என்ன சொல்லுவே?" கதிர் எதிர்கொள்வதற்குத் தயார்படுத்தினான்.

"கம்போடியாவில் அவள் இருப்பதையும் கலைச்செல்வி காணாமல் போனதையும் சொல்லிட்டா என்ன? இங்க நியூஸ் பேப்பர்ல கலைச்செல்வி மாயம்னு செய்தி வந்திருக்கு."

"அப்படியா?"

"சரி மொதல்ல அவரைப் பேச விடு. எதுக்கு வரச்சொன்னீங்கன்னு ஆரம்பி."

கார் கல்பாக்கத்தைக் கடக்கும்போது, டீ சாப்பிட நிறுத்தச் சொன்னான். பரபரப்பில்லாத கடை. கடைக்கு வெளியேயும் டேபிள் போட்டு, கும்பகோணம் டிகிரி காப்பி இங்கே கிடைக்கும் என்று போட்டிருந்தார்கள். டிகிரி காப்பி, பில்டர் சிகரெட் காம்பினேஷன் பாலுவுக்கு ஏகாந்தமாக இருந்தது. கடையில் தொங்கிக் கொண்டிருந்த வார இதழ்களை நோட்டமிட்டான்.

வண்ணத்திரை சினிமா வார இதழை எடுத்தான். பக்கங்களைப் புரட்டிக்கொண்டே வந்தான். சொல்வதெல்லாம் உண்மை என்ற தலைப்பில் கிசுகிசு எழுதியிருந்தார்கள்.

காபி, சிகரெட், வார இதழ் என எல்லாவற்றுக்கும் டிரைவரே காசு கொடுத்தான். முதலாளியின் உத்தரவு அப்படி இருந்திருக்க வேண்டும்.

கார் கிளம்பியது.

சொல்வதெல்லாம் உண்மையைத் தொடர்ந்தான்.

"தமிழகத்தின் கனவு கன்னியாக இருந்த நடிகையின் பெயரைக் கொண்டவர் இந்த நடன நடிகை. இரண்டு படத்தில் ஆடினார். இரண்டு படத்தில் குட்டி வேடங்களில் தலைகாட்டினார். இப்போது செட்டில் ஆகிவிட்டார். பிடித்தாலும் பிடித்தார் புளியங்கொம்பாகப் பிடித்திருக்கிறார். வேடம் போடத் தெரியாதவர்

அந்தத் தயாரிப்பாளர். நடிகைக்கு வேடம் கொடுத்ததால் பட்டியில் சிக்கிய ஆட்டுக்குட்டியாகிவிட்டார்."

சினிமாவில் ஊறியவர்கள் மட்டுமே இந்தப் புதிரை உடைத்து சம்பந்தப்பட்டவர்கள் யார் என்று கண்டுபிடிக்க இயலும். பாலு கண்டுபிடித்தான். வேடம், பட்டி, தயாரிப்பாளர் என்பதெல்லாம் வேடப்பட்டி துரைசாமியை அடையாளம் காட்டுபவை. தமிழகத்தின் கனவுக் கன்னியாக இருந்த நடிகையின் பெயரைக் கொண்டவர் ஸ்ரீதேவி. இருவருக்கும் தொடர்பு என்பது இதனால் அறியவரும் பொழிப்புரை.

கதை சுலபமாக இருந்தது.

ஸ்ரீதேவி, கலைச்செல்வியைக் கடத்தியிருப்பதை ஒருவேளை துரைசாமி அறிந்திருக்கலாம். எங்கே நம்மை சிக்க வைத்துவிடுவாளோ என அஞ்சுகிறார். ஸ்ரீதேவி ஏன் கடத்த வேண்டும்? ஏன்? ஏன்? ஏன்?

கார் அந்தப் பண்ணை வீட்டுக்குள் நுழைந்தது. காவலாளி பவ்யமாக வழிவிட்டான். பண்ணைக்குள் அரை கிலோமீட்டர் தூரம் பயணத்ததும் ஒரு கிரானைட் மாளிகை தெரிந்தது. அதன் முன்னால் வேப்பமரம். அதன் கீழே நாற்காலியில் அமர்ந்திருந்தார் துரைசாமி. அவர் கையிலும் வண்ணத்திரை வார இதழ் இருந்தது.

16

வண்ணத்திரை சினிமா இதழில் வெளிவந்த அந்தக் கிசுகிசு பாலுவை யோசிக்க வைத்தது. வேடப்பட்டி துரைசாமி தன் மிகுதியான கோபத்தை வடிகட்டிக் காத்திருந்தார். முகத்தில் தெரிந்த சாந்தம் போலியானதென்று புரிந்தது. வண்ணத்திரையை பாலுவின் பக்கம் நகர்த்தினார்.

"வாங்க தம்பி. உட்காருங்க" என்ற விருந்தோம்பலில் நிச்சயமாக உண்மையில்லை. பேச்சில், பொறுமையில் நடிகர் கிட்டி நினைவுக்கு வந்தார். அந்த முன் வழுக்கையும் ஒரு காரணம். வெள்ளை பேண்ட், வெள்ளை சட்டை, வெள்ளை செருப்பு, திருநீரு… என வெண்மையின் ஆதிக்கம் அதிகமிருந்தது.

"வணக்கம் சார். எதுக்கு சார் இவ்வளவு தூரம் வரச் சொன்னீங்க?"

"பத்திரிகைகாரங்கல்லாம் சேர்ந்து விரட்டினா… இப்படித்தான் ஊருக்கு ஒதுக்குப்புறமா வந்து நிக்க வேண்டியிருக்கு."

அவர் சொன்ன ஒதுக்குப் புறத்தை அவனையும் அறியாமல் பார்த்தான்.

"சார்… நாங்க என்ன பண்ணோம்?"

"இதப் படிங்க. அப்புறம் பேசுவோம்.

"சார் நான்படிச்சிட்டேன்." சொல்லிவிட்டு அவருடைய முகத்தைப் பார்த்தான் பாலு.

"இந்தப் பத்திரிகை முந்தாநாள் வந்திருக்கு."

எதற்காக பத்திரிகை வந்த தேதியைச் சொல்கிறார் எனப் புரியவில்லை.

"நீங்க அந்த நடிகைய பத்தி நேத்து விசாரிச்சு இருக்கீங்க."

அவர் தீர்க்கமாக பாலுவைப் பார்த்தார்.

இப்படி ஒரு தொடர்பு இருப்பதை பாலு யோசிக்கவில்லை. உண்மையில் அந்த நடிகையை முதலில் விசாரித்தோம்... அப்புறம் இந்தக் கிசுகிசுவைப் படித்தோம். இவராக வந்து இப்படி எடுத்துக்கொடுத்தது யோசிக்க வைத்தது. நண்டு தானாக வந்து கொக்கின் வாய்க்குள் நுழைவது போல இருந்தது.

"சார் அது வந்து..."

"பரவால்ல சினிமால செய்தி சேகரிக்கிறது உங்க விருப்பம். உங்க தொழில். எனக்கு ஒரு விஷயம் மட்டும் தெரியணும்... அந்தப் பொண்ண பத்தி தெரிஞ்சுக்கிட்டு என்ன பண்றதா இருந்தீங்க?"

"வேற என்ன சார்.. அந்த செய்தி உண்மையானு கேட்பேன். கல்யாணம் பண்ணிட்டீங்களான்னு கேட்பேன்."

உனக்கு அதிலென்ன லாபம் என்பது போல பார்த்தார்.

"ஓகே அதை என்கிட்ட கேளுங்க. அந்தப் பேட்டியை என்கிட்டே எடுக்கலாம் இல்ல?"

பாலு அமைதியாக இருந்தான்.

"அவர் என்ன சாப்பிடுறீங்க" என்றார்.

"எதுவும் வேண்டாம் சார். டீ போதும்."

அவர் எந்தப் பக்கம் யாரை பார்த்து சைகை காட்டினார் என்று தெரியவில்லை. சிக்கன், மட்டன், இறால், மீன் போன்றவற்றின் வறுவல்கள்... கறி குழம்பு மீன் குழம்பு என ஒரு வாரத்துக்கு சாப்பிடவேண்டிய வகைகள் வரிசையாக வந்தன. இரண்டு சேவகர்கள். நேர்த்தியான உடையணிந்த ஊழியர்கள். அவருக்கும் பாலுவுக்குமாக இரண்டு தட்டுகளில் பரிமாற ஆரம்பித்தனர்.

"அவசரமில்ல. சும்மா சாப்பிடுங்க. அப்புறம் பேசுவோம்" என்றபடி தன்னுடைய தட்டை அவர் பக்கம் நகர்த்திக்கொண்டு, இன்னொன்றை பாலுவின் பக்கம் நகர்த்தினார். அவர் சாப்பிட ஆரம்பித்தார்.

மிக இயல்பாக, "நம்ம பசங்க அஜீவகாரண்யத்தில அசுத்துவானுங்க. நான் ப்யூர் நான்வெஜ்டேரியன். திருநீரு பட்டை போட்டிருக்கேன்னு தயிர் சாதம்னு நினைச்சுடாதீங்க" என பேச

தமிழ்மகன் | 105

ஆரம்பித்தார். சுட்டு விரலை அசைத்ததும் சேவகர்கள் அங்கிருந்து விலகி மறைந்துவிட்டனர்.

“சார் நான் இவ்வளவு சாப்பிட மாட்டேன். இதில எதாவது ஒரு அயிட்டம் இருந்தா போதும்.”

“சும்மா சாப்பிடுங்க. வளர்ற வயசு. டேஸ்ட் பாருங்க. அப்புறம் முடிவு பண்ணுங்க. முதல்லயே ஒண்ணு போதும்னு முடிவு பண்ணா எப்படி?”

மேலும் விவாதிக்க விரும்பாமல், எறால் ஒன்றை எடுத்துக் கடித்தபடி சிரித்தான்.

“அந்தக் கிசுகிசு பத்தி நீங்க என்ன நினைக்கிறீங்க?”

“சார்... எனக்கு தெரியாது. நீங்கதான் சொல்லணும்.” பாலு ஒரு தைரியத்தில் பேசினான். கடற்கரை மிகவும் அருகில் இருக்க வேண்டும். காற்றின் மணம் அதைத் தெரியப்படுத்தியது.

“இந்த வயசுல நான் கல்யாணம் பண்ணுவேனா? அதுவும் சினிமாவில ஒரு ஜூனியர் ஆர்டிஸ்ட்டை... அந்தப் பொண்ணு பேர் என்ன?...?” வில்லன் நடிகர் வேடத்துக்குப் பொருத்தமாக இருப்பார் என திடீரென அவரைப்பற்றி நினைத்தான் பாலு.

“ஸ்ரீதேவின்னு சொன்னாங்க.”

“எவ்ளோ பெரிய நடிகையோட பேரை வெச்சிருக்கா. என்ன லேங்க்வேஜ்... புடிச்சாலும் புளியங்கொம்பா புடிச்சிருக்கான்னு... யார் எழுதறாங்க இப்படியெல்லாம்?”

“அப்படின்னா அதில உண்மையே இல்லையா?”

“என்ன தம்பி அப்படின்னா... நீ உண்மைன்னு நினைச்சியா?” திடீரென ஒருமையில் பேசியது நெருக்கமாகிவிட்டதைக் காட்டுவதற்காக.

“அதுக்கில்ல சார். நீங்க அந்த பத்திரிகை நிருபரை இல்ல கூப்பிட்டு விசாரிச்சிருக்கணும்?”

“அதில ஏதோ மொட்டைக்கடுதாசி மாதிரி எழுதியிருக்கான். நீ எதுக்கு விசாரிச்சேன்னு தெரிஞ்சுக்கணும். நீயும் விசாரிக்காம எழுதிடப் போறேன்னுதான் கூப்பிட்டனுப்பினேன். அந்தச் செய்தி உண்மையில்ல தம்பி.”

“சரி சார். அப்படியே போட்டுடுறேன்.”

அவர் அதிர்ந்தார்.

“நீங்க எதுவும் எழுத வேணாம். அந்தச் செய்தியை மறுத்தார்னு எழுதினா அது எனக்கு அசிங்கம். அவளையெல்லாம் ஒரு

பொருட்டா வெச்சு நான் பதில் சொன்னா நல்லாருக்குமா?”

“சரி விட்டுடுறேன். ஆனா அந்தப் பொண்ணு எதாவது சொன்னா அதை எழுத வேண்டியிருக்கும்.”

அவர் சாப்பிடுவதை நிறுத்திவிட்டு அப்படியே அதில் கையைக் கழுவினார். பாலு அதிர்ச்சியாகப் பார்த்தான். தானும் சாப்பிடுவதை நிறுத்தினான்.

“அது உங்க இஷ்டம். உங்க உரிமை. ஆனா அவ என்னை சம்பந்தப்படுத்திப் பேசினா என்கிட்ட ஒரு வார்த்தை கேட்டுட்டுப் போடுங்க. ஏடாகூடமா என்னைப் பத்தி சொன்னா அதை நா கண்டிக்க வேண்டியிருக்கும்.”

“அது உங்க உரிமை.” பாலு சிரித்தான். மரத்துக்குப் பக்கத்திலேயே குழாய் இருந்தது.

“இங்க கை கழுவலாமா?” என்றான்.

“நீ சாப்புடுப்பா.”

“போதும் சார்.” கைகழுவிவிட்டு வந்தமர்ந்தான்.

“அந்தப் பொண்ணு எங்கருக்கான்னு கண்டுபிடிச்சுட்டீங்களா?”

“அவங்க இப்ப கம்போடியாவில இருக்காங்க. ஏதோ விளம்பரப் படத்தில நடிக்க போனாங்க. லாக்டவுன்னால ப்ளைட் இல்ல. எப்படியும் இந்த வாரத்தில நிலைமை சரியாகிடும். இன்டியா திரும்பிடுவாங்க. அவங்க வீட்டு அட்ரஸ்தான் கிடைக்கல” என்றபடி அவருடைய முகத்தைப் பார்த்தான்.

“ஐ ஸீ.”

“அப்ப நா கிளம்பறேன் சார்.”

“உங்கள சிரமப்படுத்திட்டேன். கிளம்புங்க. அந்தக் கிசுகிசு உண்மையில்ல. சென்சிடீவான விஷயம். நா இத்தனை வருஷம் சம்பாதிச்ச பேரை கெடுத்துடாதீங்க.”

“உண்மையில்லைன்னா நிச்சயமா எழுத மாட்டேன். கவலைப்படாதீங்க சார்.”

அழைத்து வந்த கார் உறுமி, தான் தயார் என்பதை அறிவித்தது. பாலு காரில் ஏறி கை அசைத்து... அவர் உள்ளே போய்விட்டார். பெயர் கெட்டுவிடக் கூடாது என்ற அச்சம் அவருக்கு அதிகமிருந்தது. தன்னுடைய செல்வாக்கைக் காட்டுகிற ஆர்வம் அவருக்கு இருந்தது. கார் கடற்கரை சாலையில் மிதந்துகொண்டிருந்தது.

வண்ணத்திரையில் யுவகிருஷ்ணாவை அணுகி தகவல் எந்த அளவுக்கு உண்மை என்று கேட்டான் பாலு. “அது கிசுகிசு அல்ல...

செய்தி. திருமணம் என்பது பெரிய வார்த்தை. திருமணம் இல்லா பந்தம்" என்றார் யுவகிருஷ்ணா.

கௌரவம் போய்விடக்கூடாதே என்ற அச்சம் மட்டும்தான் காரணம். ஸ்ரீதேவிக்கும் தனக்கும் தொடர்பு இருப்பதை மறைக்கிறார்... மறுக்கிறார். அது இயல்புதான். பாலுவுக்கு, ஸ்ரீதேவிக்கும் கலைச்செல்வி கடத்தலுக்கும் என்ன தொடர்பு என்பதுதான் மண்டைக்குடைச்சலாக இருந்தது.

வண்டி மகாபலிபுரத்தைக் கடக்கும்போது எதிரே விரைந்த போலீஸ் ஜீப்பில் வேலாயுதம் இருப்பதைப் பார்த்தான். அவர் எதற்கு இந்தப் பக்கம்... ஒரு வேளை அவரும் வேடப்பட்டியைப் பார்க்கத்தான் செல்கிறாரா? போலீஸ் தரப்பும் தயாரிப்பாளருக்கும் அந்த நடிகைக்கும் சம்பந்தமிருப்பதைக் கண்டுபிடித்துவிட்டதா?

வேலாயுதத்துக்கு போன் போட்டான்.

"சார் உங்களை ஈ.ஸி.ஆர்-ல பாத்தேன்."

"ஓ... நீங்க எங்க போயிட்டு வர்றீங்க?" என்றார்.

நடந்த விஷயங்களைச் சுருக்கமாகச் சொன்னான் பாலு.

"நானும் அங்கதான் போறேன். கலைச்செல்வி கடத்தலுக்கும் ஸ்ரீதேவிக்கும் ஏதோ லிங்க் இருக்கு. தயாரிப்பாளருக்கும் தொடர்பு இருக்கும்னு யூகிக்கிறேன்."

"வேடப்பட்டி துரைசாமிக்கா?"

"ஆமா."

"எப்படி சொல்றீங்க?"

"ஒரு ஆதாரமும் இல்ல. யூகம் மட்டும்தான்."

"யூகத்துக்கு ஒரு ஆதாரம் இருக்கணுமே?" என்றான்.

"ஸ்ரீதேவிய எனக்குத் தெரியாதுன்னு அவர் மறுக்கலாம். அவர் தயாரிச்ச படத்தோட கேமிரா மேனைத் தெரியாதுன்னு மறுக்க முடியாது. இப்ப கம்போடியாவுல நடந்த விளம்பரப்படத்தோட கேமிரா மேனும் அதே ஆள்தான். அவரும் இப்ப கம்போடியாவுல இருக்கிறதா கண்டுபுடிச்சுட்டோம்."

"கேமிராமேன் டேனியல்ராஜ்?"

"ஆமா."

"அட்வர்டைஸ்மென்ட் ஃபிலிம் எடுக்க அங்க எதுக்கு போனார்? அவர் கம்போடியா போயிருக்கிறது தயாரிப்பாளருக்குத் தெரிஞ்சிருக்கும்."

"அவர் போனது மட்டுமில்ல... ஸ்ரீதேவி அங்க போனதும் தெரிஞ்சிருக்கும். ஏன் அங்கு போனார்கள்? என்ன படம் எடுத்தார்கள்? யாரெல்லாம் போனாங்க... இப்படி மேலோட்டமா சில கேள்வி வெச்சிருக்கேன்."

"சரி. என்ன தகவல் தெரிஞ்சாலும் சொல்லுங்க. கலைச்செல்விய மீட்கணும். பாவம் கதிரவன் நொந்து போய்ட்டான்."

"இன்னைக்கு ஒரு முடிவு தெரிஞ்சிடும். டோண்ட் ஒர்ரி." போன் அணைக்கப்பட்டது.

இது புது பூதம். வேடப்பட்டி துரைசாமி படம் கேட்டிருந்தான் கதிரவன். ஒருவேளை கதிரவனுக்கு அவரை முன்பே தெரியும் என்றால்... அவருடைய போட்டோ-வை கதிரவனுக்கு வாட்ஸ் அப் செய்தான். சே... அவன் கேட்ட உடனே அனுப்பியிருக்க வேண்டும். மறந்துவிட்டது. கதிரவன் முதலிலேயே சொன்னான். "கலைச்செல்விக்கு யாரும் விரோதியில்லை. என்னுடைய விரோதிதான் அவளைப் பிடித்துவைத்து பழி தீர்க்கிறான்."

படம் அனுப்பியதும் சிறிது நேரத்திலேயே ரைட் டிக் நீல நிறமானது.

அடுத்த நொடியில் வாட்ஸ் அப் கால். "இவர்தான் வேடப்பட்டி துரைசாமியா?" என்றான் கதிரவன்.

"ஆமாம்பா. இவரைத்தான் பாத்துட்டு வர்றேன்."

"இவர் பேரு கே.ஆர். துரை ஆச்சே?"

"அதெல்லாம் அஞ்சு வருஷம் முன்னாடி. கோ புரொட்யூஸரா இருந்த நேரம்."

"இவர்தான் ஸ்ரீதேவிய கல்யாணம் பண்ணியிருக்காரா?"

"எனக்கு அப்படியொரு நடிகையை தெரியவே தெரியாது. அவளைக் கல்யாணமும் பண்ணலைன்னு மனுஷன் சாதிக்கிறார். கம்போடியாவ பத்தி பேச்செடுத்தேன். அந்த நாட்டை இப்பத்தான் மொத மொதல்ல கேள்வி படுறா மாதிரி பேசுறார். மனுஷன் ஓவரா நடிக்கிறார். இப்ப வேலாயுதமும் அவரைப் பார்க்க அங்க போறாரு. இப்பத்தான் என்னை கிராஸ் பண்ணார்."

"நான் நினைச்சது சரிதான். இவன்தான்... இவனே தான். கலைச்செல்விய கடத்தி வெச்சிருக்கிறது இவன்தான்." கதிரவனின் குரலில் உஷ்ணம் ஏறிக்கொண்டிருந்தது.

"கொஞ்சம் இரு நா ஒவ்வொரு கேள்வியா வர்றேன்.உனக்கு தயாரிப்பாளர் வேடப்பட்டி துரைசாமியைத் தெரியுமா? அவருக்கும் உனக்கும் ஏதாவது விரோதம் உண்டா?"

“அந்த ஆளை நல்லா தெரியும். ‘சிறையில் கிடைத்த நீதி’ படத்தோட கோ புரட்யூஸர்.”

“தெரியும் சரி. விரோதம்?”

“அதுவும்தான்.” என்றான் கதிரவன்.

“என்ன விரோதம்?”

“அப்ப நான் தின இசை பத்திரிகைல வேலை பார்த்தேன். அங்க என் வேலை போனதுக்கே அவந்தான் காரணம்.”

“சிறையில் கிடைத்த நீதி படத்துக்கு விமர்சனம் எழுதினேன். கதையில் ஒரு லாஜிக்கும் இல்லை. ஜெயில்லயே ரெண்டு கைதிகள் காதலிப்பாங்க. ரெண்டு பேரும் ஒரு குற்றமும் செய்யாதவங்க. அப்பாவிங்க. அவங்களுக்குக் கல்யாணம் நடக்கும். குழந்தை பிறக்கும். அந்தக் குழந்தை வளர்ந்து இளைஞனாகி ஜெயில்ல இருந்து வெளிய வருவான். பெத்தவங்க நிரபராதின்னு நிரூபிப்பான். இப்படியொரு கதை. எதாவது லாஜிக் இருக்கா?”

“அப்புறம் என்ன ஆச்சு?”

“விமர்சனம் எழுதி கிழி கிழின்னு கிழிச்சுட்டேன். இந்த ஆள் ஆபீஸுக்கே வந்து எகிறினான். படம் லாஸ் ஆனதுக்கு நீங்கதான் காரணம். உங்களுக்குக் குடுத்த விளம்பரத்துக்கு பணம் தரமாட்டேன்னு எங்க ஆபீஸுக்கு வந்து எகிறி குதிச்சான். மேனேஜ்மென்ட்ல என் மேல எகிர்றாங்க. இருபத்தஞ்சு லட்ச ரூபா பத்திரிகைக்கு லாஸ்னு புலம்பறாங்க. அந்த ஆள் ஒரே ஒரு கண்டீஷன் போட்டான். என்னை வேலையிலருந்து தூக்கினா பணம் செட்டில் பண்ணுவேன்னு சொல்லிட்டான்.”

“வேலை போச்சு?” “அதுக்கப்புறம் அவனோட ஆபீஸுக்கு போனேன். ஊர்ல வெங்காய மண்டிதான வெச்சிருந்தே... அதயே ஒழுங்கா கவனிக்கலாமே இப்படி படம் எடுத்து மண்டையில வெங்காயம்தான் இருக்குன்னு காட்ட வேணாமேன்னு கத்திட்டு வந்தேன்.”

கதிரவன் சொல்ல சொல்ல முடிச்சுகள் அவிழ்ந்தன.

17

“என்னடா சொல்றே?” பாலு பதற்றமானான்.

“ஆமா பாலு. இவன்தான்னு ப்ரூவ் பண்றதுக்கு வேற ரீஸனே வேணாம். அன்னைக்கு அவன் ஆபீஸ்ல கோபமா நிறைய பேசிட்டேன். சினிமான்னா நாலு பேர் பாக்குறமாதிரி எடுக்கணும். படம் பாக்குறவன் உயிர எடுக்கக் கூடாதுன்னு சொன்னேன். பதிலுக்கு அவனும் கத்தினான்... அவன் சொன்னது நல்லா ஞாபகம் இருக்கு... ‘எடுக்குறேன். நீ சொல்ற மாதிரி எதார்த்த படம் எடுக்குறேன். உங்க வீட்டு பெட்ரூம்லயே ஒரு கேமரா வெச்சு படம் புடிச்சா ரொம்ப எதார்த்தமா இருக்கும். எடுக்கட்டுமா?’ன்னு கேட்டான். அவன் வக்கிர புத்தி இப்பத்தான் தெரியுது.”

கார் பயணத்தில் சிக்னல் குறைபாடுகளால் சில நேரங்களில் கதிரவன் சொல்வது சரியாக விழவில்லை. ஆனால் சொல்ல வந்தது இந்தக் கடத்தலுக்கு முக்கியமான பின்னணியாக இருந்தது.

“உனக்கும் துரைசாமிக்கும் இருந்த விரோதம்... இப்போது ஸ்ரீதேவியும் துரைசாமியின் பட கேமராமேன் டேனியலும் கம்போடியாவில் நடத்திய படப்பிடிப்பு, ஸ்ரீதேவிக்கும் துரைசாமிக்கும் இருக்கும் தொடர்பு... எல்லாவற்றையும் தெளிவாக எழுதி அசிஸ்டென்ட் கமிஷனர் பாலசுந்தரத்துக்கு மெயில் அனுப்பு. அடுத்த ஒரு மணி நேரத்தில் அவனைத் தூக்கி உள்ள வெச்சுட்டு, கலைச்செல்விய வெளிய கொண்டாந்துடலாம்.”

“நான் உடனே அனுப்பறேன். வேலாயுதத்துக்கும் காப்பி அனுப்பி வைக்கிறேன்.”

போன் இணைப்பு நின்றது. கார் சீராக ஓடிக்கொண்டிருந்தது. கார் டிரைவர் எதையும் காதில் வாங்கிக்கொண்டதாகத் தெரிய வில்லை. கார் ஓட்டும்போது அதை மட்டும் செய்ய வேண்டும்போல இருந்தான். கதிரவன் சொன்னது எல்லாமே கோடு கிழித்ததுபோல நேராக வேடப்பட்டி துரைசாமியையும் கதிரவனையும் இணைத்தது. பாலுவுக்கு ஆத்திரம் அதிகரித்தது. அப்படிப்பட்ட வஞ்சகன் வீட்டிலா சாப்பிட்டுவிட்டு வருகிறோம் என்பதை நினைக்கும்போதே குமட்டலாக இருந்தது.

வேலாயுதம் இன்னேரம் துரைசாமியின் வீட்டுக்குப் போய் சேர்ந்திருப்பார். உடனே அவருக்கு இந்த முன் பகையைச் சொல்ல வேண்டும்...

“சார் நான் பாலு பேசறேன்.”

“நான் பத்து நிமிஷம் கழிச்சு பேசட்டுமா? சார் கூட பேசிக்கிட்டிருக்கேன்.”

“சார் அவர் கிட்ட பேசறதுக்கு முன்னாடி இந்த விஷயத்தைக் கேட்டுக்கங்க... ரொம்ப அவசரம்.”

“சொல்லுங்க” என்றான் வேலாயுதம்.

காலம் கருதி மிகச் சுருக்கமாக மூன்று நிமிடங்களில் அனைத்தையும் சொல்லி முடித்தான் பாலு.

வேலாயுதம் குறுக்கே எதுவும் பேசாமல் கேட்டுக்கொண்டு பேச்சை முடிக்கும் போது ஓ.கே என்று மட்டும் சொன்னார்.

கதிரவனுக்குள் நிம்மதிக்கான மெல்லிய ரேகைகள் ஓடின.

அந்தக் கிசுகிசுவில் ஒரு கிசு அளவுக்கு... பாதி உண்மை இருந்தாலும் போதும் ஸ்ரீதேவி துரைசாமி தொடர்பும் இந்தக் கடத்தலும் நிரூபிக்கப்பட்டுவிடும். ஸ்ரீதேவி தயாரிப்பாளரின் ஆலோசனை இல்லாமல் இங்கு வந்திருக்க மாட்டாள். செல்போனில் வேகமாக தன் புகாரை ஆணித்தரமாகப் பதிவு செய்ய ஆரம்பித்தான் கதிரவன்.

பாலுவின் எச்சரிக்கை போன். கதிரவனின் புகார் மெயில் எல்லாம் கிட்டத்தட்ட வேலாயுதத்துக்கு ஒரே நேரத்தில் கிடைத்தன. குற்றவாளி வேலாயுதத்தின் எதிரில்தான் இருந்தார்.

"என்ன சார் டென்ஷனா இருக்கீங்க?" என்றார் வேடப்பட்டி துரைசாமி குளிர்வாக.

"உங்களை எப்படி டென்ஷன் ஆக்கலாம்னுதான்." வேலாயுதம் பதறாமல் சொன்னான்.

"என்னையா?"

"சிறையில் கிடைத்த நீதி-யிலிருந்து ஆரம்பிக்கணும்."

"அந்தப் படத்தை நானே மறந்துட்டேன்."

"நாங்க மறக்கல."

"அதுக்கப்புறம் பதினைஞ்சு படம் எடுத்துட்டேன்."

"சார் நான் நீங்க எடுத்த சினிமா பத்தி பேச வரல."

"நல்லது. நானும் நீங்க வந்ததிலருந்து எதுக்கு வந்திருக்கீங்கன்னுதான் கேட்டுக்கிட்டிருக்கேன்."

"உங்களை மாதிரி பெரிய மனுஷங்க கிட்ட எடுத்தோம் கவிழ்த்தோம்னு பேசக்கூடாது இல்லையா?"

"நன்றி."

"சிறையில் கிடைத்த நீதின்னு சொன்னதும் உங்களுக்கு கதிரவன் ஞாபகம் வந்திருக்கும்."

"கதிரவன்?... புரடக்‌ஷன் மேனேஜரா?" என்றார் துரைசாமி. அந்த வார்த்தைகளில் கொழுப்பு தெரிந்தது.

"இப்ப ஞாபகம் வரும் பாருங்க. அவர் வீட்டுல கேமரா வெச்சு படம் எடுத்தா எதார்த்தமா இருக்கும்னு சவால் விட்டீங்களே?" வேலாயுதம் அவர் கண்களைக் கவனித்தான். அதில் அச்சத்தின் சிறு துளியும் இல்லை.

"சுத்தமா நினைவு வரலை. நீங்க நேரடியாவே சொல்லலாம்."

வேலாயுதம் அவரைப் பார்த்து ஆச்சர்யப்பட்டான். கல்லுளி மங்கன்.

"கதிரவன் என்பவர் சினிமா நிருபர். நீங்கள் எடுத்த சிறையில் கிடைத்த நீதி படத்தைக் கடுமையா விமர்சித்தவர். நீங்க கொடுத்த ப்ரஸர்ல அவரோட வேலை போச்சு."

"ஓ... ஆமா... அது சினிமா எடுக்க வந்த புதுசு. மொத படம். இப்படி எழுதறாங்களேங்கிற கோபம். இப்ப என்ன பண்றார் அவர்?"

"சார் முழுசும் சொல்லிடறேன். அவர் மேல உங்களுக்குக்கோபம் தீரல. அவரைத் தெரியாத மாதிரி நடிக்கிறது நல்லா இருக்கு.

அவரைப் பழிதீர்க்கிற முயற்சியில இப்ப கம்போடியாவுல அவரோட லவ்வர் கலைச்செல்விய கடத்தி வெச்சிருக்கீங்க. அவளை அடைச்சு வெச்சிருக்கிறத படம் பிடிச்சு யூ ட்யூப்ல வெளியிடறீங்க. உங்களுக்குத் தெரிஞ்ச ஸ்ரீதேவி, டேனியல் ராஜ் ரெண்டு பேரும் இப்ப கம்போடியாவுல இருந்துக்கிட்டு இந்தக் காரியங்களைச் செஞ்சுகிட்டிருக்காங்க."

துரைசாமி அமைதியாக இருந்தார். அவருடைய பொன் வேய்ந்த மூக்குக் கண்ணாடி ப்ரேம்களை கைக்குட்டையால் துடைத்தார்.

"உங்களுக்கே இந்தக் கதைல லாஜிக் இல்லைன்னு தெரியலையா? அஞ்சு வருஷம் முன்னாடி நா ஒரு லாஜிக் இல்லாத கதைய படமா எடுத்தேன்னு இப்ப ஒரு லாஜிக் இல்லாத கதைய சொல்லி என்னைக் குற்றவாளியாக்குறீங்களே?"

"சார் நான் சொன்ன கதையில எல்லா லாஜிக்கும் இருக்கு. உங்களை கஸ்ட்டியில் எடுத்து விசாரிக்க வேண்டியிருக்கும். உங்க மேல கதிரவன் புகார் கொடுத்திருக்கார். அசிஸ்டெண்ட் கமிஷனர் பாலசுந்தரம் உங்களை விசாரிக்க சொல்லியிருக்கார். இனிமே கொஞ்சம் நடிக்காம பேசினா நல்லா இருக்கும்." சொல்லிவிட்டு வேலாயுதம் மிடுக்காக அமர்ந்தான்.

"அஞ்சு வருஷம் முன்னாடி ஏதோ ஆவேசத்தில பேசின ஒரு வார்த்தைய வெச்சுக்கிட்டு நீங்க இவ்ளோ தூரம் வந்துட்டீங்க. உண்மையிலயே நான் அதையெல்லாம் அப்பவே மறந்துட்டேன். நீங்கதான் இப்ப ஞாபகப்படுத்தியிருக்கீங்க. அப்புறம் எனக்குத் தெரிஞ்சவங்க ரெண்டு பேர் கம்போடியாவுல இருக்கறதா சொல்றீங்க. அதில ஒருத்தரைப் பத்தி எனக்குத் தெரியவே தெரியாது. இன்னொருத்தர் என் படத்தில வேலை பார்த்த டேனியல் ராஜ். அவரையும் எனக்கு முழுசா தெரியாது. கேமரா மேனை முடிவு செய்றது எல்லாம் அந்தந்த படத்து டைரக்டர்கள். சாஸ்திரத்துக்கு ஒரு தடவை அறிமுகப்படுத்தி வைப்பாங்க. அப்படிப் பாத்ததுதான் அவரை. அப்புறம் நான் விளம்பரப் படம் எதுவும் எடுக்கல. அங்க யாரையோ கடத்தி வெச்சிருக்கிறதா வேற சொல்றீங்க. என் வயசுக்கும் என்னுடைய செல்வாக்குக்கும் இந்த மாதிரி வேலையெல்லாம் செய்வேன்னு நினைக்கிறீங்களா?"

"பெரிய மனுஷங்கங்கிறத போலீஸ் டிபார்ட்மென்ட்ல ஒரு அளவுகோலா எடுத்துக்கிறதில்ல. போன வாரம்கூட ஒரு மினிஸ்டர் பதினெட்டு வயசு பொண்ணை கல்யாணம் பண்ணிக்கிறதா சொல்லி கர்ப்பமாக்கிட்டு நடுத்தெருவுல வுட்டுட்டுப் போயிட்டார்."

"சாரி. நான் என் அட்வகேட் கிட்ட பேசிட்டு, கமிஷனர் ஆபீஸ் வர்றேன். நீங்க கிளம்பலாம்."

மனிதர் உஷ்ணமாகிவிட்டார். இனி நடிக்க முடியாது என்ற உஷ்ணம். இயலாமை. இதைத்தான் வேலாயுதம் எதிர்பார்த்தான்.

கதிரவன் பெயருக்கு ஏற்ப படு சூடாக இருந்தான்.

வேலை போன ஆவேசத்தில் அவருடைய அலுவலகத்துக்குப் போய் கத்திவிட்டு வந்தது இப்போது ஒவ்வொரு வார்த்தையாக நினைவு வந்தது. 'நாலு பேர் உட்கார்ந்து படம் பார்க்கிறது மாதிரி படம் எடுக்கணும். இல்லாட்டி தெரிஞ்ச வேலையை பார்க்கணும்' என்று கத்தியது... அவரும், 'நாலு பேர் பார்க்கிற மாதிரி படம் எடுக்கணும்னா உங்க வீட்டு பெட்ரூம்ல படம் எடுக்கணும்' என்று பதிலுக்கு கத்த, 'எங்க வீட்டில அந்த மாதிரி எந்தப் பெண்ணும் கிடையாது... உங்க வீட்ல வேணா தேடிப் பாரு' பதிலுக்கு விட... வேலை போனதோடு எல்லாம் முடிந்து விட்டது என்றுதான் நினைத்திருந்தான். சினிமா நிருபர் வேலைக்கு கும்பிடு போட்டான். அரசியல் பிரிவில் கவனம் செலுத்தினான்.

வேடப்பட்டி துரைசாமி, தன் வீட்டுப் பெண்ணை ஆடவிட்டு, அழவிட்டு தான் சொன்னதை நிறைவேற்றி விட்டான்.

ஒரு விளம்பரப் படம் எடுப்பதாக நாடகமாடி இருக்கிறான். அவனுடைய கருவியாக ஸ்ரீதேவி... எல்லாம் கச்சிதமாக பொருந்துகிறது.

வேலாயுதம் செய்யும் விசாரணையும் பாலு சேகரித்தத் தகவலும் கை கோர்த்துவிட்டால் போதும். துரைசாமியை கைது செய்து உண்மையை வரவழைத்து விடலாம்.

கலைச்செல்வி காணாமல்போய் முழுசாக ஒரு நாள் ஆகிவிட்டது. பாவம் என்ன பாடுபடுகிறாளோ? பூட்டிய அறைக்குள் பித்துப்பிடித்து, அச்சத்தில் அழுது... நாமும் ஓர் அறையில்தான் அடைபட்டுக்கிடக்கிறோம். புலம்பிக்கொண்டிருக்கிறோம். ஆனால், விரும்பினால் இந்த அறையின் கதவைத் திறக்க முடியும் என்பதே இதிலிருக்கிற சுதந்திரம். அல்லது நம்மை யார் அடைத்து வைத்திருக்கிறார்கள் என்பது தெரிகிறதே,., அதுவே சுதந்திரம்தான்.

கதவு தட்டும் சத்தம். எழுந்து சென்று திறப்பதற்குள் என்னவாக இருக்கும்... யாராக இருக்கும் என நிமிடத்தில் சிந்தனைகள் அலைமோதின. திறந்தான்.

இரண்டு சார்ஜென்ட்டுகள் வந்திருந்தனர். இப்போதெல்லாம் தமிழ்நாடு போலீஸ் போலவே கம்போடிய போலீஸாரின் உடையைப் பார்த்தும் அவர்களின் பதவியைச் சொல்ல முடிந்தது.

ஆனால் இந்த உடையைப் போட்டுக்கொண்டு வந்து ஏமாற்றினால்? இவர்களும் கட்த்தல்காரர்களாக இருந்தால்?

“வாரன்ட் உங்களை உடனே அழைத்து வரச் சொன்னார்” என்றனர்.

“நான் வரமுடியாது... அவரே சொன்னால்தான் வருவேன்” அடம் பிடித்தான்.

சார்ஜெண்ட்டுகள் ஒருவரை ஒருவர் பார்த்துக்கொண்டனர். ஒருவன் துணிச்சலாக வாரன்ட் ஆபீஸருக்கு போன் செய்தான். போனை கதிரவனை நோக்கி நீட்டினான். சர்வ ஜாக்கிரதையாகத்தான் போனை வாங்கினான் கதிரவன்.

ஆபீஸர் பொறுமையாகப் பேசினார்.

“உங்கள் எச்சரிக்கை உணர்வு சரிதான். நீங்கள் சொன்ன தகவல்களை உறுதிசெய்ய ஸ்ரீதேவியை விசாரிக்க வந்தேன். இந்தியா போலீஸாரும் அவள் மீது சந்தேகம் இருப்பதாகவும் கவனமாக பார்த்துக் கொள்ளும்படியும் எச்சரிக்கை செய்திருந்தனர். அதனால்தான் அங்கு சென்றேன். அவருடைய அறையில் உடைகள், பெட்டிகள் எல்லாம் போட்டது போட்டபடி உள்ளன. ஆனால் அவளை மட்டும் காணோம். அவள் இங்கே இல்லை என்பதை உறுதிசெய்துவிட்டேன். அவளுடைய போன் அணைத்து வைக்கப் பட்டிருக்கிறது. அவள் கடத்தப்பட்டாளா, தப்பித்து போனாளா என்பது புரியவில்லை” என்றார்.

கையில் கிடைக்கிற ஒவ்வொரு ஆதாரத்தையும் அலட்சியத்தால் எப்படி இழந்துகொண்டிருக்கிறோம் என்பது கதிரவனைக் கவலையுறச் செய்தது.

18

எதிர்முனையில் வாரன்ட் அமைதியாக இருந்தார். அவருக்கும் ஸ்ரீதேவி விஷயத்தில் தான் அலட்சியமாக இருந்துவிட்ட வருத்தம்.

"நான் இப்போது நேரில் வரலாமா?" என்று முன் வந்தான் கதிரவன்.

"நான் உடனே அழைத்து வாருங்கள் என்றுதான் சார்ஜென்ட்டுகளிடம் சொல்லியிருந்தேன்."

"இதோ வருகிறேன்."

அதுவரை போன் பேசுவதையே பார்த்துக் கொண்டிருந்த இரண்டு சார்ஜென்ட்களும் போகலாம் என்றதும் ஒருவித குஷியோடு கிளம்பினார்கள்.

வாரன்டின் அறை மிகவும் பிரமாண்டமாக இருந்தது. வாரன்ட் என்பது டெபுடி கமிஷனர் போன்ற ஒரு பதவியாக இருக்கலாம் என மனதில் எடைபோட்டான். எல்லாக் கதையையும் எடுத்துச் சொன்னான். வேலாயுதமும் பாலுவும் சேகரித்த தகவல்களைச் சொன்னான். தன் முயற்சியால் கிடைத்த செய்திகளை இவரிடம் சொல்வது பயனளிக்கும் என்று தெரிந்தது. மனிதர் மெல்ல மெல்ல நம்பத் தொடங்கியிருந்ததுதான் முக்கியமான அனுகூலமாக இருந்தது.

"ஹோட்டல் அறையில் இருந்தவள் எப்படி திடீரென்று காணாமல் போக முடியும்? இங்கும் கேமரா

ஜாமர்கள் வைத்தார்களா?" கதிரவன் பேச்சை ஆரம்பித்தான்.

அவர் சிரித்தார்.

"ஜாமர் எல்லாம் இல்லை. அவள் சாதாரணமாகத்தான் கிளம்பிப் போனாள். பக்கத்தில் ஏதோ ஒரு கடைக்குப் போவதுபோல போயிருக்கிறாள். அப்படி அவள் சில சமயம் வெளியில் சென்று வந்திருக்கிறாள். அப்படித்தான் போனதாக எல்லோரும் நினைத்திருக்கிறார்கள்."

"எவ்வளவு நேரமாகக் காணவில்லை?" கதிரவன் கேள்வியில் ஒரு முக்கியம் இருந்தது.

"இரண்டு மணி நேரமாக."

"வழக்கமாகக் கடைக்குப் போனதுபோல வந்துவிடுவாள் என எதிர்பார்க்கிறீர்களா?"

"அப்படித்தான் நினைத்தோம். ஏன் அப்படி கேட்டீர்கள்?"

"நீங்கள் என்ன நினைக்கிறீர்கள் என்பதைத் தெரிந்துகொள்வதற்காகத்தான் கேட்டேன்."

"எப்போதும் பத்து பதினைந்து நிமிடங்களுக்குள் திரும்பிவிடுவார். புதிய இடம், மொழி பிரச்னை. அதனால் நடை தூரத்தில் இருக்கும் கடைகளுக்குத்தான் செல்வார். இப்போது இரண்டு மணி நேரத்துக்கு மேல் ஆகிவிட்டது. அறையில் கலைந்துகிடக்கும் பொருட்களில் ஓர் அவசரம் தெரிகிறது. செல்போன் அணைக்கப்பட்டிருக்கிறது."

தான் கேட்க இருக்கும் எல்லா கேள்விகளுக்கும் வாரன்ட்டிடம் பதில் இருக்கும் என்பது கதிரவனுக்கும் தெரிந்திருந்தாலும் அதைக் கேட்டு உறுதிப்படுத்திக்கொள்ள விரும்பினான். அவனுடைய விருப்பத்தை வாரன்ட்டும் உணர்ந்திருந்ததாகப் பேசினார்.

ஆறுதல் சொல்லும்விதமாக, "மதியம் ஒரு மணி வரை ஊரடங்கைத் தளர்த்தியிருக்கிறோம். இந்த நடிகை பதினொரு மணி வாக்கில்தான் அறையைவிட்டுக் கிளம்பியிருக்கிறாள். இரண்டு மணி நேரத்தில் அதிகபட்சம் இருநூறு கிலோமீட்டர் பயணித்திருக்க முடியும். அவள் தங்கியிருந்த ஹோட்டலில் இருந்து அந்த தூரத்துக்குள் இருக்கிற ஹோட்டல்கள் அனைத்தும் கண்காணிக்கப்படுகின்றன" என்றார் வாரன்ட் ஆபீஸர்.

"சார் நாம் ஹோட்டல்களில்தான் தேடுவோம் என்பதை அவர்கள் அறிந்திருப்பார்கள். இங்கே ஏதாவது வீடுகளிலும் மறைந்திருக்கலாம்." கதிரவன் தயங்கியபடி சொன்னான்.

"சந்தேகப்படும்படியான நடமாட்டங்களைப் பின்தொடர்கிறோம். ஒவ்வொரு நாள் ஊரடங்கு தளர்வின்போதும் அவர்கள்

இடம்பெயரக்கூடும். அதனால் வாகன சோதனையையும் அதிகப் படுத்தியிருக்கிறோம்."

"நல்லது சார்."

"இன்னும் விமான சேவையை தொடங்கவில்லை. அதனால் அவள் இங்கிருந்து தப்பிவிட வாய்ப்பு இல்லை."

"ஆமாம் சார். அவள் இங்குதான் மறைந்திருக்க வேண்டும். அவள் கடத்தப்படவில்லை என்பதை உணருங்கள். அதுபோதும்."

"சுற்றுலாவை மேம்படுத்த வேண்டும் என்பதுதான் எங்கள் தேசத்தின் எண்ணம். பல உள் நாட்டுக் கலவரங்களுக்குப் பிறகு எங்கள் நாடு இப்போதுதான் மெல்ல எழுந்து வருகிறது. அதற்கு அவப்பெயர் உருவாகி விடக்கூடாது என்பதில் சர்வ ஜாக்கிரதையாக இருக்கிறோம். இந்தியாவிலிருந்து வந்த பெண்களுக்கு இப்படியெல்லாம் ஆபத்து நேரும் என நாங்கள் நினைக்கவில்லை" வருந்தினார் ஆபீஸர்.

"சார் வருத்தப்பட வேண்டாம்."

"எங்கள் நாட்டுக்கு வருகிற அனைவரின் பாதுகாப்பும் எங்களுக்கு முக்கியம். இப்போதுகூட இந்த நடிகைமீது சந்தேகப்படுகிற அதே நேரத்தில் அவளுக்கு ஏதாவது ஆகியிருந்தால்...? என்ற கண்ணோட்டத்திலும் நாங்கள் பார்க்க வேண்டியிருக்கிறது." ஆபீஸரின் வார்த்தையில் நாட்டின் அக்கறையும் இருப்பதைப் பார்க்க முடிந்தது.

"என்னுடைய பின்னணியை முழுமையாக சொல்லிவிட்டேன். அந்தப் பட தயாரிப்பாளர்தான் கலைச்செல்வி கடத்தலுக்குக் காரணம் அவருக்கும் எனக்கும் இருந்த விரோதத்தை இப்படிப் பழி வாங்குகிறார். அவர் அனுப்பிய திரைப்பட குழுதான் இப்போது கலைச்செல்வியை அறைக்குள் அடைத்து வைத்துப் படம் எடுத்துக் கொண்டிருக்கிறது. அவர்கள்தான் விளம்பரப் படம் எடுக்க வந்ததாக நாடகமாடுகிறார்கள். நீங்கள் நினைத்தால் அந்தக் குழுவினரைப் பிடித்து விடலாம். உங்கள் எண்ணப்படி அவர்களைப் பாதுகாக்கவும் அதுதான் சரியான வழி." கதிரவன் வரிசைப்படி ஒவ்வொரு வரியாக சொல்லி முடித்தான்.

"நீங்கள் சொல்வது சரி" என்றார் வாரண்ட் ஆபீஸர்.

"சென்னையில் என்னுடைய நண்பர்களும் காவல் துறையினரும் தயாரிப்பாளரைச் சந்தித்து விசாரித்து வருகிறார்கள். இன்னும் சில மணி நேரங்களில் அவர்மீது குற்றம் உறுதியாகும். குறைந்தபட்சம் விமானசேவை தொடங்கும்போது அங்கே இங்கே வந்த படப்பிடிப்புக் குழுவினரின் பட்டியலைச் சொல்லி கண்காணிக்க

சொல்லுங்கள். அவர்கள் சென்னை சென்றுவிட்டால் சாட்சிகளைக் களைத்துவிடுவார்கள். எச்சரிக்கையாக இருந்தால்தான் கலைச் செல்வியை மீட்க முடியும்."

ஆபீஸரின் முகத்தில் ஆமோதிப்பின் உணர்வுகள் தெரிந்தன.

"ஏற்கெனெவே ஸ்ரீதேவி குறித்த விவரங்களை ஏர்போர்ட்டில் கொடுத்துவிட்டேன். இன்னும் மூன்று தினங்களில் விமான சேவை தொடங்க இருக்கிறது. சுற்றுலா பயணிகளை மட்டுமே முதலில் அனுப்பி வைக்கிறோம். அதனால் எச்சரிக்கையாக இருப்போம்" என்றார் வாரன்ட்.

"மூன்று நாட்களுக்குள் கலைச்செல்வி அடையப்போகும் துன்பங்களை நினைக்கவே மிகுந்த வருத்தமாக இருக்கிறது." கதிரவன் அவசரமாக்க் கைகுட்டையால் முகத்தைத் துடைத்துக்கொண்டான்.

"மூன்று நாட்கள் அவசியமிருக்காது. அதற்குள் மீட்டு விடுவோம். ஹோட்டலில் மற்ற பெண்கள் பத்திரமாக இருக்கிறார்கள்தானே?" என்றார் ஆபீஸர்.

"அவர்கள் எக்காரணத்தைக் கொண்டும் அறையை விட்டு வெளியே வர மாட்டார்கள். பயந்து போய் இருக்கிறார்கள். சரி நான் கிளம்புகிறேன்" என்றான்.

"சரி. புறப்படுங்கள்."

கதிரவன் ஆபீஸரின் அறையைவிட்டு வெளியே வந்து சிலபல வித்தியாசமான காவல் உடுப்பு தரித்த அதிகாரிகளைக் கடந்து வாகனங்கள் நிறுத்தியிருந்த இடத்துக்கு வந்தபோது... ராஜலட்சுமி போன் செய்தாள்.

"எங்கே இருக்கீங்க?"

"அதான் சொன்னேனே... வாரன்ட் ஆபீஸரைப் பார்க்கப் போறேன்னு."

"இங்க ஒரு திடீர் டென்ஷன்."

"என்ன?"

"பவித்ராவோட பேரன்ட்ஸ் இறந்துட்டாங்கன்னு மெஸேஜ் வந்தது?"

"எப்படி?"

"போன்ல."

"அய்யோ... எப்படி இறந்தாங்கன்னு கேட்டேன்."

"ஆக்ஸிடென்ட்... வீட்ல ஏசி வெடிச்சு இறந்துட்டாங்களாம். அங்கருந்தே கேக்கறேளே... சீக்கிரம் வாங்க."

"பவித்ரா உடனே மெட்ராஸ் போகணும்னு ஒரே அழுக. ஏதாவது ஏற்பாடு செய்ய முடியுமா?"

"நா இப்ப வார்டன் ஆபீஸ்ல இருந்து வெளியே வந்துட்டேன். இன்னும் மூணு நாள் கழிச்சு விமான சேவை தொடங்கும்னு இப்பத்தான் சொன்னார். ஃபர்ஸ்ட் பிரியாரிட்டி கொடுத்து அவங்கள அனுப்பி வெச்சுடலாம்."

"மூணு மணி நேரம் தாங்குவாளான்னு தெரியல. நீங்க மூணு நாள்னு சொல்றேள்."

"வேற வாய்ப்பு என்னன்னு கேட்டுப் பார்க்கிறேன். வர்த்தக சங்கத்திலயும் சொல்லி வைங்க."

"சொல்லிட்டோம். அவங்களும் ட்ரை பண்றாங்க."

"சரி நான் வாரன்ட் கிட்ட பேசிட்டு வர்றேன்."

வாரண்டிடம் விஷயத்தைச் சொன்னான். மூன்று நாள் கழித்து தான் செல்ல முடியும். முதல் வண்டியில் முதல் ஆளாக ஏற்றி அனுப்புகிறேன் என்றார்.

அரை மணி நேரத்தில் அறைக்கு வந்து சேர்ந்தான்.

பெண்கள் கும்பலாக ஓரிடத்தில் குவிந்து அமர்ந்து வருந்திக் கொண்டிருந்தனர்.

"யார் கிட்டருந்து போன் வந்தது?" கதிரவன் அந்தக் குவியலைப் பார்த்து மொத்தமாக ஒரு கேள்வி கேட்டான்.

ராகவி மற்ற பெண்களைப் பார்த்துவிட்டு, தானே பதில் சொல்வதற்கு தயாரானாள்.

"கிருஷ்ணமூர்த்தின்னு ஒருத்தர் போன் பண்ணார். பவித்ரா வீட்டுக்குப் பக்கத்து தெருவில குடியிருக்கவர். காலைல பால் வாங்கப் போனவர், பவித்ரா வீட்டைச் சுத்தி கூட்டமா இருக்கிறத பாத்திருக்கார். அப்பத்தான் வீட்ல ஏசி வெடிச்சது தெரிஞ்சிருக்கு. அறையில தீப்பிடிச்சதுல அம்மாவும் அப்பாவும் இறந்துட்டாங்கன்னு சொன்னார்."

கதிரவனுக்கு இது சாதாரண விபத்தாகத் தெரியவில்லை. நேற்று ஒருவன் பவித்ராவின் போனுக்கு உனக்கும் இருக்குடீன்னு மெசெஜ் போட்டான். இன்று அவளுடைய பெற்றோர்கள் ஏசி வெடித்துச் சாகிறார்கள்... ஏதோ தொடர்பு இருக்கிறது.

"கிருஷ்ணமூர்த்திய தவிர வேற யார்கிட்டயாவது விசாரிச்சீங்களா?"

"விசாரிச்சோம். சென்னையில இருக்கிற பவித்ராவோட ரிலேஷன்ஸ் சிலர் கிட்ட பேசினோம்."

“என்ன சொன்னாங்க?”

“இந்த நேரத்தில் எங்கம்மா போயிட்டன்னு விசாரிக்கிறாங்க.” பவித்ராவின் முகத்தைப் பார்த்துவிட்டு மெல்லிய குரலில், “இந்தக் கோலத்த பார்க்காம இருக்கிறதே நல்லது. உருவமே தெரியலை. கரிக்கட்டை மாரி எரிஞ்சு கிடக்கிறாங்கன்னு சொன்னாங்க.”

“போலீஸ் தரப்புல?”

ராகவி, கதிரவனை நெருங்கி வந்து இன்னும் மெல்லிய குரலில் சொன்னாள்: “போஸ்ட்மார்ட்டம் செஞ்சி ராயப்பேட்ட ஆஸ்பத்திரில வெச்சிருக்கறதா சொன்னாங்க. உருவத்த வெச்சு கண்டுபிடிக்க முடியலை. டி.என்.ஏ. டெஸ்ட்டுக்குப் போயிருக்கு.”

ஒவ்வொரு உறவினரும் ஒவ்வொரு விதமாக தகவல் சொல்லி யிருக்கிறார்கள். ராகவி தொகுத்துச் சொன்னாள்.

“எதுக்கு உனக்கு இந்த அவார்டு? ஊரிலேயே இருக்க வேண்டியது தானே?” என்பது வரை சென்னையிலிருந்து அறிவுரைகள் வந்ததைச் சொன்னாள்.

மொத்தத்தில் பெற்றோரைப் பார்க்க முடியாது என்பதைப் புரிந்து கொள்ள பவித்ராவுக்கு மூன்று மணி நேரத்திற்கு மேல் ஆகிவிட்டது.

அது உண்மையான தகவலா என்று வேலாயுதத்தை விசாரிக்கச் சொன்னதில்100 சதவிகிதம் உண்மை என்பதை உறுதிப்படுத்தினான்.

“ஏசி வெடிக்குமா? யாராவது சதி செய்தார்களா?” என்றும் தன் வீட்டு ஏசி மெக்கானிக் சாகுலிடம் கேட்டிருந்தான்.

“வெடிக்கும். வெடித்திருக்கிறது. போன வாரம்கூட திண்டிவனத்தில ஏசி வெடிச்சு மூணு பேர் காலி. கம்பரஸர்ல ப்ரெஸர் அதிகமானாக்கா அப்பிடி ஆவும். ஷார்ட் சர்க்யூட் ஆனாலும் வெடிக்கும். கன்டென்ஸர் ரொம்ப ஹீட்டானாலும் சான்ஸ் இருக்கு.” என்று அடுக்கிக்கொண்டே போனான். மொத்தத்தில் ஏசி வெடிக்க வாய்ப்புகள் இருக்கின்றன.

கதிரவனின் எண்ணமெல்லாம் உனக்கும் இருக்குடீ என பவித்ராவுக்கு வந்த செய்தியிலேயே சுழன்று கொண்டிருந்தது. பவித்ராவின் பெற்றோர் இறப்பை விபத்து என நினைக்க மனம் மறுத்தது.

பவித்ராவுக்குப் பக்கத்தில் பெண்கள் ஆறுதலாக அமர்ந்திருக்க, டைனிங் டேபிளுக்கான நாற்காலியில் கதிரவன் அமர்ந்திருந்தான்.

வேலாயுதத்திடம் இருந்து போன் வந்தது. கண்டேன் சீதையைப்

போல கச்சிதமாகப் பேசினான்.

"பவித்ராவின் பெற்றோர் பத்திரமா இருக்காங்க. பவித்ராகிட்ட சொல்லுங்க."

பவித்ராவுக்கும் புரிய வேண்டும் என்பதால் உரையாடலை இப்படித் தொடர்ந்தான் கதிரவன்: "பவித்ரா பேரன்ட்ஸ் பத்திரமா இருக்காங்களா? அப்படினா இறந்து போனது யார்?"

எல்லா பெண்களும் சுவிட்ச் போட்டது போல கதிரவனை நோக்கித் திரும்பினர்.

19

வேலாயுதத்திடம் முழுமையாகப் பேசும் வரை பெண்களும் ஆர்வத்தை அடக்கிக்கொண்டு காத்திருந்தனர்.

போன் பேசி முடித்ததும் நடந்தவற்றை முழுமையாக விளக்க ஆரம்பித்தான் கதிரவன்.

“பவித்ராவோட அம்மாவும் அப்பாவும் ரெண்டு நாள் முன்னாடியே சிதம்பரம் நடராசர் கோயிலுக்குப் போயிட்டாங்க. அவங்க இன்னைக்குத்தான் சென்னக்குத் திரும்பியிருக்காங்க. போன் சார்ஜ் போட்டு வைக்காத்தால அவங்களை யாரும் ரீச் பண்ண முடியல. இறந்து போயிட்டாங்கன்னு பல பேர் அந்த போனுக்கு ட்ரை பண்ணவும் இல்ல. இவ்ளோ நடந்திருக்குன்னு அவங்களுக்கு இப்பத்தான் தெரிஞ்சிருக்கு.”

“அப்ப...?” பவித்ரா கண்களைத் துடைத்துக்கொண்டு இப்போதுதான் பேச ஆரம்பித்தாள். “இறந்து போனது யாரு?”

“வீட்ல ஒரு வேலைக்காரப் பொண்ணு இருக்காமே?”

“ஆமா.” என்றாள் பவித்ரா.

“வீட்ல யாரும் இல்லங்கற சுதந்திரத்தில அவ வீட்டுக்காரன வரச்சொல்லியிருக்கா. அம்மாவும் அப்பாவும் வர மாட்டாங்கன்ற எண்ணம். ரெண்டு பேரும் ஏசி ரூம்ல தங்கிட்டாங்க.”

"மை காட்" என்றாள் ராஜலட்சுமி.

பேசிக்கொண்டிருக்கும்போதே அம்மாவுக்கு போனை போட்டு பேச ஆரம்பித்தாள் பவித்ரா. அவளுடைய அத்தனை துக்கமும் அப்படியே மகிழ்ச்சியாக மாற்றம்கொள்வதைப் பார்க்க முடிந்தது. அத்தனை அழுகையும் ஆனந்தமாக மாறுவதைக் கண்டனர். சாதாரணமாக தினமும் அம்மாவிடம் பேசுவதற்கும் இன்றைக்குப் பேசுவதற்கும் மிகுந்த வேறுபாடு இருந்தது.

துன்பமும் வேதனையும் எத்தனை அவசியமாக இருக்கிறது? மனிதர்களுக்கான மகிழ்ச்சியை அவைதான் அர்த்தப்படுத்துகின்றன. என்னதான் சொர்க்கமென்றாலும் அதிலே ஒரு துளி நரகம் கலந்திருப்பதுதான் சுவையைக் கூட்டுகிறது. இனிப்புப் பலகாரம் செய்யும்போது கடைசியாக ஒரு சிட்டிகை உப்பைக் கலப்பார்கள். அதுதான் இனிப்பின் சுவையை இரட்டிப்பாக்கும் என்பார்கள். பவித்ராவின் மகிழ்ச்சி இங்கே அதை உணர்த்திக்கொண்டிருந்தது. வார்த்தைக்கு வார்த்தைக்கு சிரித்தாள். போனை அணைத்துவிட்டு என்ன நடந்தது என்பதை அறையில் இருப்பவர்களுக்கு விளக்கவும் அவள் விரும்பினாள்.

அதே நேரத்தில் விஷயம் கேள்விப்பட்டு வர்த்தக சங்கத்து பிரதிநிதிகளும் வந்து சேர்ந்தனர்.

"சிதம்பரம் போகணும்னு திடீர்னு தோணியிருக்கு. திடுதிப்புனு கிளம்பிப் போயிருக்காங்க. இல்லாம போன இன்னேரம்... நினைச்சுப்பார்க்கவே முடியல." அதிர்ச்சியிலிருந்து மீளாமல் 'அப்படி நடந்திருந்தால்...' என்பதையே மறுபடி மறுபடி சொன்னாள்.

வர்த்தக சங்கச் செயலர், "கடவுள் செயல்மா. அந்த நடராசரே அவங்களை அழைச்சிருக்கார்." என்றார்.

நடராசர் நினைத்திருந்தால் ஏசி மிஷினை வெடிக்காமல் செய்திருக்க முடியுமே எனக் கதிரவன் குதர்க்கமாக யோசித்து, நிலைமையை உத்தேசித்து முளையிலேயே மூளையிலிருந்து கிள்ளியெறிந்தான்.

அப்படியானால் 'உனக்கும் இருக்குடீ'ன்னு வந்த குறுஞ்செய்திக்கான மிரட்டலாக இதை நினைக்க முடியாதே... பவித்ராவுக்கு வேறு ஏதோ ஆபத்து காத்திருக்கிறது என்பதை இந்த நேரத்தில் அவசியமாக நினைத்தான்.

பெண்கள் யாரும் அந்த மிரட்டலை மறந்துவிட்டதுபோல இருந்தனர்.

"கலைச்செல்வி மட்டும் வந்துட்டா உங்க அஞ்சு பேரையும்

பத்திரமா அனுப்பி வெச்சுடுவோம். ஏன் தான் இந்த விழாவை நடத்தினோம்னு ஆகிப்போச்சும்மா. உங்களுக்கும் பிரச்னை... எங்க தலைவருக்கும் இப்படியொரு முடிவு... என்ன பண்றது எல்லாம் கடவுள் செயல்" என முற்றுப்புள்ளி வைத்தார் பொருளாளர். எல்லா புகழும் கடவுளுக்குச் சொந்தம் என்பதுபோல எல்லா பழியையும் கடவுளின் மேல் சுமத்துவதும்கூட ஒரு வசதிதான். மறுபடி இப்படி நினைப்பதை மண்டைக்குள் இருந்து வேகமாக அகற்றினான் கதிரவன்.

"ஏதோ சினிமா புரொட்யூஸர்தான் கலைச்செல்வி கடத்தப் பட்டதுக்குக் காரணம்னு கண்டுபிடிச்சதா சொன்னாங்களே?" என்றார் கதிரவனைப் பார்த்து.

"ஆமா சார். அந்த புரொட்யூஸர் மேல முழு சந்தேகம் இருக்கு. ஆனா இந்த அஞ்சு பேரை எப்படி தேர்ந்தெடுத்தீங்கன்னும் விசாரணை ஓடிக்கிட்டிருக்கு. பிரச்னை கொடுக்க வேண்டிய அஞ்சு பேரைத் தனியா பிரிச்சு தேர்வு செஞ்சு இங்க கொண்டு வந்து இம்சை கொடுக்கணும்னு ரொம்பவே ப்ளான் பண்ணி இந்த வேலையெல்லாம் நடந்திருக்கு" என்றான் கதிரவன்.

"ஆமா தம்பி. அதனாலதான் எங்களையும் சந்தேகப்பட்டாங்க. தலைவருக்கு அதுதான் பெரிய பிரஷர் ஆகிப் போச்சு. இப்பத்தான் எங்களுக்கும் அந்தப் பட்டியல் தயாரிப்புக்கும் சம்பந்தமில்லன்னு முடிவுக்கு வந்தாங்க." செயலாளர் நிம்மதி பெருமூச்சுடன் சொன்னார்.

"ஆனா உங்களுக்கு இந்தப் பெயர்களைத் தேர்வு செஞ்சு கொடுத்த அந்த பி.ஆர்.ஓ இதில சம்பந்தப்பட்டிருக்காங்க. எதுக்காக இந்த அஞ்சு பேரை இங்க அனுப்பி வைக்கணும்? இங்க தொல்லை கொடுத்தவங்களுக்கும் அந்த நிறுவனத்துக்கும் லிங்க் இருக்கு சார். அவங்களையும் விசாரிச்சுக்கிட்டிருக்காங்க."

"ஆமா தம்பி. கேள்விப்பட்டேன். மொத வருஷம் ஒழுங்கா பண்ணிக்கொடுத்தாங்க. இந்த வருஷம் அவங்க புத்தி இப்படி போயிடுச்சு. எல்லாம்தான் தெரிஞ்சு போச்சே... எல்லாரையும் கைது பண்ணி உள்ள தள்ள வேண்டியதுதானே?" என திடீரென பொங்கினார் பொருளாளர்.

"நிச்சயமா உள்ள தள்ளுவாங்க. இன்னும் சில ஆதாரங்களுக்காக வெயிட்டிங்" என்றான் கதிரவன்.

"இன்னும் என்ன ஆதாரம் வேணும்?" என்றாள் ஷைனி.

"உதாரணத்துக்கு உங்க விஷயத்த எடுத்துக்குவோம். நீங்க இங்க வர்றது தெரிஞ்சு உங்க வீட்டுக்காரர் உங்களை இங்க

வெச்சு சிக்கல் கொடுத்தார். அதுக்கு முன்கூட்டியே திட்டம் போட்டாரா... இல்ல இங்க நீங்க வந்திருக்கிறது தெரிஞ்சு பிளான் போட்டாரான்னு கன்ஃபார்ம் பண்ணணும். ராஜி விஷயத்தை எடுத்துக்கங்க. அவங்களக் கடத்தியது இஸ்லாமியரா... அவங்க மேல பழியப் போட்டுட்டு வேற யாராவதா? இப்ப கலைச்செல்வி கடத்தப்பட்டதில கூட அதே பிரச்னைதான். புரொட்யூஸருக்கும் எனக்கும் விரோதம். என்னைப் பழி வாங்கத்தான் கலைச்செல்விய கடத்தி இப்படி தொல்லை கொடுக்கறாரூன்னு நான் உறுதியா நம்பறேன். எனக்கும் அவருக்கும் விரோதம் வரைக்கும் சரி. கடத்தினார்ங்கிறதுக்கு ஆதாரம் என்ன? இப்படித்தான் விசாரணை போய்க்கிட்டிருக்கு. ஆனா இப்ப ரொம்ப இறுக்க ஆரம்பிச்சுட்டாங்க... இனி உண்மை வெளிய வந்துடும்."

"பிரச்னைக்கு பயந்து அவங்களே கலைச்செல்விய அனுப்பி வெச்சுடுவாங்க... நீங்க வேணா பாருங்களேன்" என்றார் செயலர்.

"கலைச்செல்வி பத்திரமா வந்து சேரட்டும்ன்னுதான் இன்னும் யாரையும் அரெஸ்ட் பண்ணாம இருக்காங்களோ?" என்றார் பொருளாளர்.

"ஆமா அவசரப்பட்டா வேற ஏதாவது விபரீதமாகிடும்" செயலாளர் தனக்குத்தானே சொல்லிக்கொண்டார்.

"கலைச்செல்வி மட்டும் சீக்கிரம் பத்திரமா வந்துட்டா எல்லாருக்கும் சந்தோஷம். இன்னும் மூணு நாள்ல ஃப்ளைட் ரெடியாகிடும். பத்திரமா அனுப்பிவெச்சுடுவோம்."

கதிரவனைப்பார்த்து சொன்னார் பொருளாளர். கதிரவன் அமைதியாக இருந்தான்.

"என்ன தம்பி ஒண்ணும் சொல்லாம இருக்கீங்க?"

"யாரும் தப்பா நினைக்காதீங்க. ஒரு எச்சரிக்கைக்காக சொல்றேன். சின்ன லாஜிக். இந்த அஞ்சு பேருக்கும் பிரச்னைகள் வரும்னு போலீஸ் தரப்புல சந்தேகிக்கிறாங்க. இப்ப மூணு பேருக்கு பிரச்னை கொடுத்தாச்சு. இன்னும் பவித்ரா, ராகவி பாக்கி."

"ஏம்பா வயித்தில புளிய கரைக்கிறே?"

"இல்ல சார் எச்சரிக்கிறேன். ஏன்னா பவித்ராவுக்கு ஒரு செய்தி வந்தது... உனக்கும் இருக்குடீன்னு... அது என்ன?" என்றான் கதிரவன்.

இந்தப் பேச்சுக்களைக் கூர்ந்து கேட்டபடி இருந்த பவித்ரா ஏதோ சொல்வதற்காக எழுந்து வந்தாள்.

"சார்... கதிர் சொல்றதுல ஒரு அர்த்தம் இருக்கு. இப்ப கொஞ்ச

நேரத்துக்கு முன்னாடி அம்மா கிட்ட பேசினப்ப அம்மா ஒரு விஷயம் சொன்னாங்க... அது வந்து...” என இழுத்தாள் பவித்ரா.

“பவித்ரா... சொல்றதுக்கு யோசிக்காத. யோசிச்சா மூளை சில விஷயங்களைக் கட்டுப்படுத்திடும். இந்த நேரத்தில ஒவ்வொரு விஷயமும் முக்கியம்.”

“அம்மாவும் அப்பாவும் சிதம்பரத்தில இருந்தப்ப யாரோ போன் பண்ணாங்க... அது யார்னு தெரியலன்னு சொன்னாங்க.”

“யாரோ போன் பண்ணதை எதுக்கு சொன்னாங்க?”

“சென்னையில எங்க வீட்ல தீ விபத்து நடந்த அதே நேரத்தில அந்த போன் வந்திருக்கு. அதாவது காலைல அஞ்சு மணி வாக்கில. அம்மா தூக்கக் கலக்கத்தில எழுந்து ஹலோ யார் பேசறதுன்னு கேட்டிருக்காங்க. மறுமுனைல சைலன்டா இருக்கவே ஏதோ சிக்னல் பிரச்னைன்னு ‘யார் பேசறீங்கன்னு தெரியல. இங்க சிக்னல் இல்ல போலருக்கு. வெளியூர்ல இருக்கேன்னு சொல்லியிருக்காங்க. அப்புறம் போன் கட் ஆகிடுச்சாம்.”

“அதாவது உங்க வீட்ல நடந்த ஆக்ஸிடன்டை பார்த்துட்டு யாரோ போன் பண்ணி செக் பண்ணியிருக்காங்க... அதானே?” என்றான் கதிரவன்.

“ஆமா. அவங்க சேஃப்டியா இருக்காங்கன்னு தெரிஞ்சதும் வெச்சுட்டாங்க.”

“வெரிகுட்... அம்மா கிட்ட கேட்டு அந்த நம்பரை வாங்குங்க.”

“இல்ல. அதுக்கப்புறம் அம்மா ட்ரை பண்ணாங்கலாம். அந்த எண் உபயோகத்தில் இல்லைன்னு வந்துச்சாம்.”

“அப்படியா இருந்தா இன்னும் வெரிகுட்... அந்த நம்பரை உடனே வாங்குங்க” என்றான் கதிரவன்.

ஒரு மிஸ்டு கால். பிறகு அது உபயோகத்தில் இல்லாமல் போய்விட்டது. அந்த எண்ணை எதற்குக் கேட்கிறான் என யாருக்கும் புரியவில்லை. ஆனால் அந்த எண்ணுக்குரியவன் விசாரிக்கப்பட வேண்டியவன் என்பது மட்டும் மையமாகப் புரிந்தது.

பவித்ராவும் அதை உணர்ந்தவள் போல உடனே அம்மாவுக்குப் போன் போட்டு அந்த நம்பரை வாங்கினாள். அனைவருக்கும் ஏதோ மர்மம் அவிழப் போகிறது என்ற பரபரப்பு. கதிரவன் அந்த நம்பரை வாங்கி ட்ரூ காலரில் போட்டு யாருடைய பெயரில் இருக்கிறது என அவசரமாக ஆராய்ந்தான்.

அது கிருஷ்ணமூர்த்தி என்று காட்டியது.

“உங்களுக்கு கிருஷ்ணமூர்த்தின்னு யாரையாவது தெரியுமா?” என்றான் பவித்ராவைப் பார்த்து.

“தெரியும். எங்க வீட்டுக்குப் பக்கத்து தெருவில இருக்கான். காலைல அவன் தான் எங்க வீட்ல ஏசி வெடிச்சு பேரன்ட் இறந்து போனதா சொன்னான்.”

“எத்தனை மணிக்கு சொன்னான்? அதாவது இந்திய நேரப்படி சொல்லுங்க.”

பவித்ரா போனை எடுத்துப் பார்த்துவிட்டு, “காலைல ஆறு மணிக்கு” என்றாள்.

“உங்க அம்மாவுக்கு அஞ்சு மணிக்கு போன் பண்ணி அவங்க நலமா இருக்காங்கன்னு தெரிஞ்சுக்கிட்டு அதுக்கப்பறம் உன் கிட்ட அவங்க இறந்து போயிட்டாங்கன்னு சொல்லியிருக்கான்.”

“எதுக்கு அப்படி சொல்லணும்?” என்றாள் பவித்ரா.

“உங்க கிட்ட அவனுக்கு ஏதோ பிரச்னை. உங்களை ஒரு ரெண்டு மணி நேரம் கதறவிடறதுக்கு இதை சான்ஸா பயன்படுத்தியிருக்கான்... இது ஒரு யூகம்தான்.” கதிரவன் பவித்ரா அதை ஆமோதிக்கிறாளா என்பதாகக் கவனித்தான்.

“அவன் சரியான இம்சை... எப்பப் பார்த்தாலும் வழிவான். ஒரு முறை நடு ரோட்ல வெச்சு லெப்ட் ரைட் வாங்கிட்டேன். ஒருவேளை?”

“ஒருவேளைலாம் இல்ல... உனக்கும் இருக்குடீன்னு மெசெஜ் போட்டவன் அவன் தான். சமயம் பார்த்துக்கிட்டிருந்தவன் இந்த சிட்சுவேஷனைப் பயன்படுத்திக்கிட்டான்.” தீர்மானமாகச் சொன்னான் கதிரவன்.

20

கெனான் டாயலின் ஷெர்லாக்ஹோம், சத்யஜித் ரே-யின் பலூடா எல்லாம் ஒரு சேர கதிரவன் ரூபத்தில் தெரிந்தனர்.

“எப்படி கதிர்?” என வியந்தாள் ராஜி.

“நானே யோசிக்கல... எப்படி கிருஷ்ணமூர்த்திய சந்தேகப்பட்டே?” என்றாள் பவித்ரா.

“எனக்கென்னவோ இங்க வந்திருக்கிற அஞ்சு பேருக்கும் ஏதாவது சிக்கல் வந்து போகும்னு ஒரு டவுட் இருந்துச்சு. உங்களுக்கு வந்த அந்த எஸ்.எம்.எஸ். இன்னும் மூணு நாள்ல இந்தியாவுக்கு ஃப்ளைட் போகும்னு சொல்றாங்க. ஸோ அதுக்குள்ள ஏதோ நடக்கப் போகுதுன்னு தெரியும். இந்த நேரத்தில அம்மாவும் அப்பாவும் ஏசி வெடிச்சு இறந்துட்டாங்கன்னு சொன்னதும் இதில ஏதோ சதி இருக்குன்னு நினைச்சேன். கொலைதான் பண்ணிட்டான்னு நினைச்சுட்டேன். என்னோட ஃப்ரெண்ட் வேலாயுதம் போலீஸ் டிபார்ட்மென்ட்ல இருக்கான். அவன்தான் உங்க பேரன்ட்ஸ் பத்திரமா இருக்காங்கன்னு சொன்னான். பத்திரமா இருக்கவங்களை செத்துப் போயிட்டாங்கன்னு சொன்னதும்கூட ஏதோ சதி வேலைதான்னு நினைச்சேன்.”

“அது எப்படி எல்லாத்தையும் சதி வேலைன்னு நினைக்கிறீங்க?” என்றாள் ஷைனி.

“இங்க வந்ததிலருந்து எனக்கு அப்படித்தான்

ஆகிப்போச்சு. யாராவது வந்து காபி சாப்பிடலாமான்னு கேட்டாக்கூட சதி மாதிரிதான் தெரியுது. 'தமிழ்நாட்டிலருந்து விளம்பரப்படம் எடுக்க வந்தோம். நான் மட்டும் இங்க தனியா மாட்டிக்கிட்டேன்'னு சொன்ன ஒரு பொண்ணு என்ன காரியம் பண்ணியிருக்கா? உங்க கிட்ட பாஸ்போர்ட் கேட்டு வாங்கிட்டு போன டிரைவர் என்ன காரியம் பண்ணான்? எல்லாரையும் நம்பிடுவோம்... அதுதான் பிரச்னை. 'அனைவரையும் சந்தேகி'ன்னு ஒரு பார்முலா இருக்கு. அதுதான் ஷெர்லாக் ஹோம்ஸ் ஃபார்முலா. ஏன் காரல் மார்க்ஸ் ஃபார்முலாவும்தான்." எங்கேயோ ஆரம்பித்து சீரியஸாக சொல்லி முடித்தான் கதிரவன். குறைந்தபட்சம் கலைச்செல்வி கிடைக்கிற வரைக்குமாவது அவனுக்கு சந்தேக நோய் விலகாது என்பது உறுதியாகத் தெரிந்தது.

"என்னை பத்திரமா கொண்டுபோய் எங்க வீட்ல விட்டுடுங்க சார்." என்றாள் ராகவி.

"நாம் எல்லாரும் ஜாக்கிரதையா இருந்தா இனி எந்த ஆபத்தும் வராது. அத்தனை பேரும் தனித்தனியா சிந்திக்காம ஒரே மூளையா சிந்திக்கணும். அதாவது எல்லோரும் உடன உடன கம்யூனிகேட் பண்ணிக்கணும். எந்த போன் வந்தாலும் யார் பேசினாலும் அதை உடனே பகிர்ந்துக்கணும். அட்லீஸ்ட் சென்னை போய் சேர்ற வரைக்கும். ஓ.கே?" என்றான்.

அசிஸ்டெண்ட் கமிஷனர் பாலசுந்தரம் கடும் கோபமாக இருந்தார். இரண்டு கைகளையும் தாடையில் முட்டுக்கொடுத்து கண்ணை மூடி இருந்தார். எதிரே வேலாயுதம் அவருடைய யோசனையின் முற்றுப்புள்ளிக்காகக் காத்திருந்தான்.

பாலசுந்தரம் மூளையில் நான்கு பெயர்கள் முட்டி மோதிக்கொண்டிருந்தன.

மனோகரன்...

வேடப்பட்டி துரைசாமி...

விளம்பரக் கம்பெனி பிஆர்ஓ ராஜவேலு...

... இவர்களுடன் இப்போது கிருஷ்ண மூர்த்தி.

இவர்கள் அனைவரும் கூட்டுக் களவாணிகளா... தனித்தனியாகக் களம் இறங்கிய களவாணிகளா என்பதை அறியவே முடிய வில்லை. ஒவ்வொருத்தனும் தனித்தனியாக ஒரு கதையைச் சொன்னாலும் எல்லா கதைகளும் கம்போடியாவில் இணைவதும் அதுவும் கொரோனா ஊரடங்கு நேரத்தில் வசதியாகப்

பயன்படுத்திக்கொண்டதும் கோப மூட்டினாலும் இன்னொரு பக்கம் ஆச்சர்யமாகவும் இருந்தது. அதாவது ஆச்சர்யமூட்டும் அவர்களின் திட்டங்களே கோப மூட்டின.

நான்கு பேரையும் கைது செய்து காவல் துறையினரின் பாதுகாப்பில் விசாரிப்பதற்கு அனுமதி வாங்கி, விசாரணை கைதிகளாக வைத்திருந்தார் அசிஸ்டென்ட் கமிஷனர்.

நான்கு பேருக்கும் ஒருவருடன் ஒருவர் தொடர்பு இருப்பதாகவும் கம்போடியாவில் விருது வாங்கச் சென்ற பெண்களுக்கு அடுத்தடுத்து ஆபத்து நேர்வதில் இருவர்களுக்கு சம்பந்தமிருப்பதாகவும் பப்ளிக்பிராஸிக்யூட்டர் மூலம் மனு தாக்கல் செய்து விசாரணைக்கு அனுமதி வாங்கி இருந்தார்.

சப் ஜெயிலில் நால்வரையும் ஒரே அறையில் அடைத்து வைத்திருந்தனர். தீவிரமாகக் கண்காணிக்கச் சொல்லி உத்தரவு போட்டிருந்தார். நாளெல்லாம் அடைத்து வைத்தும் நான்கு பேரும் ஒருவரை ஒருவர் அறிந்தது போல நடந்துகொள்ளவில்லை. ஒரு வார்த்தை பேசிக்கொள்ளவில்லை.

தம்மைக் கண்காணிப்பார்கள் என்ற எச்சரிக்கை உணர்வில் அப்படி இருக்கிறார்களா?

பாலசுந்தரத்தின் தீவிர யோசனையைச் சற்றே திசை திருப்பும் விதமாக வேலாயுதம் ஒரு தகவலை சொன்னார்.

“சார் அந்த நான்கு பேரும் கூட்டு சேர்ந்து இந்தப் பிரச்னைகளை உருவாக்கினாங்கன்னு யோசிக்க வேணாம் சார். நாலும் தனித்தனி பிரச்னைகள். எல்லாம் ஒரே நேரத்தில நடந்துருச்சு.” பாலசுந்தரம் கண்களைத் திறக்கிறாரா எனப் பார்த்தான்.

திறந்தார்.

“யோசிச்சுப் பாரு. அஞ்சு பொண்ணுகளும் கம்போடியா போறாங்க. செயின் போல ஒவ்வொருத்தருக்கும் ஒவ்வொரு இம்சை. தனித்தனியா ஒவ்வொருத்தனும் திட்டம் போட்டு இப்படி பண்ண முடியுமா? அஞ்சு பேரையும் அந்த லிஸ்ட்ல சேர்த்தப்பவே என்ன பண்ணணும்னு முடிவு பண்ணியிருக்கலாம் இல்லையா?”

“இல்ல சார். அப்படி செஞ்சிருந்தா ஷைனிகிட்டருந்து பாஸ்போர்ட் வாங்கினப்பவே மத்த நாலு பேர்கிட்டயும் வாங்கிட்டு அஞ்சு பேரையும் ஒரே நாள்ல கதற விட்டிருப்பாங்க.”

“அது தனியா மனோகரன் செஞ்சதுன்னு அவனே சொல்றான். மத்ததெல்லாம்?”

“அதுதான் சார் உண்மையும். ராஜலட்சுமிய கடத்தினவன் ஒருத்தன். கலைச்செல்விய கட்த்தினவன் வேடப்பட்டியார்.

ஒவ்வொரு குற்றத்தையும் ஒவ்வொருத்தர் செஞ்சாங்கன்னு சொன்னாத்தான் சரியா வருது."

"அட்லீஸ்ட் இந்த அஞ்சு பேர் பெயரை லிஸ்ட் பண்ணானே ராஜவேலு... அவனுக்காவது இந்த சம்பவங்கள்ல தொடர்பு இருக்கும்னு நினைக்கலையா?"

"இல்ல சார். அவனுங்க காசு வாங்கிட்டு விருது வாங்கித் தர்றதா சொன்னவங்க. ஊழல்வாதி என்பதற்கு மேல அவன் மேல சந்தேகப் பட முடியலை."

"பின்ன ஏன் எல்லாமே கம்போடியாவில நடக்கணும்?"

"வெளிநாட்ல நடந்தா நம்ம மேல சந்தேகம் வராதுன்னு நினைச்சிருக்கலாம். அதே சமயத்தில இந்த கிருஷ்ணமூர்த்தி விவகாரம் இடிக்குது."

"ஏன்?"

"பவித்ராவின் பெற்றோர் ஊர்ல இல்ல. சிதம்பரம் போயிட்டாங்க.

அந்த நேரத்தில வீட்டு வேலைக்காரி, தன் கணவனோடு வந்து ஏசி அறையில தங்கியிருக்கா. ஏசியில படுத்து தூங்கணும்னு அவளுக்கு ஏதோ ஆசை. இந்த நேரத்தில ஏசி வெடிச்சு ரெண்டு பேரும் செத்துப் போயிட்டாங்க. காலங்காத்தால பால் வாங்க வந்த கிருஷ்ண மூர்த்தி விபத்த நடந்த இடத்துக்கு வர்றான். ஒரே கூட்டமா இருக்கு. பவித்ராவுக்குத்தான் ஏதோ ஆச்சோன்னு போன் போட்டிருக்கான். ரீச் ஆகல. அவங்க பேரன்ட்ஸ் நம்பருக்கு போட்டிருக்கான். பவித்ராவோட அம்மா எடுத்துப் பேசியிருக்காங்க. நாங்க சிதம்பரம் வந்திருக்கோம்னு சொல்லியிருக்காங்க. இதுக்கு இடையில பவித்ரா கம்போடியாவுல இருக்கிறது அந்த அப்பார்ட்மென்ட் வாசிங்க பேச்சிலருந்து தெரிஞ்சுக்கிட்டான். மறுபடி பவித்ராவுக்கு வாட்ஸ் அப் கால் பண்ணியிருக்கான். அம்மாவும் அப்பாவும் செத்துப் போயிட்டதா பவித்ராவ பதறவிட்டிருக்கான்.... ஸோ இவன் அந்த கம்போடியா கான்ட்ரவர்ஸியிலயே வரல."

"பவித்ராவை கம்போடியாவுக்கு அனுப்பியதில் கிருஷ்ணமூர்த்திக்கு எந்த பங்கும் இல்லைங்கிறயா?"

"ஆமா சார். அவ அங்க போன நேரத்தில இங்க இந்த ஏசி ஆக்ஸிடென்ட் நடந்திருக்கு. அவ்வளவுதான்."

"விசாரணைல ஒரு விஷயம் தெரிய வந்திருக்கு. பவித்ரா கம்போடியாவுக்குப் போக ப்ளான் பண்றதுக்கு முன்னாடியே அவளோட பேரண்ட்ஸ் சிதம்பரம் போக ப்ளான் பண்ணியிருந்ததா சொன்னாங்க. கொரோனாவால எல்லாமே தள்ளிப் போச்சுன்னு சொன்னாங்க."

“அதனால?”

“கிருஷ்ணமூர்த்தி அந்த வீட்ல ரொம்ப சகஜமா பழகிட்டு இருந்தவன். நீ சொல்றது போல அவளை கம்போடியாவுக்கு அனுப்பினதுல அவனுக்கு பங்கில்லாம இருக்கலாம். பவித்ராவோட பேரன்ட்ஸ் சிதம்பரம் போனது அவனுக்கு நல்லாவே தெரியும். வீட்ல வேலைக்காரி இருக்கறது தெரிஞ்சு அவனே ஏன் ஏசி-ய வெடிக்க வெச்சிருக்கக் கூடாது? ஏன்னா ஏசி வெடிக்கறது அவ்வளவு சாதாரண விஷயமில்ல.”

“கம்ப்ரஸரை ஹீட்டாக்கறது மூலமா ஏசிய வெடிக்கும்னு சொல்றாங்க. இவன் அவ்வளவு திட்டம்லாம் போட்டவன் மாதிரி தெரியல. பழம் நழுவி பால்ல விழுந்த மாதிரி இவனுக்கு ஆக்ஸிடன் அமைஞ்சுது. அதுதான் சரியா வருது.”

“அப்ப எல்லாமே எதேச்சையா நடந்ததா சொல்றியா?”

“எதேச்சையா நடந்ததாவும் சொல்ல முடியும் சார்.”

“ஓ.கே. பவித்ராவோட பேரன்ட்ஸ் சிதம்பரம் போனது பவித்ராவுக்குத் தெரியாதா? அம்மாவும் அப்பாவுக்கும் ஆக்ஸிடென்ட்னு அவ ஏன் பதறணும்?”

“சொல்லாமயே அவங்க சிதம்பரம் போயிருக்கலாம். ஒருநாள் பயணம்தானேன்னு. அப்படியே சொல்லிட்டுப் போயிருந்தாலும் வீட்ல ரெண்டு பேர் எரிஞ்சு கிடக்கிறாங்கன்னு சொன்னதும் இந்த லாஜிக்லாம் தோணாது சார். இல்லாட்டி அவளே அம்மாவுக்கு போன் பண்ணி செக் பண்ணியிருப்பாளே? எல்லாமே ப்ரீப்ளான் இல்லாம நடந்துருக்கு. அதை குற்றவாளிங்க சாதகமாக்கிக்கிட்டாங்க.”

“அப்ப அஞ்சு பேரையும் லிஸ்ட்ல திட்டம் போட்டு சேர்த்தாங்கன்னு சொல்றது சரியா இல்லையே? இதில ராஜவேலு ரோல் என்ன?”

“ஏன் சார் ராகவிக்கும் கூட எதுவும் ஆகல. பவித்ராவும் ஆக்ஸிடென்டாதான் இதில சம்பந்தப்பட்டா. கம்போடியா போன பெண்கள்ல மூணு பேர் மட்டும்தான் திட்டம் போட்டு சேக்கப்பட்டிருக்காங்க. மீதி ரெண்டு பேர்...”

அந்த நேரத்தில் கதவு தட்டப்படும் சத்தம் கேட்டது.

“கம் இன்” என்றார் பாலசுந்தரம்.

கான்ஸ்டபிள் உள்ளே நுழைந்து, “உங்களைப் பார்க்க அட்வகேட் ஜனார்த்தனம் வந்திருக்கார் சார்” என்றபடி விசிட்டிங் கார்டையும் நீட்டினான்.

ஜனார்த்தனம் சீனியர் லாயர். கொஞ்சம் வில்லங்கமான ஆசாமி.

போலீஸ்காரர்களை சீண்டிப் பார்ப்பதில் தீராத ஆர்வம் உடையவர்.

"வரச் சொல்."

கான்ஸ்டபிள் வெளியே போன சில வினாடிகளில் ஜனார்த்தனம் உள்ளே நுழைந்தார்.

"குட் ஈவனிங் சார்."

"குட் ஈவனிங் வாங்க."

வந்தவர் சீனியர் லாயர் மட்டுமல்ல. சீனியர் சிட்டிஜனும்தான். வயது அறுபதுக்கும் மேலே என்பதை பெப்பர் சால்ட் தலைமுடியும் முழுக்க நரைத்த மீசையும் எடுத்து இயம்பின.

"எங்க தரப்பு ஆட்களை பெயில்ல எடுக்கணும்னு ஹேப்பியஸ் கார்ப்பஸ் ரிட் போட்டு, கோர்ட் ஆர்டரோட வந்திருக்கேன். அவங்களைக் கொஞ்சம் வெளிய எடுக்கணும்." என்றார்.

"யாரை?"

"கம்போடியா விவகாரமா நீங்க பிடிச்சு வெச்சிருக்கிற நாலு பேரை."

இவ்வளவு நேரம் நான்கு பேருக்கும் நடைபெற்ற சம்பவங்களில் கூட்டணி இல்லையென்று பேசிக்கொண்டிருந்த பாலசுந்தரமும் வேலாயுதமும் அட்வகேட்டை அதிர்ச்சியுடன் பார்த்தனர்.

"நான்கு பேருக்கும் சேர்த்து வாதாடப் போறீங்களா?"

பாலசுந்தரத்தின் கேள்விக்கு "ஆமா" என்றார் ஜனார்த்தனம்.

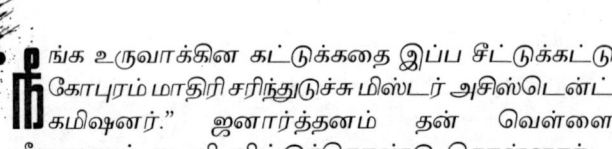

21

“நீங்க உருவாக்கின கட்டுக்கதை இப்ப சீட்டுக்கட்டு கோபுரம் மாதிரி சரிந்துடுச்சு மிஸ்டர் அசிஸ்டென்ட் கமிஷனர்.” ஜனார்த்தனம் தன் வெள்ளை மீசையைத் தடவி விட்டுக்கொண்டு சொன்னார்.

“கொஞ்சம் கவனமா பேசுங்க ஜனார்த்தனம்... ரெண்டு நாடும் எவ்ளோ டென்ஷன்ல இருக்குன்னு தெரியும் இல்ல? சென்ட்ரல் மினிஸ்ட்ரி வரைக்கும் பதில் சொல்ல வேண்டியிருக்கு.” பாலசுந்தரம் பிடிகொடுக்காமல் இறுக்கமாகச் சொன்னார்.

“எல்லாம் சரிதான். ஆனால், உண்மையான குற்றவாளியைப் பிடிக்க முடியாம சம்பந்தமில்லாம ஆளுக்கொரு கதையச் சொல்லி பிடிச்சு போட்டு வெச்சிருக்கீங்க. அதைத்தான் டீடெய்ல் பண்ணி பெயில் மூவ் பண்ணியிருக்கேன். ஹேப்பியஸ் கார்ப்பஸூம் போட்டுட்டுடேன். நாளைக்கு நீங்க கோர்ட்ல வந்து உங்க கதைய கவனமா சொல்லலாம்.” ஜனார்த்தனம் எழுந்தார்.

பிரிட்டீஷ் காலத்து சிவப்புக் கட்டடங்களில் இந்த கோர்ட்டுகள்தான் எத்தனைவிதமான வழக்குகளைச் சந்தித்து வருகின்றன. பராசக்தி வசனத்தில் சொல்லுவதென்றால் பல விசித்திரமான வழக்குகளைச் சந்தித்து வருகின்றன. சர்வதேச சிக்கல்கள் பல இருந்ததால் கம்போடியாவுக்கு விருது வாங்கச் சென்ற

ஐந்து பெண்களின் வழக்குக்கு ஏராளமான பார்வையாளர்களும் கொரோனா காரணமாக ஏகப்பட்ட கெடுபிடிகளும் இருந்தன.

கோர்ட் சம்பிரதாயங்கள் எளிமையாக முடிந்தன. வழக்கின் விவரம், வழக்கு எண், விசாரிக்கப்பட வேண்டியவர்கள், வாதிட வந்திருப்பவர்கள் போன்ற விவரங்கள் நீதிபதியின் முன் வைக்கப்பட்டன.

ஜனார்த்தனம், இந்த வழக்கில் குற்றவாளிகள் என ஜோடிக்கப்பட்ட தன் தரப்பினரான மனோகரன், ராஜவேலு, வேடப்பட்டி துரைசாமி, கிருஷ்ணமூர்த்தி ஆகியோர் நிரபராதிகள் என்பதற்கான தர்க்கவியலான ஆதாரங்களை விளக்கி, அரசுத்தரப்புக்குச் சில கேள்விகளை முன் வைத்திருந்தார்.

"இங்கே குற்றம்சாட்டப்பட்டு நிற்கும் ஒவ்வொருவரின் மீதும் சொல்லப்படும் காரணங்கள் முன்பின் முரணாக இருக்கின்றன. முதலில் மனோகரன்... விவாகரத்து செய்துவிட்ட தன் மனைவியின் மீது அவனுக்கு கோபம் இருந்தது. கம்போடியாவில் இருந்த தன் மனைவியின் பாஸ்போர்ட்டை ஏமாற்றி வாங்கி வைத்துக்கொண்டு ஒரு நாள் முழுக்க அவளை அலைக்கழித்தார். பிறகு பாஸ்போர்ட்டை அவளிடமே கொடுத்துவிட்டார். இதுதான் அவர் செய்த குற்றம். பெங்களூருவில் இதற்காக இவர் கைது செய்யப்பட்டு, விசாரணை முடிந்து பிணைக்கைதியாக வெளியே வந்துவிட்டார். உண்மையான குற்றவாளி கிடைக்காததால் அவரை மீண்டும் சம்பந்தம் இல்லாமல் பிடித்து வைத்திருக்கிறார்கள்.

இரண்டாவது ராஜலட்சுமியின் கடத்தல். இஸ்லாமியர் ஒருவர் கடத்தி வைத்து மிரட்டியதாகக் கதை சொன்னார்கள். பிறகு அவராகவே திரும்பி வந்து விட்டதாகவும் சொன்னார்கள். அந்த இஸ்லாமியர் பேக் ஐடியில் இருந்ததாகவும் அவர்தான் கடத்தினாரா என்பது நிரூபிக்க முடியாததாலும் அதை அப்படியே விட்டுவிட்டார்கள்.

மூன்றாவது கலைச்செல்வி காணாமல் போன விவகாரம். கதிரவன் என்பவர் ஐந்து ஆண்டுகளுக்கு முன் எழுதிய சினிமா விமர்சனத்தால் ஆத்திரமடைந்த ஒரு தயாரிப்பாளர் கோபத்தில் இந்தக் கடத்தல் வேலையைச் செய்ததாகச் சொல்லியிருக்கிறார்கள். கடத்தப்பட்ட கலைச்செல்வி, கதிரவனின் காதலி என்பதுதான் காரணம் என்று சொல்லியிருக்கிறார்கள். தான் தயாரித்த திரைப்படத்தைக் கிண்டல் செய்து எழுதியதற்காக யாராவது இப்படியெல்லாம் பழி வாங்குவார்களா? அதுவும் விமர்சனம் எழுதப்பட்ட ஐந்து வருடங்கள் கழித்து? அதன் பிறகு தயாரிப்பாளர் துரைசாமி எட்டு திரைப்படங்கள் எடுத்திருக்கிறார். அதற்கும் கடுமையான விமர்சனங்கள் வந்துள்ளன. அவற்றை கணம்

நீதிபதி அவர்களின் பார்வைக்கு வைத்திருக்கிறேன். இந்த விமர்சனங்களுக்காகப் பழி வாங்குவதென்றால் அவர் நூறு பேருக்கு மேல் கடத்த வேண்டியிருக்கும். அப்படி எதுவும் நடக்கவில்லை என்பதோடு அந்த விமர்சனங்களை அவர் தன் வளர்ச்சிக்கான தூண்டல்கள் என்றே எடுத்துக்கொண்டார் என்பதற்கான அவருடைய பேட்டி ஆதாரங்களையும் இணைத்துள்ளேன்.

அடுத்தது கிருஷ்ணமூர்த்தி.

இதில் குற்றம்சாட்டப்பட்ட கிருஷ்ணமூர்த்தி பரிதாபத்துக்குரியவர். இந்த வழக்கின் உச்சகட்டம் அவருடைய கதை. கம்போடியாவில் விருது வாங்கச் சென்ற டாக்டர் பவித்ராவின் வீடு சென்னையில் உள்ளது. அந்த வீட்டில் இருந்தவர்கள் பவித்ராவின் பெற்றோர். அந்த வீட்டில் ஏசி வெடித்து இருவர் இறந்து போய்விட்டார்கள். அது பவித்ராவின் பெற்றோர் என்ற பதற்றத்தில் கிருஷ்ணமூர்த்தி கம்போடியாவில் இருந்த பவித்ராவுக்குத் தகவல் சொல்கிறார். உடனே அவரைப் பிடித்து குற்றவாளி கூண்டில் வைத்து விட்டார்கள். ஆனால் அந்த விபத்தில் பவித்ராவின் பெற்றோர் இறக்கவில்லை. அவர்கள் வெளியூர் சென்றிருந்ததால் அந்த வீட்டின் வேலைக்காரப் பெண் தன் கணவரோடு அங்கு தங்கியிருந்தார் என்பது தெரிய வந்திருக்கிறது. இறந்தது வேலைக்காரி என்பது காவல்துறையினருக்கே தாமதமாகத்தான் தெரிய வந்தது. ஆனால், கிருஷ்ணமூர்த்தி தவறான தகவலைச் சொல்லி பவித்ராவை மனம் நோகச் செய்துவிட்டார் என்பது அவர்மீது சுமத்தப்பட்ட குற்றம். இது வேடிக்கையானது.

இது எல்லாமே போலீஸார் கட்டிய கதைகள். யார் மீதோ சம்பந்தமில்லாமல் வீண் பழி போட்டு வழக்கை முடிக்கப் பார்க்கிறார்கள்.

இந்த நேரத்தில் இன்னொரு தகவலும் வந்திருக்கிறது. கடத்தப்பட்டதாக சொன்ன கலைச்செல்வி ஹோட்டலுக்குத் திரும்பி விட்டார் என்பதுதான் அது."

கம்போடிய அரசு அனுப்பிய இமெயில் தகவலை நீதிபதியின் முன் வைத்தார் ஜனார்த்தனம். பாலசுந்தரத்துக்கும் இந்த இமெயில் வந்திருந்தது. கதிரவனிடமும் கலைச்செல்வியிடமும் கோர்ட்டுக்குள் நுழைவதற்கு சில நொடிகள் முன்புதான் பேச முடிந்தது. அனைவரும் பத்திரமாக இருக்கிறார்கள் என்பதற்காகக் குற்றப்பின்னணியை அலட்சியமாக விடக்கூடாது என்பதில்தான் அவர் கவனமாக இருந்தார். அதற்குள் வழக்கு கையை மீறிவிட்டது தெரிந்தது.

ஜனார்த்தனம் தொடர்ந்தார். "கம்போடிய போலீஸ் இந்த சம்பவங்களை எதிர்பாராமல் நடந்த அசம்பாவிதங்கள் என்றே

சொல்கிறது. ஐந்து பெண்களும் பத்திரமாக நாளை இந்தியாவுக்கு அனுப்பி வைக்க ஏற்பாடுகள் நடக்கின்றன. ஆக, இங்கிருந்து சென்ற ஐந்து பெண்களும் பத்திரமாக இருக்கிறார்கள். புதிய நாட்டில் சமூக விரோதிகள் சிலரால் ஏற்படும் எதிர்பாராத சம்பவங்களுக்கு என் தரப்பினர் மீது அநியாயமாகப் பழி சுமத்தியிருக்கிறார்கள். அவர்களை ஜாமீனில் விடுவிக்க வேண்டும் எனக் கேட்டுக்கொள்கிறேன்."

பாலசுந்தரம் இருக்கும் திசையை நோக்கினார் நீதிபதி.

"சார்... பெண்களுக்கு உடல்ரீதியா எந்த ஆபத்தும் இல்லை. அதனால் இதை சாதாரண அசம்பாவிதம்னு லாயர் சொல்றார். ஆனா பெண்களுக்கு மனரீதியா பாதிப்பு ஏற்பட்டிருக்கு. திட்டமிட்டு ஏற்படுத்தியிருக்காங்க."

"அதான் யாரு? இவங்களுக்கும் அந்த சம்பவங்களுக்கும் லிங்கே இல்லையே?"

நீதிபதியின் பேச்சு தனக்கு சாதகமாகியிருப்பதைப் பிடித்துக்கொண்ட ஜனார்த்தனம் எழுந்தார்.

"கம்போடியாவில் இருக்கும் ஐந்து பெண்களும் முதலில் இந்தியாவுக்கு அழைத்து வர வேண்டும். அதுதான் முதல் பணி. உண்மையான குற்றவாளிகளைக் கண்டுபிடிக்க வேண்டியது இரண்டாம் பணி. இந்த வழக்கில் எப்போது தேவைப்பட்டாலும் ஆஜராக ஒப்புதல் அளித்திருப்பதால் குற்றவாளி கூண்டில் இருக்கும் இந்த நால்வரையும் ஜாமீனில் விடுவிக்க வேண்டுகிறேன்" என்று சொல்லி முடித்தார் ஜனார்த்தனம்.

நீதிபதி அரசுத்தரப்பு வழக்கறிஞரையும் அசிஸ்டென்ட் கமிஷனர் பாலசுந்தரத்தையும் பார்த்தார்.

அரசுத் தரப்பு வழக்கறிஞருக்கு எடுத்துச் சொல்வதற்கு எந்த விஷயமும் கைகூடவில்லை.

"பெண்கள் அனைவரும் பத்திரமாக வந்து விட்டார்கள் என்பதற்காக இவர்களை விட முடியாது" என்று மட்டும் சொன்னார்.

அசிஸ்டன்ட் கமிஷனர் பாலசுந்தரம், "சமூகத்தில் இத்தகைய மனநோயாளி குற்றவாளிகள் இருக்கிறார்கள். அவர்கள் சேர்ந்து இந்த சம்பவங்களை நடத்தியதாகத் தெரிகிறது. தொடர்ந்து விசாரிப்பதற்கு அனுமதிக்க வேண்டும்" என்றார்.

"நீங்கள் பிடித்து வைத்திருக்கிற நான்கு பேரும் மனநோயாளிகள் என்பதற்கு ஏதாவது ஒரு சான்று தர முடியுமா?" என்றார் நீதிபதி.

பப்ளிக் பிராஸிகூட்டர் எழுந்து, "நிச்சயம் நிரூபிக்க முடியும். ஒரு வாரம் அவகாசம் வேண்டும் யுவர் ஆனர்" என்றார்.

நீதிபதி, "குற்றங்களுக்கான காரணங்கள் வலிமையாக இல்லை. வேடப்பட்டி துரைசாமி திரைப்படத் தயாரிப்பாளர். சமூக அந்தஸ்தில் உள்ளவர். ராஜவேலு பிஆர்ஓ நிறுவனம் நடத்துபவர். அவருக்கு கடந்த ஆண்டு சிறந்த பிஆர்ஓ என்று இந்திய அளவில் சான்று வழங்கப்பட்டுள்ளது.

இன்னொருவர் கிருஷ்ணமூர்த்தி. பரிதாபப்பட்டு போனில் தகவல் சொன்னவர். அவரைப் படுபாதக செயல் செய்ததாகச் சொல்லி இருக்கிறீர்கள். இப்படியெல்லாம் சந்தேகப்பட்டால் இனிமேல் அவசரத்துக்கு யாரும் உதவ மாட்டான்.

ஷைனியின் கணவன் மனோகரன் மட்டுமே நீங்கள் சொல்லுகிற மனநோயாளி. அவர்கூட மனைவியின் மீது உள்ள தனிப்பட்ட கோபம் காரணமாக செய்திருக்கிறார். அதற்கான தண்டனையை அவருக்கு வழங்க உத்தரவிடுகிறேன்.

ஒரு லட்ச ரூபாயை கொரோனா நிதியாக அரசுக்கு செலுத்த வேண்டும் என உத்தரவிடுகிறேன்" கூறிவிட்டுத் திரும்பி பார்க்காமல் எழுந்து போனார் நீதிபதி.

சிறைச்சாலை விதிமுறைகள் முடிந்து மாலை நான்கு மணிக்குள் நான்கு பேரும் ஜாமீனில் வெளியே வந்துவிடுவார்கள் என்பது புரிந்துவிட்டது. பட்ட பாடுகள் ஒன்றுமே அர்த்தமின்றிப் போய்விட்டது. பாலசுந்தரம் என்ன நடக்கிறது என்பதைக் கோவையாக யோசிக்க முடியாமல் தடுமாறினார்.

வேலாயுதம் நிலைமையைப் புரிந்துகொள்ள முடியாமல் நின்றான். கோர்ட் களேபரங்களில் இருந்து ஒதுங்கி வந்து, கதிரவனுக்கு ஒரு வாய்ஸ் மெசெஜ் மூலம் சுருக்கமாக எல்லாவற்றையும் அனுப்பினான்.

"சரி. போகலாம்" என்றபடி வந்தார் பாலசுந்தரம்.

பாலசுந்தரமும் வேலாயுதமும் கமிஷனர் அலுவலகம் திரும்பிக்கொண்டிருந்தனர்.

"வெளிநாட்டுக்குப் போறவங்களுக்கு வழக்கமா நடக்கிற சில அசம்பாவிதம்னு சொல்லிட்டானே அந்த ஜனார்த்தனம்?" என்று வருந்தினார் பாலசுந்தரம்.

"நம்ம பப்ளிக் பிராஸிக்யூட்டர் இன்னும் கொஞ்சம் ஸ்ட்ராங்கா சொல்லியிருக்கலாம். என்னமோ பட்டுக்காம பேசினார். அஞ்சு பெண்ணுகளையும் மனதளவில் டார்ச்சர் செய்யும் நோக்கம்தான் இதில் முக்கியம். இப்ப பத்திரமா வந்துட்டாலும் எதிராளிகளோட நோக்கம் நிறைவேறிடுச்சு. அது சைக்கிலாஜிக்கல் க்ரைம். அதை அவர் சொல்லியிருக்கலாம். அதுவும் கலைச்செல்விய ரூம்ல அடைச்சு வெச்சு வீடியோ போட்டதை அழுத்தமா சொல்லியிருக்கணும்."

வேலாயுதம் வெறித்த பார்வையுடன் சொன்னான்.

"சைக்கிலாஜிகல் த்ரட்னு நீதிபதியும் ஒத்துக்குறார். ஆனா அதை வேடப்பட்டி துரைசாமி மேல போடறதுக்கு என்ன ஆதாரம்னு கேக்கறார். அஞ்சு வருஷத்துக்கு முன்னாடி எழுதின சினிமா விமர்சனம்னு சொன்னா நமக்கே பத்தல."

"எனக்கென்னமோ பப்ளிக் பிராஸிக்யூட்டரை சரிகட்டிட்டாங்களோன்னு தோணுது."

"உங்களுக்குத் தெரியுமா? ஜனார்த்தனமும் அவரும் க்ளாஸ்மேட். ஒரே சீனியர்கிட்ட வேலை பாத்தவங்க. அந்த சந்தேகம் இருந்துச்சு. ஆனா... நம்ம கிட்ட ஹோாப் இல்ல. நீதிபதி கேட்ட கேள்விக்கு பதில் இல்ல. மிஸ் பண்ணிட்டோம்." என்றார்.

"அஞ்சு பேரும் இந்தியா வந்து சேரட்டும் சார். நாம நேரடியா பேசிப்பார்ப்போம்." வேலாயுதம் சொன்னான். அதில் பாலசுந்தரத்துக்கு போதிய ஆர்வமில்லை.

திடீரென ஏதோ யோசித்தவராக, "அஞ்சு பொண்ணுகளுக்கும் சிக்கல் வரும்னு சந்தேகப்பட்டோம். இதில ராகவிக்கு எதுவும் நடக்கலையே?" என்றார்.

"ரெண்டு விஷயம் சார். ராகவி நிஜமாகவே இந்த விருதுக்குத் தேர்வு செய்யப்பட்டிருக்கலாம். இந்த மாதிரி டார்ச்சர் செய்யும் ஆசாமிகளால் அனுப்பப்பட்டவளா இல்லாம இருக்கலாம். இல்லைன்னா ரெண்டு நாட்டு போலீஸூம் அலெர்ட் ஆகிட்டதால அவளை டார்ச்சர் பண்ணும் திட்டத்தைக் கைவிட்டிருக்கலாம்."

"கதிரவனுக்கு போன் போட்டு ராகவிய பத்திரமாக இருக்கச் சொல்லுங்க" என்றார் பாலசுந்தரம்.

வேலாயுதம் போன் செய்தான்.

கதிரவன், "சொல்லு வேலாயுதம். இப்படி ஆகிடுச்சே" என்றான்.

"ராகவிய பத்திரமா பாத்துக்கங்க" என்றான்.

"பத்திரமா எங்க கூடத்தான் இருக்கா. ஆனா ஒரு சின்ன ப்ராப்ளம்."

"என்ன?" எனக் கூர்மையானான் வேலாயுதம். போனை ஸ்பீக்கர் மோடுக்கு மாற்றினான்.

"ராகவிய ஹாஸ்பிடல்ல அட்மிட் பண்ணியிருக்கோம்."

"என்ன ஆச்சு?"

"திடீர்னு மயக்கம். என்னன்னு தெரியல."

22

ராகவிக்கு திடீர் மயக்கம் என்றதும் வேலாயுதம் ஐந்தாவது பெண்ணுக்கான சிக்கல் என்பதை உணர்ந்து பதறினான். ஐந்து பெண்களில் ஐந்தாவதாகப்பிரச்னையைஎதிர்கொள்கிறவள்ராகவி.

"என்ன கதிரவன் இவ்வளவு சாதாரணமா சொல்றே?" என்றான்.

"பெரிய பெரிய பிரச்னையெல்லாம் சாதாரணமா எடுத்துக்கிறாங்க. சாதாரண விஷயத்தை எதுக்குப் பெருசா சொல்லணும்னுதான்."

"எதுக்காக மயக்கம்?"

"ஃபுட் பாய்சன்னு சொன்னாங்க." கதிரவன் சொன்னான்.

அதைச் சாதாரணமாக எடுத்துக்கொள்ள முடிய வில்லை. நாளை விமான சேவை ஆரம்பமாகஇருப்பதாக கம்போடிய அரசு அறிவித்திருக்கும் நிலையில், அங்கிருந்து ஐந்து பெண்களும் ஒரு வழியாக இந்தியா வந்து சேருவார்கள் என எதிர்பார்த்த நேரத்தில் இப்படி ஒரு குறுக்குசால் ஓட்டுவது எதேச்சையாக நடப்பது போல இல்லை.

"அவ ப்ரெட் ஆம்லெட் சாப்பிட்டதா சொன்னாங்க. அவளுக்கு ப்ரெட், முட்டை சாப்பிடுவதில் ஒவ்வாமை உண்டா என்றெல்லாம் கேட்டாங்க. மொதல்ல ஃபுட் அலெர்ஜின்னுதான் டெஸ்ட்லாம் எடுந்தாங்க.

கடைசிலதான் அது ஃபுட் பாய்சன்னு தெளிவாச்சு.”

“ஓ... புட் பாய்சன்னா எப்படி ஆச்சு?”

“ஃபுட் அலர்ஜிக்கும் ஃபுட் பாய்சனுக்கும் வித்யாசம் இருக்கு. ராகவி விஷயத்துல எவனோ ஃபுட் பாய்சன் குடுத்திருக்கான். அந்த ஹோட்டல்லயே கல்பிரிட் இருக்காங்கன்னு வந்த நாள்லருந்து சொல்லிக்கிட்டிருக்கேன். எவனும் கேக்கல.”

“இந்த கேஸ் இப்ப சுத்தமா அர்த்தமில்லாமப் போச்சு. எல்லாரும் இந்தியாவுக்கு வாங்க. அப்ப மொதல்ல இருந்து தொடங்கலாம்.”

“கரெக்ட்.”

“கரெக்ட்டுன்னு நாம எது சொன்னாலும் கேட்க மாட்டாங்க. எல்லாமே ஆக்சிடென்ட்டா நடந்ததுன்னுதான் சொல்லுவாங்க.”

“ஊருக்குக் கிளம்பற நேரத்தில எதனால, எப்படி ஃபுட் பாய்சன்னு கொஞ்சம் பேசிப்பார்க்கலாம்” என்றார் பாலசுந்தரம்.

“எதேச்சையாக நடந்ததைலாம் சதி வேலைன்னு பீதி கிளப்புறாங்கன்னு ஜனார்த்தனன் சுலபமா வாதாடி வென்றுடுவாங்க. சே... என்ன கொடுமை சார்!” வேலாயுதம் சொன்னது நடிகர் பிரபுவை நினைவுபடுத்துவது போல இருந்தது.

“சரி. எப்ப டிஸ்சார்ஜ்? எப்ப இந்தியா வர்றீங்க” எனப் பேச்சை முடிவுக்குக் கொண்டு வந்தார் பாலசுந்தரம்.

“நாளைக்கு நைட் இந்தியா வந்துடுவோம்.” கதிரவன் தொனியில் பட்டதெல்லாம் போதும் வெளிப்பட்டது.

“அந்த நடிகை ஸ்ரீதேவி பத்தி அப்புறம் எதுவும் தெரியலையா?”

“தெரியலை. எதையாவது சொல்லி மாட்டிக்கக் கூடாதுன்னு எங்கயோ பதுங்கியிருக்கா. ஒருவேளை நாளைக்கு அவளும் இந்தியா திரும்பலாம்..”

“வரட்டும் அப்புறம் அவளை விசாரிக்கலாம். நீ இந்தியா வந்ததும் கமிஷனர் ஆபிஸுக்கு வா” என்றார் பாலசுந்தரம்.

“நிச்சயம் வர்றேன். நிறைய வேலை இருக்கு.” உறுதியாகச் சொன்னான் கதிரவன்.

சென்னை விமான நிலையம். கொரோனா கட்டுப்பாடுகள் கடுமையாக இருந்தன. விமானத்தில் இருந்து இறங்கி பாஸ்போர்ட் வெரிஃபிகேஷன் விதிமுறைகள் முடிந்ததும் மீண்டும் உடல் வெட்பம் பரிசோதித்தார்கள். நெற்றியில் துப்பாக்கி வைத்துச் சுடுவதுபோல டெம்பரேச்சர் பார்ப்பது விநோதமாக இருந்தது.

கொரோனா வைரஸின் துணை உற்பத்தி போல இத்தகைய கருவிகள் உருவாகியிருந்தன. கை கழுவும் சோப்புகள், அதை வைப்பதற்காக காலில் அழுத்தும்படியான உபகரணம், மாஸ்க்குகள், மருந்துகள், தடுப்பூசிகள், கவச உடைகள் என பல்லாயிரம் கோடி ரூபாய்க்கான வர்த்தகங்களை உணர முடிந்தது. கடந்த ஒரு மாதத்துக்கு முன் இந்தப் பல்லாயிரம் கணக்கான கோடி ரூபாய்க்கு இந்த அவசியம் இல்லை. வேறு தொழில்களில் முதலீடு செய்ய வேண்டிய பணம். எத்தனை சுலபமாக மருத்துவத் துறைக்கு மடை மாற்றியிருக்கிறார்கள். உலகின் முக்கியமான மருத்துவ முதலாளிகள் கொழிக்கிறார்கள். என்ன நடக்கிறது, எதற்கு நடக்கிறது என்பதை யூகிக்கும் முன்பே எல்லாம் நடந்துகொண்டிருந்தது.

விருது பெற சென்ற ஐந்து பெண்களுடன் கதிரவனும் விமான நிலையத்தில் இருந்து வெளியே வந்தான்.

பவித்ரா அடையாறு, ராஜலட்சுமி தி.நகர், கலைச்செல்வி அண்ணா நகர், ராகவி வளசரவாக்கம், ஷைனி கீழ்க்கட்டளை என சென்னை முழுப் பரப்பிலும் பரவியிருந்தனர். அங்கிருந்து அடுத்த தினங்களில் அவர்களின் சொந்த ஊர்களுக்குச் செல்வதாக உத்தேசித்திருந்தனர். ஒவ்வொருவருக்கும் ஒவ்வொரு கார் புக் செய்து அனுப்பி வைக்கத்தான் கதிரவன் நினைத்தான். ஆனால் ஆபத்தின் எல்லைகளை முழுமையாகக் கடந்துவிட்டதாக அவன் நினைக்கவில்லை. ஒரே காரில் அனைவரையும் ஏற்றிக்கொண்டு அவரவர் இறங்க வேண்டிய இடங்களில் இறக்கிவிட முடிவெடுத்தான்.

அப்போதுதான் கார் டிரைவர்கள் புதிய விதிமுறை ஒன்றைச் சொன்னார்கள்.

“ஒரு காரில் மூவர்தான் பயணம் செய்யலாம்.”

இதுவும் கொரோனாவின் உடன் விளைவு. ஓட்டலில் பாதி இருக்கை... தியேட்டரில் பாதி இருக்கை... எனக் கட்டுப்பாடுகளை அறியமுடிந்தது.

வேறு வழியில்லை. இரண்டு கார்கள் எடுக்க வேண்டும். ஒன்றன் பின் ஒன்றாக செல்ல வேண்டும். ஐந்து பேரை பத்திரமாகக் கொண்டுபோய் சேர்ப்பதில் எத்தனைவிதமாக இடர்பாடுகள் உண்டோ அத்தனையும் எதிர்ப்பட்டது.

“சார், அடையார், கீழ்க்கட்டளை, திருவல்லிக்கேணி போறதுக்கு ஒரு கார் எடுங்க. வளசரவாக்கம், அண்ணா நகருக்கு இன்னொரு கார் எடுங்க” என்று உபாயம் சொன்னான் டிரைவர்.

“இரண்டு காரும் பின் தொடர்ந்து வரணும். நீங்க சொல்ற மாதிரி மொதல்ல கீழ்க்கட்டளை, அப்புறம், அடையார், திருவல்லிக்கேணி

போங்க. மூணு பேரை அங்க இறக்கணும். அப்புறம் ஒரு கார் மட்டும் வளசரவாக்கம், அண்ணா நகர் போகணும்."

கிறுக்கனா இவன் என அவர்கள் யோசித்திருக்க வேண்டும்.

"உங்க இஷ்டம் சார்."

"கார் சிக்னல்ல மிஸ் ஆகிடக் கூடாது. ரெண்டும் ஒண்ணா வரணும்."

"சரி சார்."

நடமாட்டம் குறைந்த சென்னை புதுசாக இருந்தது. வழக்கமான மனித அடர்த்தி இல்லை. ஓரிரு நாய்கள் மட்டும் ஏக்கமாகப் பார்த்துக்கொண்டிருந்தன.வழி தவறி வந்துவிட்டது போல இருந்தது. இருப்பினும் நம் சொந்த ஊர் என்ற இனம் புரியாத பாதுகாப்பு உணர்வு ஏற்பட்டது. இரவு இன்னும் பாக்கியிருந்தது. ஐந்து பேரையும் கரை சேர்ப்பதற்குள் விடிந்துவிடும்.

காலையில் அலுவலகம் போய் நடந்த கதையை பத்திரிகை ஆசிரியரிடம் விளக்கினான். கம்போடியாவில் இருந்தபோதே சில முறை அவரிடம் இதுபற்றிப் பேசியிருந்தாலும் இப்போதுதான் முழுசாக சொல்ல முடிந்தது. ஒவ்வொரு பெண்ணும் வரிசையாக எப்படி இடர்பட்டார்கள்... எத்தனை பதற்றம். அங்கிருந்த ஒரு வாரமும் உயிரைக் கையில் பிடித்திருந்த தருணங்கள். நிம்மதியற்ற நாட்கள்... உறக்கமற்ற இரவுகள் எல்லாவற்றையும் சொன்னான்.

அமைதியாகவும் அக்கறையாகவும் கேட்டார். இத்தனை களேபரங்களும் கடைசியில் நம்பப்படாமல் போனதன் பின்னணியில் ஏதோ மர்மம் இருப்பதைச் சொன்னார் ஆசிரியர்.

"இப்ப என்ன சார் பண்றது?"

"சரி. தலைக்கு வந்தது தலைப்பாகையோட போச்சுன்னு விட்டுட்டு வேலைய பார்" என்றார்.

"எவனோ வீடியோ கேம் விளையாடற மாதிரி நிஜ மனிதர்களை வெச்சு விளையாடியிருக்கான் சார். கண்டுபிடிக்க வேணமா?"

"சரிதான். பொண்ணுங்க யாருக்கும் ஒரு ஆபத்தும் இல்ல. மானபங்க படுத்தல. தொடக்கூட இல்ல. சும்மா துரத்தியிருக்கான். ஒரு வாரம் டென்ஷன். அப்புறம் நிம்மதியா விட்டுட்டுட்டான். சைக்கோவா இருப்பான். இதோட விட்டுடு. கிளறினா மேற்கொண்டு பிரச்னை பண்ணுவான்."

"ஒண்ணும் பண்ண முடியாதா சார்? எதாவது டிடெக்டிவ் ஏஜென்ஸி மூலமா ட்ரை பண்ணலாமா?"

“வேணாம்பா. இதோட விட்டுடு. உன்னால அந்தப் பொண்ணுங்களுக்கு மறுபடி தொல்லை ஆரம்பிக்கும். வைகோ ப்ரஸ் மீட் இருக்கு. காலைல பதினொரு மணிக்கு. நீ தாயகம் கிளம்பு.”

ஆசிரியர் அதற்கு மேல் பேச விரும்பவில்லை.

அவமானமாக இருந்தது. ஒவ்வொரு குற்றத்தின் பின்னாலும் ஒவ்வொருவர் இருந்தாலும் மூளையாக ஒருத்தன் இருக்க வேண்டும். எல்லா குற்றங்களையும் ஒருங்கிணைத்தவன். அவன் சென்னையில்தான் எங்கோ இருக்கிறான் என மனசு சொல்லியது. மக்களோடு மக்களாக உலவிக்கொண்டிருக்கிறான். அவனை யாருமே ஒன்றும் பண்ண முடியாது என்பது அவமானமாக இருந்தது. போலீஸ், கோர்ட், டிடெக்டிவ் ஏஜென்ஸி, பத்திரிகை எதுவுமே அவனைக் கண்டுபிடிக்க முடியாது என்பது கதிரவனை வதைத்தது. சுயமரியாதையைச் சுட்டது. வைகோவை பார்க்கக் கிளம்பினான்.

வாழ்க்கையில் ஏதோ சுவாரஸ்யம் குறைந்து போனது போல இருந்தது. சார்ஜ் போடாத செல்போன், காற்று போன பலூன் போன்ற உவமைகள் அவனை அறியாமல் அலைமோதின.

பாலுவிடம் பேசினான்.

“வேடப்பட்ட துரைசாமியின் நடவடிக்கைல புதுசா மாற்றம் இருக்கானு பாரு” என்றான்.

“ரொம்ப சகஜமா இருக்காரு. அடுத்த பட அறிவிப்பு சம்பந்தமா பேசினார். வீணா என்னை சிக்கல்ல இழுத்துவுட்டுட்டியேன்னு வருத்தமா சொன்னார். உன்னோட ஃப்ரெண்டு கதிரவன் மேல எனக்கு எந்த கோபமும் இல்ல. வேணும்னா ஒரு தடவ நேர்ல அழைச்சுட்டுவா. அந்தத் தம்பி முகம்கூட மறந்துபோச்சுன்னு சொல்றாரு.”

“பணம் வந்துட்டா கொழுப்பு தன்னால வந்துடும். அந்த ஸ்ரீதேவி மட்டும் இந்தியா வரட்டும். அவள வெச்சே அவனைப் பிடிக்கிறேன்.”

“அவளை அங்க கண்டு பிடிக்க முடியலையா?”

“இல்ல. அவ மேல சந்தேகம் ஆரம்பிச்சதும் எஸ்கேப் ஆகிட்டா.”

“எப்படியும் ஏர் போர்ட் வந்துதானே ஆகணும். அங்க கம்போடியா போலீஸ் புடிச்சுடுவாங்களே?”

“யாருமே இந்த சம்பவங்கள்ல பெருசா சிக்கல. காரணமில்லாம

பிடிக்க முடியாதுன்னு தமிழ்நாடு போலீஸே சொல்லிடுச்சு. அப்புறம் அவங்க மட்டும் புடிச்சு வெச்சு என்ன பண்ண போறாங்க?"

"சரி. கொஞ்சம் ஆறப்போடுவோம். அவ வரட்டும். அங்கருந்துதான் ஆரம்பிக்கணும். கொஞ்சம் பொறுமையா இரு. கலைச்செல்வி நல்லா இருக்கில்ல?"

"ம்."

"சென்னை வந்த்தும் கமிஷனர் ஆபீஸ் போகணும்னு சொன்னியே?"

"போகணும். போய் எதுவும் நடக்குமான்னு இருக்கு. நம்பிக்கை வர்ல. வேலாயுதம் கிட்ட பேசிப் பார்க்கிறேன்."

வேலாயுதத்துக்கு நூறு வயசு. கால் வெயிட்டிங்கில் வேலாயுதம்.

"வேலாயுதம் லைன்ல இருக்கான். சரி நான் அப்புறம் பேசறேன்." பாலுவைத் துண்டித்துவிட்டு, வேலாயுதத்திடம் பேசினான்.

"ஸ்ரீதேவி இந்தியா வந்துட்டா."

"அப்படியா? இப்ப எங்கருக்கா?"

"கமிஷனர் ஆபீஸ்ல."

"பிடிச்சுட்டீங்களா... வெரிகுட்."

"நாங்க பிடிக்கலப்பா. அவளே வந்திருக்கா."

"அவளே வந்திருக்காளா... எதுக்கு?"

"கம்ப்ளைன்ட் குடுக்கறதுக்கு."

"யார் மேல?"

"உன் மேலதான்."

23

அதிர்ச்சியுடன், "என்னடா சொல்றே? ஸ்ரீதேவி என் மேல கம்ப்ளைன்ட் கொடுக்கப் போறாளா?" என்றான் கதிரவன்.

"அவ பேர டேமேஜ் பண்ணிட்டாங்களாம். அவளையும் புரொட்யூசரையும் இணைச்சு எழுதிட்டாங்களாம். இத வெச்சு கம்போடியா போன இடத்தில சம்பந்தமில்லாம தமிழ் நாட்டைச் சேர்ந்தவங்களே இம்சை பண்ணாங்களாம்."

"இப்ப அங்கதான் இருக்காளா?"

"ஆமா. ப்ரெஸ்ஸெல்லாம் சூழ்ந்து செம கலாட்டாவா இருக்கு."

"நா இதோ வர்றேன்." கதிரவன் வேகமாக கமிஷனர் ஆபீஸ் நோக்கி விரைந்தான். கமிஷனர் அலுவலகம்.

பத்திரிகையாளர்கள் கேட்ட கேள்விகளுக்குப் பொறுமையாக பதில் சொல்லிக்கொண்டிருந்தாள் ஸ்ரீதேவி.

பொதுவாகப் பலரும் வேடப்பட்டி துரைசாமிக்கும் ஸ்ரீதேவிக்கும் திருமணம் நடந்ததா என்பதை வேறு வேறு விதமாக விசாரித்தனர். அந்தக் கேள்விகளுக்காக சங்கடமோ, வருத்தமோ படாமல் அவள் நிதானமாக பதில் சொன்னாள்.

"அது உண்மையல்ல", "பொய்யான செய்தி",

“அது தவறு” என்பன போன்ற வார்த்தைகளில் சாதுர்யமாக மறுத்துக்கொண்டிருந்தாள்.

மீடியாவில் எவ்வளவு கிளறியபோதும் மீண்டும் மீண்டும் மாறாத அதே தொனியில் சொல்லி கொண்டிருந்தது ஆச்சர்யமாக இருந்தது. இவள் கிளிப்பிள்ளை சொல்லித் தந்தவர் யாரோ என்பதை உணர முடிந்தது. சுதி மீறாமல் அதையே சொல்வதில் கதிரவனுக்குக் கோபம் அதிகரித்தது.

கதிரவன் முன்னகர்ந்து அவளுக்கு முன்னால் ஒரு நாற்காலியைப் போட்டு அமர்ந்தான். அவனைப் பார்த்து சற்றே அவள் மிரட்சி அடைந்தாள்.

அதை வெளிக்காட்டிக் கொள்ளாமல் இருக்க வேறு பக்கம் திரும்பினாள்.

கேள்விகள் போதும் என்பது போல சைகை செய்தாள்.

கதிரவன் அவளையே கூர்ந்து பார்த்தபடி அமர்ந்திருந்தான். அவளுடைய பார்வை மீண்டும் தம் பக்கம் திரும்பும்வரைப் பொறுத்திருந்தான்.

எதிர்பார்த்தபடியே அவள் மறுபடி அவன் பக்கம் திரும்பினாள்.

“என்னைத் தெரியுதா?” என்று கேட்டான் கதிரவன்.

முதல் தடவை அந்தக் கேள்வியைக் கவனிக்காதது போல கடந்துபோனாள்.

வேறுயாரோ பின்னால் கேள்வி கேட்டது போல அந்தப் பக்கம்

பார்வையைச் செலுத்தினாள்.

“மேடம் நான் ஒரு கேள்வி கேட்டேன்.” குரலை உயர்த்தினான் கதிரவன்.

“என்ன கேட்டீங்க?”

“என்னைத் தெரியுதா?”

”சாரி. தெரியலை.”

“நல்லது. நீங்க கம்போடியா வந்திருந்தப்ப நானும் அங்கதான் இருந்தேன்.”

“அப்படியா?”

அவள் சொன்ன அப்படியாவில் உலகின் தலைசிறந்த நடிகையாகத் தெரிந்தாள்.

“நான் தங்கியிருந்த ஒட்டலுக்கு நீங்க வந்தீங்க. என்கிட்ட வந்து பேசினீங்க.”

“இருக்கலாம். கொரோனா காலத்தில அங்கே தனியா மாட்டிக்கிட்டேன். இந்தியாவிலர்ந்து வந்தவங்களப் பார்த்தா பேச்சுகொடுப்பேன். உதவுவாங்கன்னு பேசினேன். அப்படி ஏதாவது பேசி இருக்கலாம். சாரி... மறந்துடுச்சு.”

“நல்லா பாத்து சொல்லுங்க. என்னை மறந்துடுச்சா?”

“சார். இந்த பிரஸ் மீட் நாம ரெண்டு பேரும் பேசிக்கிறதுக்காக இல்ல. மத்தவங்களை கேள்வி கேட்க விடுங்க.” ஸ்ரீதேவி சட்டென மடைமாற்றினாள்.

“என்கிட்ட பேசினப்ப நீங்களும் நான் இருந்த அதே ஓட்டல்ல அஞ்சாவது மாடியில இருக்கிறதா பொய் சொன்னீங்க. அதுவாவது ஞாபகம் இருக்கா?”

“சார் நான் ஒரு நடிகை. என்னைப் பார்க்கிற யாரும் உடனே எங்க இருக்கீங்கன்னு கேட்பாங்க. உண்மையைச் சொன்னா அது எனக்கு எவ்வளவு டிஸ்டபர்ன்ஸா இருக்கும்? அதுவும் வெளிநாட்ல தங்கியிருக்கும் ஓட்டல் அறையை சொல்ல முடியுமா... இவர் சொல்றதில ஏதாவது நியாயம் இருக்கிறதா?”

பத்திரிகையாளர்கள் சிலர் கதிரவன் சம்பந்தமில்லாமல் பேசிக்கொண்டிருப்பதாகப் பார்வையால் அலட்சியத்தை வெளிப் படுத்தினர்.

கதிரவனின் தோளில் ஒரு கை பாந்தமாக அழுத்தியது. வேலாயுதம்.

அதன்பிறகு கேள்வி கேட்பதை கதிரவன் நிறுத்தி விட்டான்.

என்ன கேட்டாலும் சாதுரியமாக பதில் சொல்கிறாள். சரியான பயிற்சி கொடுத்து அனுப்பி இருக்கிறார்கள். சில நிமிடங்களில் பிரஸ் மீட்டை முடித்துக்கொண்டு ஸ்ரீதேவி அங்கிருந்து விடைபெற்றாள். கதிரவன் அவளையே பார்த்துக் கொண்டிருந்தான்.

“திமிராக பதில் சொல்கிறா பாத்தியா?“ என்றான் வேலாயுதத்தை நோக்கி.

“இந்த நிமிஷத்துல அவ பேசுவது எல்லாமே ஞாயம் போல தான் இருக்கு. இடம் பொருள் ஏவல். நாம அவளைத் தனியா சந்தித்துப் பேசி இருக்கணும். கொஞ்சம் வெயிட் பண்ணு. தனியா போய் மடக்கிடலாம்.”

“எனக்கு பிஆர்ஓ ராஜவேலுவையும் மீட் பண்ணணும்.”

வேலாயுதம் சிரித்தான். “இவங்களையெல்லாம் மீட் பண்றதுக்கு முன்னாடி கொஞ்சம் வெயிட் பண்ணணும். இப்பதான் வழக்கு அவங்களுக்கு சாதகமாக முடிஞ்சிருக்கு. போதிய ஆதாரம் இல்லாம சும்மா விசாரிக்கப் போனா மிரட்டுறதா சொல்லி கேஸைத்

திருப்பிடுவாங்க. எதாவது ஒரே ஒரு பாயிண்ட் வேணும். ஓர் ஆதாரம் பலமா வேணும். இல்லாட்டி நம்ம ஒண்ணுமே பண்ண முடியாது."

"எவ்வளவு ஆதாரம் கொடுத்தோம். எல்லாமே எதேச்சையா நடந்ததுன்னு சொல்லிட்டாங்களே.."

"போலீஸ் கிட்ட கேட்டா எல்லாத்துக்கும் வெயிட் பண்றதுதான் ஒரே பதில். எல்லா குற்றத்துக்கும் ஒரு தடயம் இருக்கும். இதுதான் போலீஸ் பார்முலா. குளத்தில கல்லைப் போட்டா பாசி விலகிட்டா மாதிரி தெரியும். கொஞ்ச நேரம் கழிச்சு பழையபடி பாசி மூடும். அதுவரைக்கும் வெயிட் பண்ணணும். பார்க்கலாம், இரு."

கதிரவன் இரண்டு பியர்களைப் பருகி முடித்துவிட்டு துன்ப மெல்லாம்

தீர்ந்தது போல பாவித்து படுத்து உறங்கினான். ஆனால் அது உறக்கமே அல்ல. கன்னா பின்னாவென்று கனவுகள் துரத்தின. உறங்கும்போது வருவதல்ல கனவுகள்.... உன்னை உறங்கவிடாமல் செய்வதே கனவுகள். என்றார் அப்துல் கலாம். உறங்கவிடாமல் செய்யும் இந்தக் கனவுகளை என்ன சொல்வது?

காலை கலைச்செல்வியின் போன் எழுப்பியது.

"எப்படி இருக்க கதிர்?"

"நீ எப்படியிருக்கே?"

"இன்னும் பயம் போகல. யாரோ பின்னாடி வர்ற மாதிரியே இருக்கு."

"பயப்படாதே. ஜாக்கிரதையா இரு. தெரியாத நம்பர்ல இருந்து போன் வந்தா உடனே சொல்லு."

"கிரிடிட் கார்டு வேணுமான்னு நிறைய பேர் பேசறாங்க... ஹா ஹா."

"குளிர் விட்டுப் போச்சு."

"இல்லப்பா... உன் கிட்டதான் கொஞ்சம் தைரியமா பேசறேன், தெரியுமா?"

"மத்த நாலு பேர்கிட்டயும் டச்ல இரு. அவங்களுக்கு எதாவது க்ளு கிடைக்குதான்னு கேளு."

"என்னை தகடூர் கலைச் சங்கத்தில் மறுபடியும் கூப்பிட்டு இருக்காங்க. கவியரங்கம். போயிட்டு வரட்டுமா?"

"உனக்கு என்ன பைத்தியமா? பத்து நிமிஷம் கவிதை

தமிழ்மகன் | 151

வாசிக்கறதுக்காக உயிரையே பணயம் வைப்பியா? ஒரு வருஷம் எங்கேயும் போக வேணாம் பேசாம இரு. ஏதாவது எழுதனும்னா டைரியில் எழுதி வச்சுக்கோ. மொத்தமா வாசிக்கலாம்.”

அலுவலகம் கிளம்பினான். மனது சவாரி கிடைக்காத டாக்ஸி மாதிரி மந்தமாக ஊர்ந்துகொண்டிருந்தது. பி.ஆர்.ஓ ராஜவேலுவைப் பார்க்கலாமா?

கொஞ்ச நாள் பொறுமையாக இருக்கும்படி வேலாயுதம் சொன்னது நினைவுக்கு வந்தது.

பவித்ரா போன் செய்தாள். பெங்களூர் மெடிக்கல் கான்பிரன்ஸுக்குப் போக வேண்டியிருந்ததாகவும் கேன்சல் செய்து விட்டதாகவும் சொன்னாள்.

“வெரி குட். கொஞ்ச நாளைக்கு லாங் ட்ராவல் வேண்டாம். கலைச்செல்வி தகடூர் போறேன் கவியரங்கம்னு சொன்னா வேணாம்னு நிறுத்திட்டேன்.

ரொம்ப ஜாக்கிரதையா இருங்க. அஞ்சு பேரும் டச்ல இருங்க. வித்தியாசமா போன் வந்தா, யார்னா ஃபாலோ பண்ற மாதிரி தெரிஞ்சா உடனே போலீஸ்கிட்ட சொல்லுங்க. என்கிட்டயும் சொல்லுங்க பொதுவா நீங்க அஞ்சு பேரும் அடிக்கடி பேசிக்கிறது நல்லது” என்றான் கதிரவன்.

“வேற ஏதாவது தெரிஞ்சுதா?”

ஸ்ரீதேவிய பிடிக்கலாம்னு ப்ளான் பண்ணா அவ முந்திகிட்டு கமிஷனர் ஆபீஸில் பிரஸ்மீட் கொடுக்கிறா. நாம அவ பெயரை டேமேஜ் பண்ணிட்டமாம்.”

“இது நல்லா இருக்கே?”

“அவர் பின்னாடி யாரோ இருக்காங்க. ரொம்ப முக்கியமான ஆள். தயாரிப்பாளரோ, அதைவிட முக்கியமான ஆளோ இருக்காங்க.தனியா கம்போடியா வந்து எவ்வளோ விஷயம் பண்ணியிருக்கா. அவள கண்காணிக்க ஆள் போட்டிருக்கறதா போலீஸ் டிபார்ட்மென்ட்ல சொல்லியிருக்காங்க. கொஞ்சம் வெயிட் பண்ணலாம்.”

உருப்படியாக ஒரு யோசனையும் வரவில்லை. அலுவலகம் போனான்.

அறிவாலயம் போனான். எதிலும் கவனம் செல்லவில்லை. பழக்க தோஷத்தில் சிலரைப் பார்த்து சிரித்தான். பேசினான். அறைக்கு வந்து சேர்ந்தான்.

ஷைனி பதறியபடி பேசினாள்.

"ராஜலட்சுமி மதுரை போயிருக்கா."

"எதுக்கு?" என்றான் கதிரவன்.

"நாட்டிய நிகழ்ச்சியாம்."

"கொஞ்ச நாள் பொறுமையா இருந்திருக்கலாம். இவ்ளோ நடந்திருக்கு. அதுக்குள்ள என்ன அவசரம்?"

"என்னையும்தான் ஒரு பாராட்டு விழாவுக்கு அழைச்சாங்க. நான் முடியவே முடியாதுன்னு சொல்லிட்டேன்."

"உன் ஹஸ்பன்ட் எதுவும் பேசினாரா?"

"இல்ல. அவனை ஸ்ட்ராங்கா வார்ன் பண்ணி விட்டிருக்காங்க. இனிமே வம்புக்கு வர மாட்டான். கடுப்புல நான் பொய்யா கம்ப்ளைன்ட் கொடுத்தாலும் உள்ள வெச்சு சுளுக்கெடுத்திடுவாங்க."

"சரி எதாவது முக்கியமான தகவல் இருந்தா சொல்"

போனை அணைத்தான்.

பசிக்கவில்லை. அப்படியே கட்டிலில் விழுந்தான். சோர்வினால் கண்கள் தானாக மூடிய சமயம், கதவு தட்டும் சத்தம் கேட்டது. கதவைத் திறந்தான்.

வேலாயுதம் நின்றிருந்தான்.

"என்ன இந்த நேரத்தில? வா உள்ள."

"ஸ்ரீதேவிய ரெண்டு நாளா ஃபாலோ பண்ணோம். பெரிய சம்பவம் எதுவும் இல்ல. இன்னைக்கு அவ கார் புதுச்சேரி நோக்கி போய்க்கிட்டிருக்கு. வேடப்பட்டியும் இவளும் ஒண்ணா இருக்கிற ஒரு தடயம் கிடைச்சா போதும்."

"இப்ப ஃபாலோ பண்றாங்களா?"

"ஆமாம். அசிஸ்டென்ட் கமிஷனருக்கு இந்த கேஸ்ல பயங்கர அவமானம். ஓவர் அலெர்ட்டா இருக்காரு."

"சூப்பர்."

"உனக்கு இன்னொரு முக்கியமான விஷயம் சொல்றேன்."

வேலாயுதம் நான்கு சுவர்களையும் பார்த்துக்கொண்டான்.

"அட சொல்லுப்பா."

"உனக்கு சொல்லலாமா கூடாதான்னு யோசிக்கிறேன்."

"எதாவது ஒரு க்ளூ கிடைக்காதான்னு நொந்து போயிக்கேன். சொல்லு பாஸ்."

"அங்க போன அஞ்சு பொண்ணுகளையும் கண்காணிக்கச் சொல்லி ரகசிய உத்தரவு."

“அப்படியா? எதுக்கு?”

“அவங்களுக்குத் தொல்லை கொடுக்கறவன் சிக்குவான்னுதான்.”

“ஓ... நான் இந்தப் பொண்ணுகளையே சந்தேகப்பட்டுட்டீங்களோன்னு பார்த்தேன்.”

“இதுவரைக்கும் படலை. இப்ப பட ஆரம்பிச்சிருக்கோம்.”

“என்ன நீட் சொல்றே?”

“இப்ப ராஜலட்சுமி மதுரை போயிருக்கா, தெரியுமா?”

“தெரியும். இப்பத்தான் ஷைனி சொன்னா.”

“ஷைனிக்குத் தெரியாத இன்னொரு விஷயம் சொல்றேன். மதுரைல ராஜலட்சுமி தங்கியிருக்கிற அதே ஹோட்டல்லதான் மனோகரனும் தங்கியிருக்கான்.”

“ஷைனியோட ஹஸ்பன்ட்?”

“ஆமா. அங்க லவுஞ்சில மனோகரனும் ராஜலட்சுமியும் சந்திச்சுப் பேசினதையும் சொன்னாங்க.”

“அடப்பாவி... கூட இருந்தே சதி பண்ணியிருக்காளே...”

“ப்ளாக் ஷீப்” என்றான் வேலாயுதம்.

24

ஏறத்தாழ எல்லா மர்மங்களுக்கும் விடை கிடைத்துவிட்டது போல இருந்தது. ராஜேஸ்வரி... அவளே அவளைக் கடத்தியதாக பலே நாடகம் ஆடி இருக்கிறாள். தேவையே இல்லாமல் ஓர் இஸ்லாமியன் மீது பழி போட்டாள். அது ஃபேக் ஐடி. யாரோ பல ஆண்டுகளுக்கு முன் மிரட்டிய செய்தி. கடைசியில் அவனுக்கும் சம்பந்தம் இல்லை என்று அவளே முற்றுப்புள்ளி வைத்தாள். இந்த விவகாரங்களில் இதிலும் பட்டுக்கொள்ளாமல் இருந்தவள் அவள்தான். ஐந்து பேரில் ஒருத்தியாக இயங்கி சந்தேகம் வராமல் எல்லாவற்றையும் சாதித்திருக்கிறாள்.

கதிரவனும் வேலாயுதமும் பேசியும் யோசித்தும் பார்த்ததில் குற்றப் பின்னணி கச்சிதமாகப் பொருந்தியது.

ராஜலட்சுமி நாளை சென்னை திரும்புவதாக வேலாயுதம் சொல்லிவிட்டுச் சென்றான்.

போலீஸ் தரப்பில் விசாரிப்பதற்கு முன் நாமே சில விவகாரங்களைக் கிரகிக்க வேண்டும் எனக் கதிரவன் நினைத்தான்.

யாருக்காகவோ அவள்தான் உளவாளி வேலை பார்த்திருக்கிறாள்.

நாளை அவள் சென்னை வந்ததும் அத்தனை முடிச்சுகளும் அவிழ்ந்துவிடும்.

மதுரையில் இருந்து இரவு புறப்பட்டால் அதிகபட்சம் 8 மணிநேரப் பயணம். அதிகாலையில் வந்து சேருவாள். காலை 10 முதல் 11 மணிக்கெல்லாம் அவளைப் பிடிக்க வேண்டும்.போலீஸ் ஆதாரம் இல்லாமல் எப்படி நேரடியாக விசாரிக்கலாம் எனக் காத்திருக்கும். நமக்கு அப்படியில்லை. காலையிலேயே பார்த்து பேசிவிடலாம். இயல்பாக நலம் விசாரிப்பது போல போய் வாயைக் கிளற வேண்டும். முன்னேற்பாட்டு யோசனைகள் எல்லாம் பலமாக அமைந்தன. எப்போது விடியும் என்ற தவிப்பில் இரவெல்லாம் தூங்காமல் படுத்துக் கிடந்தான் கதிரவன்.

கம்போடியாவில் இருந்து திரும்பிய அன்று இரவு தி.நகரில் அவளை இறக்கிவிட்ட இடம் நன்றாக நினைவிருந்தது. காலை பத்தரை மணி. தி.நகர் பஸ் ஸ்டாண்ட், தக்கர் பாபா வித்யாலயா நடுவில் வலது புறம் பிரியும் சாலை. வீட்டை அடையாளம் கண்டு போனபோது பிளாஸ்டிக் கூடையில் பிளாஸ்க் எடுத்துக் கொண்டு ஒருவர் எதிர்ப்பட்டார். முகத்தில் கவலையும் அவசரமும் தெரிந்தது. வயதுபடி ராஜலட்சுமியின் அப்பாவாக இருக்கலாம்.

"என்ன தம்பி கொரியரா?" என்றார் ப்ளாஸ்க் கூடையை மார்போடு அணைத்தபடி.

'நீவீட்டுக்கு வருவதற்கு வேறு எந்த விதத்திலும் சம்பந்தம் இல்லாதவன்' என்பதை அவருடைய கேள்வி நினைவுபடுத்தியது.

"ராஜலட்சுமி இருக்காங்களா?"

"எதுக்கு கேக்கறீங்க?"

"கம்போடியாவில விருது வழங்கினாங்களே அதுக்கு நானும் போயிருந்தேன். ஒண்ணாத்தான் வந்தோம். பாத்துட்டு போலாம்னு வந்தேன்."

"உங்க கம்போடியாவும் வேணாம்... உங்க சங்காத்தமும் வேணாம்."

"சார் ஏன் இப்படி எறிஞ்சு விழறீங்க?"

"அங்க ஒரு வாரம் டென்ஷன் படுத்தினீங்க. உயிர் பொழைச்சாப்போதும்னு வந்து சேர்ந்தா. எப்ப மதுரைக்கு போனா... வர்ற வழியில ஆக்சிடெண்ட். உங்களுக்கெல்லாம் என்ன வேணும். ஏன் அவளை இப்படி துரத்தறேள்? எதுக்கு இப்படி காலில் சக்கரம் கட்டிண்டு ஓடுறாளோ தெரியல. அவ கட்டிண்டது சலங்கையா, சக்கரமா? இப்ப எதுக்கு வந்தே? அத மட்டும் தெளிவா சொல்லுங்க."

"சார் நான் தெளிவா தான் சொன்னேன். சும்மா பாத்துட்டு போலாம்னு வந்தேன்."

"இப்ப பாக்க முடியாது. ஹாஸ்பிடல்ல இருக்கா. போதுமா?"

ஹாஸ்பிடல்லயா என விசாரிப்பதற்குள் அவர் நகர ஆரம்பித்தார்.

"போதாது சார். ஆக்சிடென்ட் எப்ப நடந்தது? கொஞ்சம் விவரமா சொல்லுங்க."

அவர் ஏற இறங்கப் பார்த்தார்.

"போதாதுங்குறேள்... நான் எதுக்கு சொல்லணும்?"

"சார் ஒரு விஷயம் இருக்கு. நீங்க விளக்கமாச் சொன்னாத்தான் எப்படி ஆக்ஸிடென்ட் நடந்ததுன்னு கண்டுபிடிக்க முடியும். எப்ப நடந்தது எங்க நடந்ததுன்னு சொல்லுங்க."

"விடிய காத்தால தாம்பரம் கிட்ட. ஆம்புலென்ஸ்ல கொண்டாந்து ராமச்சந்திரால சேர்த்து இருக்கா. அவ்வளவுதான் தெரியும். போய்ட்டு வாங்கோ."

"எப்படி ஆக்சிடென்ட் நடந்துச்சு?"

"நீங்க என்ன போலீஸ் டிபார்ட்மென்ட்ல இருந்து வந்தவா போல கேட்கிறேள்? ஆக்ஸிடென்ட் எப்படி நடக்கும் ஆக்ஸிடென்டாத்தான் நடக்கும்."

அவர் அளவுக்கு மீறிய எரிச்சலோடு பதில் சொன்னார். தன் மகளுக்கு நேர்ந்த துன்பம் அவரை அப்படிப் பேச வைத்தது.

"தயவு செஞ்சு சொல்லுங்க சார். கம்போடியாவிலேயே எங்களையெல்லாம் துரத்தினாங்க. அவங்க யார்னு கண்டுபிடிக்கத்தான் வந்தேன். இங்க யார் துரத்தினதுன்னு தெரியணும். வண்டி நம்பர் தெரிஞ்சா சொல்லுங்க. இடிச்சவன போலீஸ் புடிச்சாங்களா?"

"நீ நெனைக்கிற மாதிரிலாம் எதுவும் இல்லப்பா. இது வெறும் ஆக்சிடென்ட். இடிச்ச வண்டியில வந்தவளுக்கும் காயம் பட்டிருக்கு. அவளையும் ராமச்சந்திரால தான் சேர்த்து இருக்காங்க."

"சரி சார். நான் போய் பார்த்துக்கிறேன்."

ராஜலட்சுமியைப் பார்ப்பதற்கு அவருடைய அனுமதி எதையும் எதிர்பார்க்காமல் கிளம்பியவனை வினோதமாகப் பார்த்தார் அவர்..

தி.நகரிலிருந்து ஐயப்பன் தாங்கல் என்பது ட்ராபிக் நேரத்தில் குறைந்தது ஒரு மணி நேரப் பயணம். கதிரவன் அரைமணி நேரத்தில் வந்து சேர்ந்ததில் இருந்து அவனுடைய வேகமும் எதிர்பார்ப்பும் எவ்வளவு அதிகமாக இருந்தது என்பதைக் கணக்கிடலாம்.

ராமசந்திராவில் கொரோனாவுக்குப் பிரத்யேக வார்டுகள்

உருவாக்கப்பட்டிருந்தன. சகலவிதமான சிகிச்சைகளுக்காகவும் மனித நடமாட்டம் பரபரத்துக்கிடந்தது. எமெர்ஜென்ஸி அம்புக்குறி போட்ட திசை நோக்கி விரைந்து, பைக்கை நிறுத்திவிட்டு அவசர சிகிச்சைப் பிரிவை அவசரமாக அணுகினான்.

நர்ஸ் ஒருத்தி கனிவாக, “யாரை சார் பார்க்கணும்?” என்றாள் அவசரம் அறிந்து. ராஜலட்சுமியின் பெயர் ஊர் அடையாளம் எல்லாம் சொல்லி அவளைக் கண்டுபிடிப்பதற்குள் சில நொடிகள் ஓடிவிட்டன.

ராஜலட்சுமி ஐசியூவில் வைத்திருப்பதாக சொன்னார்கள். ஒரு கணம் கூட யோசிக்காமல் ஐசியு ஓடினான். வட்ட கண்ணாடி பொருத்திய கதவின் வழியே பார்த்ததில் அந்த ஐசியூவில் பச்சை அங்கி அணிவிக்கப்பட்ட பலர் இருந்தனர். ஒவ்வொரு படுக்கைக்கும் இடையில் திரைச்சீலை வேறு போட்டிருந்ததில் உடனே கண்டுபிடிக்க முடியவில்லை. இடது புறத்தில் மூன்றாவது படுக்கையில் ராஜலட்சுமி. மூக்கையும் வாயையும் மூடி ஆக்சிஜன் குழாய் பொருத்தியிருந்தார்கள். அவளுக்குப் பக்கத்தில் இருந்த இன்னொரு பெண்மணி அதேபோல இருந்தாள். அவள்தான் ஆக்ஸிடென்டுக்குக் காரணமானவளோ? உண்மையில் அதிகம் பாதிக்கப்பட்டு இருந்தாள். மெல்ல விசாரித்ததில், அவளுடைய கார் தான் ஓவர்டேக் செய்ய நினைத்து மோதி விட்டதாக வார்டு பாய் சொன்னான்.

ராஜலட்சுமி தான் குற்றவாளி என்றால் ஆக்ஸிடென்ட் செய்து விட்டு இன்னொரு குற்றவாளியும் கூடவே படுத்திருக்கிறாள். இரண்டு பேரில் யார் குற்றவாளி? இடியாப்பம் பிழிந்து போட்டது மாதிரி சிக்கல். மனோகரனின் மதுரையில் எதற்கு சந்தித்தாள். அவன் என்ன பேசினான். இந்த விபத்துக்கு அதற்கும் சம்பந்தம் உண்டா? ஆதாரத்தைக் காலி பண்ண நினைத்து, ஆள் செட்டப் செய்து ஆக்ஸிடென்ட் செய்தானா? விபத்துக்குக் காரணமான இந்தப் பெண் யார்... மண்டை கொப்புளம் வருகிற அளவுக்குக்கொதித்தது.

கண்ணாடி வழியாகப் பார்த்துக் கொண்டிருந்த கதிரவனை நோக்கி வந்தார் ஒரு மாமி.. ‘நீங்க யார் உங்களுக்கு என்ன வேண்டும்’ என்ற கொந்தளிப்புடன் பார்த்தார். ராஜலட்சுமி அம்மா என்பது எழுதி ஒட்டியிருந்தது.

“நான் ரிப்போர்ட்டர். கம்போடியாவில ராஜலட்சுமி பழக்கம். நாங்கல்லாம் ஒண்ணாத்தான் இந்தியா வந்தோம். நான் தான் வீட்டுக்கு வந்து ட்ராப் பண்ணேன்.”

நல்லெண்ணம் ஏற்படுத்தும் விதமாக இதையெல்லாம் சொல்லிப் பார்த்தான்.

ஆனால் அந்த அம்மா முகத்தில் சந்தேகம்தான் அதிகமாகியது. 'அதுக்கென்ன இப்போ?' போன்ற முகக்குறியோடு, "அவள இப்ப பாக்க முடியாது. நாங்களே இன்னும் பேச முடியல." என சந்திப்பை நிராகரிக்கும் நோக்கத்தோடு சொன்னார்.

அதே நேரத்தில் ராஜலட்சுமியின் அப்பாவும் ஆட்டோ பிடித்து வந்து சேர்ந்து, ஐசியூ வாசலில் கதிரவன் நிற்பதைக் கண்டார். தம் மனைவியும் அவனோடு பேசிக்கொண்டிருக்கிற காட்சி அவரை உசுப்பிவிட்டிருக்க வேண்டும். கதிரவனை நோக்கிக் கொலை வெறியோடு வந்தார்.

"நம்ம ஆத்துக்கு வந்தான். ராஜிய பாக்கணும்னான். ஹாஸ்பிடல்ல இருக்கா. இப்போ முடியாதுன்னு சொன்னேன். இங்கயே தேடிட்டு வந்துட்டான்" என்றார். அவர் அதை அவருடைய மனைவிக்குச் சொல்கிறாரா? எமெர்ஜென்ஸி வார்டில் இருந்த எல்லோருக்கும் கேட்க வேண்டும் என்று சொல்கிறாரா? மொத்த பேரும் கதிரவனை ஏதோ ஒரு தலைக் காதலன் போலப் பார்த்தனர்.

அம்மா, அப்பா இரண்டு பேரும் சேர்ந்து அவனைக் கொலை செய்ய வந்தவன் ரேஞ்சுக்கு சித்திரக்க முற்பட்டனர். 'இப்படித்தான் ஒரு தடவை சேத்துப்பட்டு ரயில்வே ஸ்டேஷன்ல...' என சம்பந்தமில்லாமல் ஒரு சம்பவத்தையும் நினைவுபடுத்தினார். கதிரவனைப் பேசவிடாமல் ஆவேசமாய் பேசிக்கொண்டே இருந்தனர்..

"அவளை ஒண்ணும் பண்ணிடாதேப்பா" என்றார் அம்மா.

"அம்மா... நீங்க என்னைத் தப்பா புரிஞ்சுக்கிட்டீங்க. நான் அவங்களுக்கு ஹெல்ப் பண்ணலாம்னு வந்தேன்."

"ஹெல்ப் பண்றதுக்கு நாங்க இருக்கோம். நீ கௌம்பினா போதும்" என்றார் அப்பா, கையெடுத்துக் கும்பிட்டபடி.

பெரியவர்களின் இரைஞ்சல் அவனைத் தப்பானவன் போல காட்டியது. சுற்றியிருந்தவர்களின் பார்வையில் விரோதம் அதிகரித்துக்கொண்டிருந்தது. பதற்றத்தின் உச்சம். யாராவது போலீஸுக்குப் போன் போட்டு வரவழைத்துவிடுவார்களோ என பயந்தே போனான் கதிரவன். இங்கிருக்கிற யாரோ கூட நியாயம் பேச முன் வரலாம். 'பிரச்னை பண்ணாமப் போப்பா' என ஒருவன் குரல் கொடுத்தாலும் பலரும் சேர்ந்துகொள்வார்கள்.

நர்ஸ் ஒருத்தி வந்து, "ராஜலட்சுமி கூப்பிடுறாங்க" என்றாள்.

அம்மாவும் அப்பாவும் கதிரவனை விலக்கிக்கொண்டு உள்ளே செல்ல ஆயத்தமாக, நர்ஸ் நிதானமாகக் கேட்டாள்... "இதுல யாரு கதிரவன்?"

"நான்தான்" என கதிரவன் சொல்ல... "உங்கள தான் கூப்பிட்டாங்க" என்றாள் தெளிவாக.

ராஜலட்சுமி நடப்பவற்றை அந்தக் கண்ணாடி ஜன்னல் வழியாகக் கவனித்துக்கொண்டிருப்பது தெரிந்தது. ராஜலட்சுமி இமைகளாலேயே கதிரவனை அழைத்தாள்.

25

நர்ஸ் சொன்ன அந்த நொடியே கதவைத் திறந்து கொண்டு நுழைந்தான். தான் ஆபத்தில்லாதவன் என்பதை நிரூபிக்க இப்போது ராஜலட்சுமியால் தான் முடியும் என்ற எதிர்பார்ப்பும் அதிலே இருந்தது.

கதிரவன் படுக்கை அருகில் சென்று நின்றான். ரத்த காயமென எதுவும் தெரியவில்லை. ராஜலட்சுமி, முகத்தில் கவ்வி இருந்த தன் ஆக்சிஜன் இணைப்பை நீக்கிவிட்டு, மொத்த திராணியும் திரட்டி எதோ சொன்னாள். குனிந்து கேட்க வேண்டி இருந்தது.

இரண்டாவது மூன்றாவது முறை சொன்னபோது மனோ என்று காதில் விழுந்தது.

தலையை அசைத்து மேற்கொண்டு சொல் என்பது போல பார்த்தான். அவளுக்கு மூச்சு இறைத்தது. அவனுக்குப் புரியவில்லை என்பதை உணர்ந்து வேறுவிதமாக சொல்வதற்கு யோசித்தாள். “ஷைனி” என்றாள்.

“ஒகே... ஷைனி... அவளுக்கு என்ன?”

“மனோகரன்...”

ஒகே.... ஷைனி ஹஸ்பன்ட் மனோகரன்...”

“ஆமாம்” என்று தலையசைத்தாள்.

“ஆக்சிடென்ட்டுக்கு காரணம் மனோகரனா?”

கதிரவன் தவறாகப் புரிந்து கொண்டதற்கு

அடையாளமாகக் கண்களை மூடிக் கொண்டாள்.

"இல்லை" என்ன தலையசைத்தாள்.

அவசரப்படுத்த வேண்டாம் என்று பொறுமையாகக் காத்திருந்தான். அதற்குள் ராஜலட்சுமியின் பெற்றோரும் உள்ளே வந்து என்ன பேசுகிறார்கள் என்பதைக் கவனிக்க ஆரம்பித்தனர்.

ராஜலட்சுமி, "மனோகரனைப் பாத்தேன்" என்றாள்.

"என்ன சொன்னான்?"

"மதுரைல நான் இருந்த ஓட்டல்லதான் இருந்தான்."

ரகசியம் என நினைத்தவை எல்லாம் சாதாரண தகவல்களாக மாறிக்கொண்டிருந்தன.

மறுபடி, "என்ன சொன்னான்?" என்றான்.

"சாரி சொன்னான்."

"எதுக்கு?"

"நம்ம எல்லாரையும் தொந்தரவு படுத்தினதுக்கு. ஏதோ ஆவேசத்தில அப்படி செஞ்சுட்டதா சொன்னான்."

"உன்னை எப்படித் தெரியும்?"

"விருது வாங்கப் போன அஞ்சு பொண்ணுகளையும் தெரியும்னு சொன்னான்."

நர்ஸ் வந்து, "டாக்டர் வர்றார். எல்லோரும் வெளிய நில்லுங்க" என்றாள்.

ராஜலட்சுமி மீண்டும் ஆக்ஸிஜன் குழாயைப் பொருத்திக்கொண்டாள். உள்காயம் ஏற்பட்டிருக்கலாம். அதிர்ச்சியும் இருக்கும் எனத் தெரிந்தது. மொத்தமாக எல்லோரும் வெளியே வந்து நின்றனர். ராஜலட்சுமியின் பெற்றோர் இருந்த பக்கத்துக்கு எதிர்பக்கத்தில் வந்து நின்றான். வேலாயுதத்துக்கு போன் போட்டு விஷயத்தைச் சொன்னான்.

"காயம் எதுவும் இல்லையா?" சுருக்கமாகக் கேட்டான் வேலாயுதம்.

"இல்லை."

"விபத்து மாதிரி செட்டப் பண்ணியிருக்காளா?" அவனுடைய போலீஸ் புத்தி வேறு கோணத்தில் யோசித்தது.

"இல்லப்பா. விபத்துக்குக் காரணமா இருந்த காரை ஓட்டிக்கிட்டு வந்ததும் ஒரு பொண்ணுதான். அவங்களுக்குத்தான் காயம் அதிகமா இருக்கு. தாம்பரத்துக்கிட்ட ஓவர் டேக் பண்ணியிருக்கா."

"ஹைவே கேமிராவ செக் பண்ணி பாத்துடலாம்." வேலாயுதம்

இறுக்கமாகச் சொன்னான்.

"மதுரைல மனோகரனைப் பார்த்ததா அவளே சொன்னா. இவ இருந்த ஹோட்டல்லயே அவனும் இருந்தான். அவன் தான் அடையாளம் கண்டுபிடிச்சுப் பேசியிருக்கான்."

"அவனுக்கு எப்படித் தெரியுமாம்?"

"விருது வாங்க வந்த அஞ்சு பேரையும் தெரியும்னு சொன்னானாம்."

"இது ஒண்ணு போதுமே... அவனே சொல்லிட்டானே... அஞ்சு பேரையும் தெரியும்னு." வேலாயுதம் இன்னமும் மனோகரனைக் குற்றப் பட்டியலில் தக்க வைத்தான்.

"அதுக்குத்தான் வந்தேன். எதனாச்சும் தடயம் கிடைக்குதான்னு பார்க்குறேன்."

"என்ன பேசினானாம்?"

"கம்போடியாவில எல்லாருக்கும் தொல்லை கொடுத்துட்டதுக்கு சாரி சொன்னானாம்."

"அடேங்கப்பா. சாரி சொல்றதுக்காக ராஜி தங்கியிருந்த ஹோட்டல்ல ரூம் போட்டு தங்கியிருந்தானா?"

"எதேச்சையா சந்திச்சதா போலத்தான் சொன்னானாம்,"

"இந்த கேஸ்ல எல்லாமே எதேச்சையா நடக்குது. எல்லாருமே நல்லவங்களா இருக்கிறாங்களே? அதுதான் இடிக்குது."

"எனக்கு ஒண்ணுமே புரியலை... யாரை நம்பறதுன்னே தெரியல."

"அப்புறம் என்ன சொன்னா?"

"அதுக்குள்ள டாக்டர் வந்துட்டார்னு எல்லாரையும் வார்டுல இருந்து வெளிய அனுப்பிட்டாங்க. மறுபடி பேசிப் பாக்குறேன்."

"சரி பேசிட்டு சொல்லு."

பேசி முடித்த பின்பும் போனையே பார்த்துக்கொண்டிருந்தான். பேசுவதற்கு அருகில் நட்பும் உறவும் இருக்கும்போதே பலரும் போனில்தான் பேசிக்கொண்டிருக்கிறார்கள். பேசுவதற்கு ஆள் இல்லாத நேரத்தில் போன் தான் உற்ற துணை. இருக்கவே இருக்கிறது வாட்ஸ் அப். சர்க்கரை நோய்க்கு நிரந்தர தீர்வு. உலகின் மூத்த மொழி தமிழ், சாய்பாபாவின் கருணை போன்ற கூடுதல் தகவல்களோடு பத்திரிகைக் குழுக்கள் அனுப்பிய செய்திகளும் குவிந்துகிடந்தன. எதையும் கிளிக் செய்து படிக்கத் தோன்றாமல் தள்ளிக்கொண்டே வந்தான். செய்யாறு பாலு செய்தி அனுப்பியிருந்தான்.

அப்போதுதான் பாலு நினைவு வந்தது. இரவு ஸ்ரீதேவியின்

கார் புதுச்சேரி நோக்கிப் புறப்பட்டதாக வேலாயுதம் சொன்ன தகவலும் நினைவுக்கு வந்தது.

பாலு எண் கொரோனா பாதுகாப்பு எச்சரிக்கை தகவல்களுக்குப் பிறகு ரிங் ஆனது. கொரொனா வந்ததிலிருந்து அவசரத்துக்கு யாரையும் தொடர்பு கொள்ள முடியாத துணை விளைவையும் யோசித்தான். வீடு எரிகிறது என ஃபயர் இன்ஜினுக்குப் போன் செய்ய போனால், எரிந்து முடிந்த பின்புதான் பேச முடிகிறது என அலுவலகத்தில் ஜோக் அடித்தார்கள். சரிதான்.

"பாலு, நேத்து ஸ்ரீதேவி தயாரிப்பாளரோட கெஸ்ட் அவுஸுக்குப் போனதா வேலாயுதம் சொன்னான்."

"எம்பா அது பழைய செய்தி. இப்ப ரெண்டு பேரும் மாலையும் கழுத்துமா கல்யாணம் செஞ்சுக்கிட்டதா அறிவிச்சிருக்காங்க."

"என்னப்பா சொல்றே? அன்னைக்கு என்னையும் புரொட்யூஸரையும் தப்பா இணைச்சு எழுதி வம்பு பண்றாங்கன்னு ப்ரஸ் கிட்ட புலம்பினாளே?"

"சினிமாவுல நடந்த எல்லா காதல் கல்யாணமும் கல்யாணத்துக்கு மொத நாள் வரைக்கும் மறுக்கப்பட்டவைதான்."

"பஞ்ச் டைலாக்!"

"நாங்க ரொம்ப வருஷமா காதலிச்சோம். இடையில கம்போடியாவுல நடந்த சம்பவங்கள்ல எங்க பேரும் உருண்டதால இந்த அறிவிப்பைத் தள்ளி வெச்சோம். இப்ப எங்க மேல குற்றமில்லைன்னு தீர்ப்பு வந்துட்டதால கல்யாணத்தை அறிவிக்கிறோம்னு ரெண்டு பேரும் சேர்ந்து அறிவிச்சிருக்காங்க. அறிக்கை, போட்டோ எல்லாம் இப்பத்தான் சினிமா பி.ஆர்.ஓ மூலமா வாட்ஸ் அப்ல வந்துச்சு."

"நான் அவனில்லை மாதிரி எல்லாருமே சிம்பிளா எஸ்கேப் ஆகிட்டாங்களே... இப்பத்தான் வேலாயுதம் சொன்னான்.... இந்த கேஸ்ல எல்லாருமே ரொம்ப நல்லவங்களா இருக்கிறதுதான் டவுட்டா இருக்குன்னு."

"நல்லவங்களா இருந்தாலும் டவுட் வரும். கெட்டவங்களா இருந்தாலும் டவுட் வரும். ஒருத்தன் எப்படித்தான் இருக்கணும் நினைக்கிறே?"

கதிரவன் சற்றே அதிர்ச்சியடைந்தான்.

"வேடப்பட்டி துரைசாமி யோக்கியன்னு சொல்றியா?" என்றான் கதிரவன்.

"குற்றவாளியா இருந்தா இவ்வளவு சீக்கிரம் கல்யாணம் அறிவிக்க

மாட்டான். இவங்கள்லாம் குற்றவாளியா இருக்கலாம். இல்லாமயும் போகலாம். ஆனா இவங்களுக்கெல்லாம் லீடர் ஒருத்தன் இருக்கான். அவன்தான் சூத்திரதாரி."

"நானும் அப்படித்தான் நினைச்சேன். அவன் யாருன்னுதான் கண்டுபிடிக்க முடியலையே?" என்றான் கதிரவன்.

"பி.ஆர்.ஓ ராஜவேலு விசாரிச்சுப் பாரு. இந்த அஞ்சு பொண்ணுகளைத் தெரிஞ்சோ, தெரியாமையோ மொதல்ல செலக்ட் பண்ணவன் அவன்தான். எதாச்சும் பின்னணி தகவல் கிடைக்கும். அவனை சந்தேகப் படணும்னு அவசியமில்ல. அவனையும் யாரோ யூஸ் பண்ணியிருக்காங்க. அதைக் கண்டுபிடி."

அதற்குள் நர்ஸ் வந்து மறுபடி அழைத்தாள். "சார் ராஜலட்சுமி கூப்பிட்டாங்க."

இந்த முறையும் ராஜலட்சுமியின் பெற்றோர் கதிரவனைப் பின் தொடர்ந்தனர்.

ராஜலட்சுமி மூச்சுக் கவசத்தை விலக்கிவிட்டு, "மனோகரனுக்கும் இந்த ஆக்ஸிடென்டுக்கும் லிங்க் பண்ண வேண்டியதில்ல. சொல்லப்போன அவன் ஷைனிகிட்ட மன்னிப்பு கேக்கணும்னு விரும்பறான். அவ போன் எடுத்து பேச மாட்டேங்குறான்னு சொன்னான். நீதிபதி கொரோனா நலநிதிக்கு ஒரு லட்சம் கட்ட சொன்னாராம். இவன் ரெண்டு லட்சம் கொடுத்தானாம். செஞ்ச தப்பு உறுத்தறதா சொல்லி புலம்பினான்" என ஒரே மூச்சில் சொல்லி முடித்தாள்.

"உனக்கு காயம் எதுவுமில்லையே?"

"ஒண்ணுமில்ல. ஏர் பேக் இருந்ததால தப்பிச்சேன். ஷாக் மட்டும்தான்."

"டேக் கேர்."

"ஃப்ரெண்ட்ஸுக்கு சொல்லிடு. நாளைக்கே வீட்டுக்கு வந்துடுவேன்." தம்ப்ஸ் அப் காட்டி வழி அனுப்பினாள் ராஜலட்சுமி.

மாலை நான்கு மணிக்குத்தான் கதிரவனுக்கு அசைன்மென்ட் போட்டிருந்தார்கள். முதலமைச்சர் எடப்பாடி பழனிச்சாமி ப்ரஸ்மீட். கொரோனா நடவடிக்கைகள் பற்றியது. கதிரவன் கடிகாரத்தைப் பார்த்தான். 12.36. இன்னும் ஏராளமாக நேரமிருந்தது. மதிய உணவை முடித்துக்கொண்டு ராஜவேலுவை சந்திக்கலாம். பாலு சொல்வது போல அவனைச் சந்தேகிக்காமல் அவனுக்குத் தெரிந்த விஷயங்களைக் கேட்டுப் பார்க்கலாம். புஹாரியில்

நுழைந்து சிலோன் பரோட்டாவை ஒரு கை பார்த்தான். பிறகு ராஜவேலுவின் அலுவலகம் இருந்த நந்தனம் பகுதிக்கு பைக்குக்கு வழிகாட்டினான்.

அழகான அலுவலகம். இன்டீரியர் நேர்த்தியாக இருந்தது. லிப்ஸ்டிக் மங்கை புன்னகைத்தாள். “நான் உங்களுக்கு உதவ முடியுமா?” என்றாள்.

“முடியும். உங்கள் முதலாளி ராஜவேலுவைப் பார்க்க வேண்டும்.”

அவள் அழகாக நெற்றி சுருக்கி, “எதுக்கு?” என்றாள் தமிழில்.

“கொஞ்சம் பர்சனல். ரிப்போர்ட்டர் கதிரவன் வந்திருக்கிறதா சொன்னா போதும்.”

“சரி உட்காருங்க.” என அமர்த்திவிட்டு, உள் போனில் பேசினாள். பிறகு, கதிரவனைப் பார்த்து “வரச் சொன்னார்” என்றாள். வழிகாட்டினாள்.

ராஜவேலுவின் அறை இன்னும் சொகுசாக இருந்தது. ராஜவேலு இருந்த அறையின் ஒரு பக்கத்தில் ஆளை மூழ்கடிக்கும் சோபா ஒன்று இருந்தது. அதிலே ஒருவர் கோட்டும் சூட்டுமாக அமர்ந்திருந்தார். கதிரவன் ராஜவேலுவுக்கு முன் இருந்த டேபிளை நெருங்கி அமர்ந்தான்.

“என்ன விஷயம்... சுருக்கமா சொல்லுங்க.” என்றான் ராஜவேலு.

கம்போடியாவுக்குப் போன அந்த அஞ்சு பொண்ணுகளும் நிறைய ப்ராப்ளம் ஃபேஸ் பண்ணாங்க. நானும் அங்க கூட இருந்து பார்த்தேன். என்னோட வுட் பீ-ய ரூம்ல அடைச்சு வெச்சு அதை வீடியோ எடுத்து போட்டாங்க.”

“என்கிட்ட எதுக்கு வந்தீங்க?”

“இதுக்கு பின்னாடி ஏதோ இருக்கு. யாரோ இருக்காங்க.”

“ஏன் சார் இப்படி கற்பனை பண்ணிக்கிட்டு கஷ்டப்பட்றீங்க? விருது வாங்கினாங்க. பத்திரமா வந்துட்டாங்க. முடிஞ்சு போச்சு. எதுக்கு அதைக் கிளர்றீங்க? கோர்ட்டும் சொல்லிடுச்சு. போலீஸூம் விட்டுடுச்சு.”

“ஆதாரம் இல்லாத்தால எல்லாமே சாதாரண சம்பவம்னு சொல்றீங்களா?” என்றான் கதிரவன்.

“ஆமா. ஒண்ணு சொல்லட்டுமா? இந்த அஞ்சு பேரும் ஆக்டீவா பல பங்ஷனுக்கு போறவங்க. உள்ளூர்ல நிறைய நிகழ்ச்சிக்கு போறாங்க. ஒரு இடத்தில பர்ஸ் தொலைஞ்சு போகுது. ஒரு இடத்தில பஸ் மிஸ் ஆகுது. ஒரு இடத்தில எவனோ தொல்லை படுத்துறான். எல்லாம்தான் நடக்குது. அதெல்லாம் உள்ளூர்ல

நடந்த்தால பெரிசா தெரியல. நடந்தது வெளி நாடு. அதனால எல்லாமே பெருசா தெரியுது. நடந்தது எல்லாமே சில மைக்ரோ வித்தியாசத்தோட இங்கயும் நடக்கும். சொந்த ஊர்ல எதையும் சிரமமா நினைக்க மாட்டாங்க. நீங்களா மண்டைய போட்டுக் குழப்பிக்காதீங்க. போயிட்டு வாங்க." சடாரென எழுந்து வழியனுப்பு வதற்குத் தயாரானான் ராஜவேலு.

வேறு வழியில்லாமல் கதிரவனும் எழுந்தான்.

வெளியேற ஆரம்பித்த புள்ளியில் கோட் ஆசாமி, "சின்ன விஷயத்தைப் பெருசு படுத்தாதீங்க" என்றான்.

கதிரவனுக்கு ரத்தம் கொதித்தது. எல்லாருமே நடந்த சம்பவங் களைச் சின்ன விஷயம் என முடிவு செய்துவிட்டது தெரிந்தது.

கோட் ஆசாமியைக் கோபமாகப் பார்த்தான். "நடந்தது என்னன்னு தெரியுமா? எல்லாம் தெரிஞ்ச மாதிரி சின்ன விஷயம்னு சொல்றீங்க?" இயலாமையை அவர் மீது காட்டினான்.

"தெரியும் சார். எனக்கும் எல்லாம் தெரியும்." எனப் பதறாமல் குளுமையாக சொன்னார் அவர்.

26

“எப்படித் தெரியும்?” அந்த கோட் போட்ட ஆசாமியை ஊடுருவிப் பார்த்தான் கதிரவன்.

“பை த பை. ஐ ஆம் ராஜ்குமார்.” என அறிமுகப் படுத்திக்கொண்டார். “இவர் என் ஃப்ரெண்ட். தேவையில்லாம இவரை நிறைய என்கொயர் பண்ணாங்க. அப்பப்ப நடந்ததையெல்லாம் என்கிட்ட சொல்லுவார். ஜஸ்ட் அப்படித் தெரிஞ்சதுதான். மீடியாவிலயும் நடிகையோட பேட்டிலாம் வந்துச்சே?” என்றார்.

“அத வெச்சு சின்ன விஷயம்னு முடிவு பண்ணிட்டீங்களா?”

“ஐ மீன் இதைப் பெருசு படுத்த வேணாம்னு நினைக்கிறேன். அப்புறம் உங்க இஷ்டம்.”

“ஒரு பொண்ணைக் கடத்திட்டுப் போய் வீடியோ எடுத்து போடறான் சார். அது சின்ன விஷயமா? அவன் யார்னு தெரிஞ்சுக்க வேணாமா? அதுக்குதான் இவரோட ஹெல்ப் கேக்கறேன். நான் இவர சந்தேகப்படலை. இவர் மூலமா எதாச்சும் ஹின்ட் கிடைக்குமான்னு பாக்குறேன். முடிஞ்சா சொல்லுங்க.” ராஜ்குமாரில் ஆரம்பித்து ராஜவேலுவைப் பார்த்து முடித்தான் கதிரவன்.

“உங்க ஆதங்கம் புரியுது. எனக்கென்னவோ இந்த விஷயத்தில ரூம்ல அடைச்சு வெச்சது மட்டும்தான்

168 | பிரம்மராட்சஷ்

அவனுடைய நோக்கம்னு தெரியுது. அதுக்கப்புறம் அதை வீடியோ எடுத்து வெளியிட்டவங்க வேற யாரோன்னு தோணுது" என்றார் ராஜ்குமார்.

ஏன் அப்படிச் சொல்கிறார் என்பதில் ஆர்வம் ஏற்பட்டு அவர் பக்கம் பார்வையைத் திருப்பினான்.

"என் யூகம்தான். ரெண்டு வீடியோ வந்ததுன்னு சொன்னாங்க. நான் பார்க்கல. அப்புறம் அதை ரிமூவ் பண்ணியிருக்காங்க. கடத்தினவங்களே அதை ரிமூவ் பண்ணிட்டாங்கன்னு நினைச்சு விட்டுட்டோம். கடத்தினவங்களுக்கு ரூம்ல அடைச்சு வைக்கறது மட்டும்தான் நோக்கம். ரைட்? கடத்தினவங்களுக்கே தெரியாம இன்னொரு குரூப் வீடியோ எடுத்திருக்கு. அவங்களுக்குள்ளயே கிளாஷ் வந்து ஒரு வழியா வீடியோவை ரிமூவ் பண்ணியிருக்காங்க. அந்தப் பொண்ணையும் ரிலீஸ் பண்ணியிருக்காங்க."

"கடத்தினவங்களே வீடியோ எடுத்திருக்கலாம் இல்லையா?" என்றான் கதிரவன்.

"கடத்தி வீடியோ எடுக்கறதுதான் அவங்க நோக்கம்னா அந்த வீடியோவை ஏன் நீக்கணும்? ஏதோ எல்லை மீறிப் போயிட்டதா நினைச்சுதான் உடனே அந்தப் பொண்ணை விட்டுட்டாங்கன்னு தோணுச்சு. ராஜவேலு என்கிட்ட சொன்னத வெச்சு இப்படி யூகிச்சேன்." அப்புறம் முடிவெடுப்பது உங்கள் விருப்பம் என்பதை ஒருவிதமாக பாவனையில் சொன்னார்.

அவர் சொல்வது யோசிக்க வைத்தது. உண்மையில் இது முதலிலேயே கதிரவன் யோசித்ததுதான். எல்லா குற்றங்களையும் ஒருவரே செய்யவில்லை. ஒருவர் தொடங்குகிறார். இன்னொருவர் முடிக்கிறார். துண்டுத்துண்டாக வேறு வேறு நபர்கள் செய்தார்கள். எல்லாம் ஒரே இடத்தில் நடக்கிறது.

"ஒரு சம்பவத்துக்கும் இன்னொன்னுக்கும் சம்பந்தமில்லைன்னு சொல்றீங்க... எல்லாத்தையும் ஒருத்தரே செய்திருக்க வாய்ப்பில்லை அப்படித்தானே?"

"உட்காருங்க... ஏன் நின்னுக்கிட்டே பேசறீங்க. ஆமா. அதில சந்தேகமே வேணாம். மொதல் விஷயம் பாஸ்போர்ட் மிஸ்ஸிங். அதை அவளோட எக்ஸ் ஹஸ்பன்ட் செஞ்சிருக்கான். கடைசியா நடந்த ஏசி வெடிச்ச சம்பவத்தை இங்க இருந்து ஒரு ஆள் சொல்லியிருக்கான். எல்லாத்தையும் எப்படி ஒரு ஆள் செய்ய முடியும்?"

கதிரவன் யோசித்தான். ஷைனியின் பாஸ்போர்ட் மிஸ் ஆனது தனிக்கதை. ராஜலட்சுமியின் கடத்தல் தனி. பவித்ராவின் வீட்டில் நடந்த விபத்தை வைத்து விளையாடியது கிருஷ்ண

மூர்த்தி, கலைச்செல்வியைக் கட்த்தியது ஒருவர், வீடியோ எடுத்து வெளியிட்டவர் வேறு ஆட்கள்., ராகவியின் இதில் ராகவியின் ஃபுட் பாய்சன் கடைசி.

ராஜவேலு, "ஷைனி ஹஸ்பன்டுக்கு பொண்டாட்டி மேல கோபம். இந்த அஞ்சு பேர் விஷயத்தில அதை ஏன் போட்டுக் குழப்பறீங்க. மீதி நாலு பேர்ல கலைச்செல்வி கிட்நாப்தான் அதிகபட்சமா படுது. ஃபுட் பாய்சன், பவித்ராவுக்கு ராங் மெசெஜ் வந்ததுலாம் சாதாரண யூமன் எரர். அதனாலதான் எல்லாத்தையும் மொத்தமா பாக்காதீங்கன்னு எவ்வளவோ சொன்னேன். போலீஸ் கேக்கவே இல்ல."

"சொன்னா எரிச்சலாக மாட்டீங்களே?" என அனுமதி போல ராஜவேலுவைப் பார்த்துச் சொன்னான் கதிரவன்.

"கேளுங்க."

"இந்த அஞ்சு பேரை நீங்கதான் விருதுக்கு செலக்ட் பண்ணியிருக்கீங்க. எதுக்கு இந்த அஞ்சு பேரை செலக்ட் பண்ண்ணும்? அவங்களுக்கு ஏன் இப்படியெல்லாம் ஆகணும்?"

"ஒண்ணு சொல்லட்டுமா? எந்த அஞ்சு பேரை செலக்ட் பண்ணியிருந்தாலும் அதில ரெண்டு பேருக்கு இப்படி எதாவது பிரச்னை ஆகும். அதுக்கு நானா பொறுப்பு. இந்த விருது லிஸ்ட்ல இருந்த நூறு பேர்ல அஞ்சு பேர் கம்போடியா போனாங்க. இங்க இருந்த மீது 95 பேரை போய் கேட்டு பாருங்க. அவங்களுக்கும் எதாவது பிரச்னை வந்திருக்கும். அதுக்கெல்லாம் நானா பொறுப்பு?"

"இந்த அஞ்சு பேரை செலக்ட் பண்ணினதுல எந்த உள் நோக்கமும் இல்லைன்னு உறுதியா சொல்றீங்களா?"

"எல்லாமே ஆன் லைன்ல நடந்தது. மக்கள் ஓட்டு போட்டு தேர்வு செஞ்சவங்க... என்கிட்ட கேட்ட கேள்வி என்னன்னா இந்த நூறு பேர்ல இந்த அஞ்சு பேரை எப்படி சேர்த்தீங்கன்னுதான். அது சிம்பிள். நூறு பேர்ல ஒருத்தரா இருக்கிற தகுதி அவங்களுக்கு இருந்தது. அதையும் துறைசார்ந்த சீனியர்ஸ்கிட்ட கொடுத்து வெரிபை பண்ணேன். ஜென்யூன்." ராஜவேலு, தன் தரப்பு நியாயத்தைச் சொல்ல வேண்டிய தருணம் வாய்த்த்து போல விளக்கமாகச் சொன்னான்.

"ஆனா கம்போடிய வர்த்தக சங்கத்து ஆட்கள்லாம் நீங்க மொத முறை நடந்துக்கிட்ட மாதிரி இந்த ஆண்டு நடந்துக்கலன்னு குறைப்பட்டாங்களே?"

"சார்... நான் ஒரு ஈவன்ட் மேனேஜ்மென்ட் நடத்தறேன். ஒருத்தருக்குப் பிடிக்கும். ஒருத்தருக்கு பிடிக்காது. ஒரு வருஷம்

வந்தவங்க தொடர்ந்து வர்றதும் உண்டு. சிலர் வராம போறதும் உண்டு. கம்போடியாகாரங்க இந்த வருஷம் பிரச்னை வரவே இப்படி பேசறாங்க. அதுக்கு நான் என்ன பண்ண முடியும்?"

காபி வந்தது. நிஜமாகவே அதற்கு மேல் ராஜவேலுவிடம் பேசுவதற்கு எதுவுமில்லைபோல ஆகிவிட்டது.

"தாங்க்ஸ் சார் வர்றேன்." இரண்டு பேருக்குமாகச் சொல்லிவிட்டு வெளியே வந்தான் கதிரவன். இனி இதைத் தொடர வேண்டாம் என்பது போல மனம் சொல்லியது. துடைத்துவிட்டது போல இருந்தது.

முதல்வர் ப்ரஸ் மீட்டுக்கு நேரம் ஆகிவிட்டது.

தலைமைச் செயலகத்தில் முதல்வர் பத்திரிகையாளர்களைச் சந்தித்தார். எடப்பாடி பழனிச்சாமி உள்ளிட்ட அனைவரும் முகக் கவசம் அணிந்திருந்தனர். கொரோனாவால் உயிரிழப்புகள் அதிகரித்திருப்பதாக சொன்னார். மற்ற மாநிலங்களில் இருந்து தமிழகத்துக்கு வரும் வாகனங்கள் தடை செய்யப்படுவதாகவும் ரயில் போக்குவரத்தை மத்திய அரசு நிறுத்துவதாகவும் அறிவித்தார். வாழ்நாளில் இத்தனை கடுமையான ஊரடங்கை இன்றைய மக்கள் யாரும் சந்திக்கவில்லை. ஏற்கெனவே விமானப் போக்குவரத்து இல்லை. ஊரடங்கைக் கடுமையாக்க வேண்டிய அவசியத்தை வலியுறுத்தினார். தமிழகத்தில் ஒரு மாவட்டத்தில் இருந்து இன்னொரு மாவட்டத்துக்குச் செல்ல இ பாஸ் தேவை என்பதையும் அறிவித்தார். திருமணத்தில் ஐம்பது பேருக்கு மேல் கலந்துகொள்ள கூடாது. மரணங்களில் இருபது பேருக்கு மேல் கலந்துகொள்ளக் கூடாது என்பதெல்லாம் கடுமையான நடவடிக்கைகளாக வலியுறுத்தப் பட்டன. தினமும் காலையில் ஒன்பது மணிக்குத் தொடங்கி, ஒரு மணி வரை மட்டுமே கடைகள் திறந்திருக்கும் என்றார்.

பத்திரிகையாளர்கள் பலரும் கட்டுப்பாடுகள், நிபந்தனைகள், விதிவிலக்குகள் என்பதையொட்டி கேள்விகள் எழுப்பியபடி இருந்தனர். கதிரவன் தன் பங்குக்கு ஒரே ஒரு கேள்வியக் கேட்டான்.

"அரசு ஊழியர்களுக்கு என்னென்ன கட்டுப்பாடுகள் சார்?"

"அரசு ஊழியர்கள் ஐம்பது சதவீதம் பேர் பணிக்கு வருவார்கள். அடுத்த ஐம்பது சதவீதம் பேர் ஷிப்டு முறையில் அடுத்து பணிக்கு வருவார்கள்."

"மக்கள் வீட்டுக்குள்ளே இருப்பது சாத்தியமா? தொழில்கள் முடங்கி விடாதா?"

முதல்வர் பொறுமையாக சொன்னார்: "வீட்டில் இருந்தால்தான் பிரச்னைய சமாளிக்க முடியும். வெளியே சுற்றிக்கொண்டிருந்தால்

பிரச்னையைக் கட்டுப்படுத்த முடியாது. வெளியே சுத்துவதைக் கன்ட்ரோல் பண்ணியாகணும். தொழிலைவிட உயிர் முக்கியம்."

அலுவலகம் போய் செய்தியை ஏற்றிவிட்டு இரவு வீடு திரும்பும்போது ஊரடங்கின் கோர முகத்தைப் பார்க்க முடிந்தது. கடைகள் இல்லை. சாலை விளக்கொளியில் நகரம் அனாதையாக இருந்தது.

"வெளியே சுற்றிக்கொண்டிருந்தால் பிரச்னையைக் கட்டுப்படுத்த முடியாது. வெளியே சுற்றுவதைக் கன்ட்ரோல் பண்ணியாகணும்." முதல்வரின் வார்த்தைகள் திடீரென காதில் ஒலித்தது. அவரே மீண்டும் வந்து சொன்னது போல பிரமை. தன்னந்தனியாக பைக்கில் இருட்டில் செல்லும்போது இப்படியெல்லாமா கேட்க வேண்டும்?

கொக்கி போல அந்த வாக்கியம் அவனை வேறு பக்கம் இழுத்துச் சென்றது. இந்த ஐந்து பெண்களும் சுற்றிக்கொண்டே இருப்பவர்கள். மருத்துவ கருத்தரங்கு, நடன நிகழ்ச்சி, கவியரங்கம், பிசினஸ், ஃபேஷன் டிசைனிங் எல்லாமே அடிக்கடி பயணம் செய்யும் துறைகள். இப்போதே ராஜலட்சுமி மதுரைக்கு நடன நிகழ்ச்சிக்குப் போய் விபத்துக்குள்ளாகி வந்திருக்கிறாள், ஷைனி தன் நிகழ்ச்சிகளை கேன்சல் செய்ததாக சொன்னாள்... கலைச்செல்வி தருமபுரி நிகழ்ச்சிக்கு அழைத்ததாக சொன்னாள்.

வெளியே சுற்றினால் பிரச்னை... வெளியே சுற்றியதால் பிரச்னை. இப்போது கம்போடியாவில் ஏற்பட்ட பிரச்னைகளுக்கு முன் எங்காவது இவர்கள் ஐந்து பேரும் சந்தித்திருந்தால்...? ஏதோ சம்பவத்தில் சம்பந்தப்பட்டிருந்தால்? ஒரே ஒரு சம்பவம்.. ஒரே ஓர் ஆள். இந்த ஐந்து பேரிடமும் அவமானப்பட்டிருந்தால்... ஒரு சின்ன விஷயம்... மலை போல வளர்ந்திருந்தால்? காலையிலிருந்து எதிர்கொண்ட வார்த்தைகளே அவனை பல திசையில் அலைக்கழித்தது. இந்த ஐந்து பேரிடமும் ஒரே நபர், ஒரே இடத்தில் பிரச்னைக்கு ஆளாகியிருக்க வேண்டும். அல்லது இந்த ஐந்து பேரிடமும் வெவ்வேறு இடங்களில் பிரச்னை... தண்டனை... துயரம்... ஏமாற்றம்... ஏதோ ஒன்று அடைந்திருக்க வேண்டும். அவன் தான் ஐந்து பேரையும் இந்தக் கம்போடிய பயணத்தை வைத்துப் பழிதீர்த்திருக்கிறான். லாஜிக் பற்றி யோசிக்காமல் மூளைக்குள் சூறாவளி சுழன்றடித்தது.

குற்றம் செய்தவன் கண் முன்னே கண்ணா மூச்சு ஆடுவது போல கதிரவனுக்குப் பொறிதட்டியது. மதியம் ராஜவேலு அலுவலகத்திலிருந்து வெளியே வந்தபோது கழுவிய கரும்பலகை போல துல்லியமாக இருந்த மனதில் மீண்டும் கிறுக்கல்கள்.

அறைக்குப் போனதும் கலைச்செல்வியை போனில் அழைத்து,

"நீங்க அஞ்சு பேரும் இதுக்கு முன்னாடி எங்கயாவது சந்திச்சிருக் கீங்களா?" என்றான்.

தூக்கக் கலக்கத்தில், "எந்த அஞ்சு பேர்?" என்றாள்.

"எப்படி உனக்கு தூக்கம் வருது? நான் மண்டைய உடைச்சுக்கிட்டு இருக்கேன்... எந்த அஞ்சு பேர்னு கேக்கறே?"

"அதான் சொன்னனே? கம்போடியா போறதுக்கு ஏர்போர்ட் வந்தப்பதான் அஞ்சு பேரும் பாத்துக்கிட்டோம். அதத்தான் இந்த ராத்திரில எழுப்பி கேப்பியா? இந்தியா வந்தப்பறம்தாம் நிம்மதியா தூக்கமே வந்தது. அதுவும் உனுக்குப் பொறுக்கலையா?" என்றாள் சலிப்போடு.

"அம்மா செல்லம். நீ நிம்மதியா தூங்கு. நல்லா யோசிச்சுப்பாரு. எப்பவாவது இந்த நாலு பேர்ல ஒருத்தரையாவது பாத்திருப்ப. நீ போன ஃபன்க்ஷன்ல... தங்கியிருந்த ஹோட்டல்ல... நீ ட்ராவல் பண்ண ட்ரெய்ன்ல... நல்லா யோசிச்சுப் பாரு."

அவள் யோசிப்பதன் ஓசையாக மௌனம் நிலவியது. யோசிப்பது எப்படி ஓசையாகும்...? மன ஓசை என்கிறார்களே அதுதானோ?

"காலேஜ் டயம்லயா?" என்றாள்.

"ஸ்கூல், காலேஜ், கவியரங்கம்... எப்பயாவது?"

"ஸ்கூல்ல மகாபலிபுரம் போய் வந்ததுதான் அதிகபட்ச தூரம்."

"சரி... அப்ப இவங்கள பாத்த ஞாபகம்... கிட்டத்தட்ட மத்த நாலு பேரும்கூட இப்படி எக்ஸ்கர்ஸன் வந்திருக்கலாம்..." என்றான்.

"என்னப்பா நீ... டூர் கிளம்பும் போதே அக்கம் பக்கம் எங்கயும் பாக்கக் கூடாதுன்னு ரூல்ஸ் போட்டுத்தான் எங்களைக் கூட்டிட்டுப் போனாங்க. அவங்க போட்ட கண்டீஷன்ல நான் மகாபலிபுரம் சிற்பங்களைக்கூட சரியா பாக்கல."

"சரி.. காலேஜ்ல... எப்பவாவது தியேட்டர்ல யாராவது பிரச்னை பண்ணாங்களா... நீங்க யாரையாவது போலீஸ்ல புடிச்சி கொடுத்தீங்களா?" என எடுத்துக்கொடுத்துப் பேசினான்.

"நீங்கன்னா... நாங்க அஞ்சு பேரும் எங்கயும் சந்திக்கல. என்கிட்ட யாரும் வம்பு பண்ணதில்ல. நான் யாரையும் போலீஸ்லயும் புடிச்சு கொடுக்கல. பஸ்ல எந்த நாயாவது சீண்டுவான். நான் தள்ளிப் போயிடுவேன்... எவனா முறைச்சு பாத்தான்னா நான் அங்கருந்து விலகிடுவேன். போலீஸுக்கெல்லாம் போனதில்ல." கலைச்செல்வி அழுத்தமாகச் சொன்னாள்.

"நீ போலீஸ்ல புடிச்சுகொடுத்திருக்க வேணாம். உனக்குப் பக்கத்தில இருந்தவங்க யாராவது யாரையாவது போலீஸ்ல

பிடிச்சுகொடுத்திருக்காங்களா?"

"என்ன கேள்வி... எல்லாரும் பிரச்னைய மறந்து இப்பத்தான் நிம்மதியா இருக்கோம். விடு."

"விட முடியாது கலை. எவனோ என் முதுகுக்குப் பின்னாடி ஒளிஞ்சுக்கிட்டு சவால் விட்ற மாதிரியே இருக்கு."

"கதிர்... நீயும் தூங்காம என்னையும் தூங்க விடாம பயமுறுத்தாத. இதப்பத்தி இனிமே யோசிக்காத."

கதிரவன் அரை மனதோடு குட் நைட் சொல்லி போனை வைத்தான். அதற்காகவே காத்திருந்தது போல போன் ரிங் ஆனது. ராகவி.

"என்ன ராகவி இந்த நேரத்தில?"

"எனக்கு ஒரு போஸ்ட் கார்டு வந்திருக்கு."

"போஸ்ட் கார்டா? என்னன்னு எழுதியிருக்கு?"

"பெருசா கொட்டை எழுத்துல... ஒரே ஒரு வார்த்தை..."

"என்ன?"

"ஃபுட் பாய்சன்."

27

முதுகுக்குப் பின்னால் ஒருவன் கண்ணாமூச்சு ஆடுவது நூறு சதவிகதம் சத்தியம்.

ராகவி சொன்னது அதை உறுதிப்படுத்தியது.

'ஃபுட்பாய்சன்.' உனக்கும் இருக்குடீ என பவித்ராவுக்கு கம்போடியாவில் மெசெஜ் வந்தது நினைவுக்கு வந்தது. அவளுக்கு கம்போடியா ஹோட்டலில் ஃபுட்பாய்சன் ஏற்பட்டது.

“எங்கருந்து போஸ்ட் ஆகியிருக்கு?”

“மொட்டையா அவ்வளவுதான் எழுதியிருக்கு. போஸ்ட் ஸ்டாம்ல மும்பை சிக்ஸ்'னு இருக்கு.”

அப்படியென்றால் அவன் மும்பை இருப்பவன் இல்லை.

“நான் சில கேள்வி கேக்கட்டுமா?”

ராகவி, “கேள்வியா? பயமா இருக்கு கதிர்... இன்னும் வீட்ல கூட சொல்லல. ரொம்ப பயப்படுவாங்க” என்றாள்.

“அவனுடைய நோக்கமே உங்க அஞ்சு பேரையும் அச்சத்திலயே வெச்சிருக்கணுங்கிறதுதான்.”

“அவன்னா எவன்?”

“சொல்றேன்.. நான் கேக்கற கேள்விக்கு பதில் சொல்... நீங்க அஞ்சு பேரும் இதுக்கு முன்னாடி எங்கயாவது மீட் பண்ணியிருக்கீங்களா?”

ராகவி யோசித்துவிட்டு, "கம்போடியா போறதுக்கு ஏர்போர்ட் வந்தப்பதான் அஞ்சு பேரும் பாத்தோம்" என்றாள்.

"அதை நம்பாதே. மூளை அதையே சொல்லும். ஒரு தடவை ஃபிக்ஸ் பண்ணிட்டா அதுதான் மொதல்ல ஞாபகம் வரும். அதை அழிச்சுடு. அதுக்கு முன்னாடி எங்கயோ நீங்க மீட் பண்ணியிருக்கணும். ஒண்ணா பேசியிருக்கணும்னு அவசியமில்ல… ஒண்ணா ஒரு இடத்தில இருந்திருக்கணும். ஏதோ ஹோட்டல்ல, தியேட்டர்ல.. பார்க்ல, பீச்ல, ட்ரெய்ன… யோசிச்சு பாரு." கதிரவன் ஒவ்வொரு வார்த்தையாக கிளறினான்.

"எனக்குக் கொஞ்சம் டயம்குடு."

"நாளைக்குக் காலைல பத்து மணிக்கு உங்க அஞ்சு பேரையும் ஜூம் மீட்டிங்ல கூப்புடறேன். எல்லாரும் யோசிங்க. எப்படியாவது ஒரு இடம் உங்களுக்கு ஞாபகம் வந்துடும். அப்புறம் ஒரு சம்பவம். அதற்கப்புறம் அவன்… பிடிச்சுடுவேன்… பயப்படாம தூங்கு."

காலையில் ஜூம் மீட்டிங்கில் முக்கியமாக சந்திக்க வேண்டியிருக்கிறது என்று ஐந்து பேருக்கும் தெரிவித்தான். ஜூம் மீட்டிங்குக்கான லிங்கை ஐந்து பேருக்கும் அனுப்பி வைத்தான். படுத்தான்.

ராகவியைச் தூங்கச் சொன்னானே தவிர, அவனுக்குச் சொல்லிக் கொள்ளவில்லை. விடியவிடிய கண்களை மூடியபடி இருந்தான். உறக்கத்துக்கான முயற்சிகள் பலிக்கவேயில்லை.

சோபாவில் சோர்ந்து படுத்திருந்தவனை ராகவிதான் எழுப்பினாள். "கதிர் ஒம்பதரை ஆகிடுச்சு. மீட்டிங்குக்கு ரெடியாகிட்டீங்களா?"

"ரெடி. ஒரு காபி சாப்பிட்டுட்டு வந்துடுறேன். நீங்க மத்தவங்களுக்கு மெசெஜ் போட்டு ரெடி பண்ணுங்க."

"சாரி கதிர். தூங்கிட்டு இருந்தீங்களா? ஓ.கே கதிர். ரெஸ்ட் எடுங்க."

"இல்ல.. இதோ இப்ப ரெடியாகிடுவேன்."

குளியலறைக்குள் நுழைந்து இருபது நிமிடங்களில் வெளியே வந்தான். சோர்வு சற்றே குறைந்தது. பாலை அடுப்பில் வைத்துவிட்டு, உடைகள் அணிந்து, உடனடி காபி தூள், சர்க்கரை… பத்துமணிக்கு இரண்டு நிமிடங்கள்தான் இருந்தன.

காபியை உறிஞ்சியபடியே மொபைல் முன் உட்கார்ந்தான். ஜூம் மீட்டிங். தொடங்கியது. ஐந்து பெண்களும் ஒரு முறை ராஜலட்சுமியின் நலம் குறித்து விசாரித்துவிட்டு, கதிரவனின் கேள்விகளுக்கு வருவதற்குள் பத்து பத்து.

“எனக்கு உங்க கிட்டருந்து சில தகவல்கள் வேணும். கம்போடியாவில நடந்தது எல்லாமே தானா நடந்த்து... உள் நோக்கமில்லாம நடந்தது... யாரும் யாரையும் துன்புறுத்தும் நோக்கமே இல்லன்னு ஒருவிதமா கேஸ் முடிஞ்சுடுச்சு. ஐ டூ கன்வின்ஸ்டு. ஆனா மறுபடி பிரச்னை ஸ்டார்ட்டட். ராகவிக்கு மறுபடி ஒரு மெசெஜ். ஃபுட் பாய்சன்னு வந்திருக்கு.”

ஐவரும் திகைப்பதும் ஏதோ பேச நினைத்து, தயங்கி யோசிப்பதும் தெரிகிறது.

“இன்னொன்னும் சொல்லிட்றேன். மதுரைக்குப் போன ராஜியை மனோகரன் மீட் பண்ணியிருக்கான். நல்லவன் போல பேசியிருக்கான். மறுநாள் ராஜிக்கு ஆக்ஸிடென்ட். இது எல்லாமே நம்மைத் துரத்தற ஏதோ சதி போலவே இருக்கு. கொஞ்சம் எச்சரிக்கையா இருந்தாத்தான் எதிர்கொள்ள முடியும்.”

ஷைனி அதிர்ச்சியுடன் கேட்டாள். “அவன் எதுக்கு மீட் பண்ணான்?”

“கதிர் சொன்னதுதான். ஏதோ உணர்ச்சி வேகத்தில அப்படி நடந்துகிட்டானாம். மன்னிப்பு கேட்டான்.” ராஜி விளக்கினாள்.

“இதை ஏன் என்கிட்ட சொல்லவே இல்ல?” என்றாள் ஷைனி.

“சொல்லக் கூடாதுன்னு இல்ல. உடனே சொன்னா நீ ஃபோர்ஸா ரியாக்ட் பண்ணுவே. கொஞ்சம் பொறுமையா சொல்லலாம்னு நினைச்சேன். அவன் மேற்கொண்டு பேசினா பாத்துக்கலாம்னு நினைச்சேன்.” ராஜி சொல்லிக்கொண்டிருக்கும்போதே... “அதுக்குள்ள ஆக்ஸிடென்ட். பெட் ரெஸ்ட்” என முடித்தான் கதிரவன்.

“ஆமா.” ராஜலட்சுமி ஆமோதித்தாள்.

“சரி. இப்ப அத விட முக்கியம் இனிமே நடக்கப் போறதை தடுக்கிறதுதான். உங்க அஞ்சு பேருக்கும் ஒரு பொது எதிரி இருக்கான். அவனை நீங்க தனித்தனியாகவோ, இல்ல அஞ்சு பேருமா சேர்ந்தோ மீட் பண்ணியிருக்கீங்க... அப்ப ஒரு சம்பவம் நடந்திருக்கு. அது அவனை எரிச்சலூட்டியிருக்கு.”

“என்ன கதிர் என்னென்னவோ சொல்றே? அப்படிலாம் எதுவும் நடக்கல. நாங்க அஞ்சு பேரும் மீட் பண்ணதே ஏர்போர்ட்லதான். சொல்லப் போனா நாங்க பேசிக்கிட்டதே அந்த ப்ளைட்லதான்.” என்றாள் கலைச்செல்வி.

“சரி. அந்த ப்ளைட்ல என்ன நடந்தது?”

“அங்க... நீ சொல்ற மாதிரி சம்பவம்லா நடக்கல.”

“யோசிச்சு சொல்லு சொல்லு.”

கலைச்செல்வி யோசிப்பதற்குள், "அங்க ஒரு குடிகார டாக்டர் கலாட்டா பண்ணாரே?" என்று எடுத்துக்கொடுத்தாள் ராஜி.

"எனக்கு ஞாபகம் இருக்கு. ஆனா நாம அவர்கிட்ட எந்த பிரச்னையும் பண்ணல. அவருக்கு நம்ம மேல எந்த எரிச்சலும் இல்லயே." கலைச்செல்வி அந்த வயதான டாக்டரை இதனோடு முடிச்சுப் போடுவது சரியாக இருக்காது என்பதைத்தான் அப்படி வெளிப்படுத்தினாள்.

"அந்த டாக்டர் என்ன பண்ணாரு?" என்றான் கதிரவன்.

"அதான் அப்பவே பேசினோமே... ப்ளைட்ல அவர் குடிச்சுட்டு கத்திக்கிட்டு வந்தாரு. அப்ப ஏர்ஹோஸ்டஸ் வந்து இப்படியெல்லாம் பண்றது சரியில்லைனு சொன்னாங்க. அவர் தொடர்ந்து கத்திக்கிட்டிருந்தாரு. இப்படி செஞ்சா உங்களை இனிமே ப்ளைட்ல அலோ பண்றதே சிக்கலாயிடும்னு சொன்னா. அதுக்கு அவரு 'இன்னும் கொஞ்ச நாள் கழிச்சு... ப்ளைட்டே பறக்கப் போறதில்ல..'னு சொன்னார்.

கதிரவன் மனதில் ஓடவிட்டுப் பார்த்தான். "எனக்கு இதிலே உங்க கடத்தலோட லிங்க் எதுவும் கிடைக்கல. ஆனா அவர் சொன்னது நடந்தது. உலகத்தில யாருமே யோசிக்காத ஒண்ணை அவர் மொதல்லயே சொல்லியிருக்காரு. அவருக்கு கொரோனா பாதிப்புகள் பத்தி தெரிஞ்சிருக்கு. சரி. வேற என்ன நடந்தது?"

"நாங்க விடிய காத்தால பாங்காக்ல இருந்து சீயெம்ரீப்புக்கு ப்ளைட் மாறினோம். அப்ப அந்த டாக்டரை ஸ்ட்ரெச்சர்ல தூக்கிட்டு போனாங்க. அப்புறம் என்ன ஆச்சுன்னு தெரியல. அந்த டாக்டரை அத்தோட பார்க்கல."

"அது அப்படியே இருக்கட்டும். நீங்க எல்லோரும் கடந்த ஒரு வருஷத்தில எங்கெல்லாம் போனீங்க. மொதல்ல ஷைனி சொல்லட்டும்."

"நானா... நான் எப்பவும் பெங்களூர். மும்பை... சென்னை... லாஸ்ட் ஒன் இயர்ல இதுதான். அப்புறம் கம்போடியா."

"ராஜி நீங்க சொல்லுங்க?"

"சென்னைதான் பெரும்பாலும். வெளியூர்னா சேலம் போனேன். அப்புறம் கம்போடியா."

"கலை நீ சொல்லு."

"நான் சென்னை மட்டும்தான்."

"நல்லா யோசி. கவியரங்கம் போனதா சொன்னியே?"

"அதெல்லாம்கூட சென்னை சரவுண்டிங்தான்."

"இல்ல... தகடூர்ல மறுபடி கூப்பிட்டாங்கன்னு சொன்னே. மறுபடின்னா இதுக்கு முன்னாடி எப்போ போன?"

"ஆமா... தமிழ்ப் புத்தாண்டு. ஏப்ரல் 14."

"சுத்தம். இப்படி மறந்தா ஒண்ணும் கண்டுபிடிக்க முடியாது."

"சாரி."

"பவித்ரா நீங்க?"

"பெங்களூர், சென்னை, கம்போடியா."

"ராகவி?"

"கலைச்செல்வி தகடூர்னு ஒரு ஊர் சொன்னாங்களே... அது எங்கருக்கு?"

"தருமபுரியோட பழைய பேர். இப்ப அங்க தகடூர் கலை வர்த்தகச் சங்கம்னு ஒண்ணு நடத்தறாங்க. நீங்க தருமபுரி போயிருக்கீங்களா?"

"இல்ல. நான் சென்னை. கோவை. கம்போடியா."

"அஞ்சு பேருக்கும் காமனா இருக்கிறது சென்னை மட்டும்தான். சென்னைல நீங்க எந்தெந்த நாள்ல இருந்தீங்கன்னு தெரிஞ்சா நல்லாருக்கும். அஞ்சு பேரும் இருந்த நாள்னு எடுத்தா லாஸ்ட் இயர்ல இங்க ஒரு தடவை... ரெண்டு தடவை வந்து போனது எத்தனை பேர்?"

"அது.. நான் ஒரே ஒரு தடவை வந்தேன். லாஸ்ட் இயர் செப்டம்பர் 15. அதுக்கப்புறம் கம்போடியா போறதுக்கு வந்தேன். அதுகூட பெங்களூர்ல இருந்து ப்ளைட்ல வந்து சென்னை ஏர்போர்ட் வந்து அங்கிருந்து அப்படியே கம்போடியா." ஷைனி சொன்னாள்.

"சூப்பர். இப்ப அதே செப்டம்பர் 15-ம் தேதி மத்த யார்லாம் இங்க வந்தீங்க? ராஜி, கலைச்செல்விய விட்டுடுங்க. அவங்க இங்கதான் இருந்திருப்பாங்க. சென்னைவாசிங்க."

பவித்ரா, "ரெண்டாயிரத்து பத்தொம்பது செப்டம்பர் பதினைஞ்சு..." என வாய்விட்டு சொன்னபடி யோசனையில் ஆழ்ந்தாள்.

"ஏழெட்டு மாசத்துக்கு முன்னாடி நடந்ததை இப்ப திடீர்னு கேட்டா...?" என இழுத்தாள் ராகவி.

"இப்ப ராகவிக்கு வந்த போஸ்ட் கார்டுக்கும் செப்டம்பர் 15-க்கும் என்ன சம்பந்தம்?" ராஜி, ஜூம் மீட்டிங்கின் நோக்கத்தையே கேள்வி ஆக்கினாள்.

"எக்ஸாக்டா செப்டம்பர் பதினஞ்சுன்னு நமக்குத் தெரியாது. நீங்க எல்லாரும் ஒரு இடத்தில இருந்தப்ப ஒரு அசம்பாவிதம்

தமிழ்மகன் | 179

நடந்திருக்கு. அதில ஒருத்தன் பாதிக்கப்பட்டிருக்கான். அவந்தான் இந்த அத்தனைக்கும் சென்டர் பிகர். சூத்திரதாரி. தனித்தனியா இருக்கிற மணிகளைக்கோத்து வெச்ச நூல். அப்படியொருத்தன நாம அஸ்யூம் பண்ணிக்கிட்டுத்தான் தேடணும். வேற வழியில்ல." கதிரவனுடைய பேச்சு அவனுக்கே ஆச்சர்யமாக இருந்தது.

"அப்படியொருத்தன் இல்லாமயும் இருக்கலாம் இல்லையா?" ராஜி மறுபடி கேட்டாள்.

"நிச்சயம் இருக்கான். உங்க அஞ்சு பேரையும் ஒரு இடத்துல ஒண்ணு சேக்கணும்னு நினைச்சவன் ஒருத்தன் இருக்கான். இப்போதைக்கு செப்டம் பதினஞ்சு. அது வேற ஒரு நாளாகூட இருக்கலாம். கொஞ்சம் யோசிச்சு சொல்லுங்க.."

ராகவி தன் லேப்டாப்பை திறந்து வேகமாக எதோ தேடுவது கேமிராவில் தெரிந்தது. அவள் ஏதோ கண்டுபிடித்துச் சொல்லப் போகிறாள் போல அனைவருமே ஆர்வம் பொங்க அவளுடைய நடவடிக்கையைப் பார்த்துக்கொண்டிருந்தனர். அவளுடைய பயணக் குறிப்புகளை டைரி போல எழுதி வைத்திருப்பாளோ?

"ஃபேஸ்புக்ல கூகுள் ட்ராக்ல லாஸ்ட் இயர் நான் எங்கெல்லாம் இருந்தேன்னு பார்த்தேன். செப்டம்பர் பதினஞ்சு சென்னைலதான் இருந்திருக்கேன். அதுவும் தி.நகர் -ல இருந்திருக்கேன்." என்றாள் வியப்பும் திகைப்புமாக.

பவித்ரா, "லாஸ்ட் இயர் என் பெரியம்மா பொண்ணுக்கு கல்யாணத்துக்கு நகை, துணியெல்லாம் எடுக்க சென்னை வந்தோம். ம்ம்ம்... ஒரு வேளை நீங்க சொல்ற தேதியா இருக்கலாம். ஏன்னா கல்யாணம் நடந்தது செப்டம்மர் முப்பது. அதுக்கு ரெண்டு வாரம் முன்னாடிதான் பர்ச்சேஸ் பண்ணோம்" என்றாள்.

"ஹக்குனா மட்டாட்டா. சூப்பர். பிடிச்சுட்டோம். அப்ப சென்னைல நடந்த எதாச்சும் அசம்பாவிதம்? மோதல், சச்சரவு ஞாபகம் இருக்கா? ஹோட்டல்ல, போத்தீஸ் கடைல, சரவணா ஸ்டோர்ஸ்ல... ஏழு மாசம்தான் ஆச்சு. கொஞ்சம் யோசிச்சா நிச்சயம் பிடிச்சுடலாம். கமான்..." என்று அவசரமானான் கதிரவன்.

"எனக்கு வீடே தி.நகர்ல தான்." எனத் தன் பங்குக்கு சொன்னாள் ராஜி.

"எனக்கு ஆபீஸ் தி.நகர்" என்றாள் கலைச்செல்வி.

"ரைட். தி.நகர்... இடம் தெரிஞ்சுடுச்சு. ஆள்... அப்படியே ஏழு மாசம் பின்னாடி போங்க." கதிரவன் மீண்டும் துரிதப்படுத்தினான்.

ஐந்து பேரும் தினுசு தினுசாக யோசித்தனர். சம்பவம் எதுவும் நினைவில் வரவில்லை. "நீங்க அதில டைரக்டா இன்வால்வ்

ஆகியிருக்கணும்னு இல்ல. அந்த இடத்தில எதாவது நடந்து அங்க ஜஸ்ட் ஒரு பார்வையாளரா கூட இருந்திருக்கலாம். யோசிச்சு சொல்லுங்க. ஈவனிங் சொன்னாகூட போதும்." கதிரவன் இத்தோடு ஜூம் மீட்டிங்கை முடித்துக்கொள்ளலாம் என்ற மனநிலைக்கு வந்தான்.

"அது பெரிய கொலை, கிட்னாப் ரேஞ்சுக்கு இருக்க வாய்ப்பில்ல. அந்த மாதிரி எதுவும் நடக்கல... ஐயம் ஷூயர்." ஷைனி நிச்சயப்படுத்தினாள்.

"சின்ன விஷயமாகூட இருக்கலாம். ஆனா அது யாரையோ பாதிச்சிருக்கு. யோசிங்க."

ஜூம் மீட்டிங் முடிந்தது. சின்ன விஷயம் என்ற வார்த்தை கதிரவன் அவனும் அறியாமல் சொன்னான். கோர்ட்டில் நடந்தது எல்லாமே சின்ன விஷயம் என ஜனார்த்தனம் வாதிட்டது நினைவில் வந்தது. நேற்று ராஜவேலுவின் அலுவலகத்தில் சின்ன விஷயம் எனப் பேசியது நினைவுக்கு வந்தது.

நடந்தது பொருட்படுத்தக் கூடாத சின்ன விஷயமாக இருக்கலாம். ஆனால் அதனுடைய விளைவு பெரியதாக இருந்திருக்கும்.

கதிரவன் சின்ன விஷயங்களை யோசித்தபடி அலுவலகம் கிளம்பினான்.

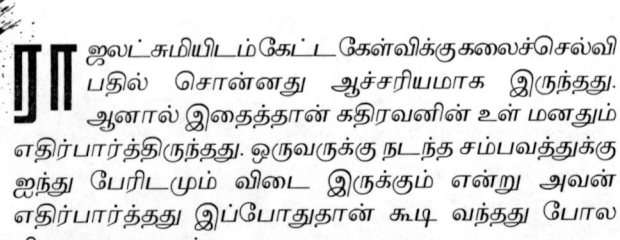

28

ராஜலட்சுமியிடம் கேட்ட கேள்விக்கு கலைச்செல்வி பதில் சொன்னது ஆச்சரியமாக இருந்தது. ஆனால் இதைத்தான் கதிரவனின் உள் மனதும் எதிர்பார்த்திருந்தது. ஒருவருக்கு நடந்த சம்பவத்துக்கு ஐந்து பேரிடமும் விடை இருக்கும் என்று அவன் எதிர்பார்த்தது இப்போதுதான் கூடி வந்தது போல பிரகாசமானான்.

அதே பிரகாசம் ராஜலட்சுமிக்கும் ஏற்பட்டிருக்க வேண்டும். “கலைச்செல்வியோட வாய்ஸ்தானே... உன்னையும் நிறுத்தினாங்களா?” என தன் வியப்பையே கேள்வியாகக் கேட்டாள்.

காரை எதற்கு நிறுத்தினார்கள்..யார் நிறுத்தினார்கள்... எனக் கேள்விகள் அலைமோதின. அவசரப்பட்டு அவர்களின் நினைவுகளைக் கலைத்துவிடாமல் ஒவ்வொரு கேள்வியாகக் கேட்க நினைத்தான். போனை ஸ்பீக்கர் மோடில் போட்டான்.

“அப்ப நீங்க ரெண்டு பேரும் அங்க சந்திச்சீங்க இல்லையா?” என்றான்.

“ராத்திரி நேரம்... அதுவுமில்லாம அது ஞாபகம் வச்சிக்கிற மாதிரியான விஷயமாகவும் தெரியல. என் காரை நிறுத்தினப்ப வேற எந்த காரும் வந்த மாதிரி தெரியலயே” என்றாள் ராஜலட்சுமி.

“கலைச்செல்வி குறுக்கிட்டு எனக்கு நல்ல ஞாபகம் இருக்கு. அந்த இடத்தில நான் வந்த காரை தவிர

வேற எந்த காரும் இல்லை" என நிச்சயமாக சொன்னாள்.

"அப்ப நீங்க ரெண்டு பேரும் அங்க மீட் பண்ணல? மத்த மூணு பேரைப் பார்த்த நினைவு இருக்கா?"

"கலை சொல்றது சரி. அந்த இடத்தில என்னை நிறுத்தினப்ப வேற யாரோட காரும் இல்ல. நாங்க யாரும் அங்க மீட் பண்ணிக்கவே இல்ல."

"சரி.. உங்க கார்கள் அடுத்தடுத்து நிறுத்தப்பட்டிருக்கலாம்னு தோணுது. மத்த மூணு பேரையும் விசாரிக்கறதுக்கறதுக்கு முன்னாடி உங்க ரெண்டு பேர் கிட்டயும் சில கேள்வி கேட்டுக்குறேன். உங்க காரை நிறுத்தினது யார்?எதுக்கு நிறுத்தினான்?"

"அவனுடைய கார்ல் எதோ ப்ராப்ளம்... எங்க கார்ல ட்ராப் பண்ண சொன்னான். நா... "சாரி லேடிஸ் தான் இருக்கோம்னு சொல்லிட்டு கிளம்பிட்டேன்." கலை பதில் சொன்னாள்.

"எஸ் எனக்கும் ஞாபகம் இருக்கு. என்கிட்டே அந்த மாதிரிதான் ஹெல்ப் கேட்டான். அப்ப நைட் ஒரு பத்து பதினோரு மணி இருக்கும். லேடீஸ் எப்படி ரிஸ்க் எடுக்க முடியும்?" என்றாள் ராஜலட்சுமி.

"அவனை உங்களுக்கு ஞாபகம் இருக்கா ? எப்படி இருந்தான்னு சொல்ல முடியுமா?"

"கொஞ்சம் உயரமா... கோட் போட்டிருந்த ஞாபகம் இருக்கு."

"ஆமா.. ஆமா எனக்கு ஞாபகம் இருக்கு" என்றாள் கலைச்செல்வி.

"ஆல்மோஸ்ட் பிடிச்சுட்டோம். அப்படியே கான்ஃபரன்ஸ் கால் போடுறேன். சைனி, பவித்ரா, ராகவி.. கிட்டயும் இந்த சம்பவம் பத்தி கேட்போம்."

மூன்று பேரின் தொலைபேசிகளும் பிஸியாக இருப்பதாகப் பதிவு செய்யப்பட்ட குரல் அறிவித்தது.

"எனக்கென்னவோ அவங்களும் அந்த இடத்தில நிறுத்தப்பட்டு இருப்பாங்கன்னு தோணுது. அத கன்ஃபார்ம் பண்ணிட்டா போதும்."

"கார்ல ட்ராப் பண்ணலைன்னு கூடவா இப்படி டார்ச்சர் பண்ணுவானுங்க?" ராஜலட்சுமி அலுப்புடன் கேட்டாள்.

"வழியில எவ்வளோ பேர் லிஃப்ட் கேட்கிறாங்க. எல்லாரையும் ஏத்திக்கிட்டா போக முடியும்? அதும் இல்லாம லேடிஸ்... எப்படி லிஃப்ட் கொடுக்க முடியும்... ராத்திரி நேரத்தில?" கலைச்செல்வி தம் பங்குக்கு சொன்னாள்.

கலைச்செல்வி சொல்வது போல அவன் எதற்கு பெண்கள் போகிற காராகப் பார்த்து லிஃப்ட் கேட்டான் என்பது யோசிக்க வைத்தது. காரில் ஏற்றிச் செல்லவில்லை என்பதற்காக ஒருவன் இப்படியெல்லாம் செய்வானா என்கிற கேள்விக்கும் பதில் இல்லை. உளவியல் பாதிப்பு உள்ளவன் என்பதை யோசிக்க வேண்டியிருந்தது. சைக்கோ.

"அவனுடைய கார் ரிப்பேர் ஆகியிருந்ததா... இல்ல ஆக்சிடென்ட் ஆகி இருந்ததா?" என்றான் கதிரவன். பழுதாகி நின்ற காரைவிட விபத்துக்குள்ளான காரில் உள்ளவரின் பதைப்பு கூடுதலானது என நினைத்தான் கதிரவன்.

ராஜலட்சுமியின் கலைச்செல்வியும் சற்றே நிதானித்து சரியாக பதில் சொல்ல முடியாமல் ரிப்பேர்னுதான் நினைக்கிறேன் என்றனர். மறுபடி மறுபடி அந்த இடத்தில் என்ன நடந்து என்பதற்கு அதே பதிலையே சொல்லிக்கொண்டிருந்தனர்.

"சரி. யோசிங்க. வேற ஏதாச்சும் நினைவு வந்தா சொல்லுங்க. நா மத்த மூணு பேர்கிட்டயும் பேசுறேன். அன்னைக்கு வேறு ஏதோ ஒண்ணு நடந்திருக்கு. மத்த மூணு பேர் ஏதாவது க்ளூ கொடுக்கறாங்களானு பாக்கிறேன். சரி ராஜி போனை வைக்கிறேன்."

இந்தப் புதிய தகவல்களை வேலாயுதத்தின் சொல்லி வைப்பது நல்லது என்று தோன்றியது. ஒரே நபரை ஐந்து பேரும் சந்தித்திருப்பது இத்தனை மர்மங்களுக்கு விடையாக இருக்கும் என்று தோன்றியது. ஆனால் இப்போதைக்கு அங்கே ஒருவர் லிஃப்ட் கேட்டார் என்பதை தவிர வேறு எதுவும் தெரியவில்லை.

நெடுஞ்சாலையில் உள்ள கேமரா மூலம் இந்த காரில் இருந்தவர் யார் என்பதைக் கண்டுபிடித்தால் முற்றுப்புள்ளியை எட்டி விடலாம் என்றும் நினைத்தான்.

கலைச்செல்வியை அவளது வீட்டில் விட்டுவிட்டு மறுபடி அலுவலகம் செல்ல வேண்டி இருந்தது.

கொரோனா தடுப்பூசி கட்டுப்பாடுகள், தட்டுப்பாடுகள்... அமெரிக்காவில் அதிகரித்து வரும் உயிரிழப்புகள், சீனாவின் ஹூஹான் மாகாணத்தில் முதன்முதலில் தொற்று ஏற்பட்டது எப்படி... இப்படியான சில பல செய்திகளால் நிரம்பிக் கிடந்த அன்றைய பத்திரிகையின் முதல் பிரதியைப் பார்த்துவிட்டு இரவு 11 மணிக்கு மேல் அலுவலகத்திலிருந்து கிளம்பினான்.

பவித்ரா, ராகவி, சைனி மூன்று பேருக்கும் 'செப்டம்பர் 16-ம் தேதி ஊர் திரும்பிய போது என்ன நடந்தது. வாணியம்பாடி

அருகே யாராவது லிஃப்ட் கேட்டார்களா?' என்று மெசேஜ் அனுப்பினான். உறங்கினான்.

டாக்டர் பத்மநாபனை ஒரு மாதமாக காணவில்லை என்று பெட்டி செய்தி போடுவது போல கனவு வந்தது. விருது வாங்கும் பெண்கள் கம்போடியா சென்ற விமானத்தில் கொரோனாவால் விமானங்கள் பறக்காது என்பதை முதலிலேயே சொன்ன மருத்துவரின் பெயர் ஓர் உருவம் கொண்டிருந்தது. காணாமல் போன அந்த டாக்டர் ஒல்லியான டாக்டரின் புகைப்படத்தையும் பத்திரிகையில் போடுவதாக நினைவுபடுத்திப் பார்த்தான். விழித்தபோது அந்தக் கனவில் அளவுக்கு உண்மை போலவும் இருந்தது.

இந்த சம்பவங்களின் ஆதி தொடர்பாக அவரும் அடிக்கடி நினைவுக்கு வந்தார்.

தூக்கம் துரத்தும் விழிகளோடு செல்போனை எடுத்துப் பார்த்தான். சொல்லிவைத்தது போல மூன்று பேருமே தகவல் அனுப்பி இருந்தார்கள். கண்களைத் துடைத்துக்கொண்டு வேகமாக செய்திகளைப் படித்தான்.

மூன்று பேரும் அனுப்பிய செய்திகளின் சுருக்கம்: 'வாணியம்பாடி அருகே ஒருவர் லிப்ட் கேட்டார்.'

இந்தத் தேடலின் ஒரு சுவாரசிய முடிச்சாக அவன்- கோட் போட்ட மர்ம மனிதன் - கண்முன்னே தெரிந்தான். அவன் யார்? எப்படி இருந்தான்? என்ன உதவி கேட்டான்? எதற்காக கேட்டான்? பிறகு என்ன ஆனான்?

நடுத்தரமான வயது. கோட் அணிந்திருந்தான் என்பதைத் தவிர யாருக்கும் நினைவில்லை.

சாலையில் பொருத்தப்பட்ட கேமிரா பதிவுகள்தான் அடுத்த இலக்கு. வேலாயுதத்தின் கேட்டபோது ஒரு வருடத்துக்கு முன்பு நடந்த பதிவுகளை எடுப்பதற்கு வாய்ப்பேயில்லை என்று கூறிவிட்டான். குற்றவாளி ஒரு மில்லிமீட்டர் தூரத்தில் மறைந்திருப்பது போல இருந்தது. இத்தனை நெருங்கிய பின்பும் ஆட்டம் காட்டுவது போல இருந்தது.

கையிலிருக்கும் ஒரே துருப்புச் சீட்டு வாணியம்பாடி அருகே இரவில் லிஃப்ட் கேட்ட கோட் போட்ட மனிதன். மனிதர்கள் தமக்குத் தேவையானதை மட்டுமே கவனிக்கிறார்கள்... அதை மட்டுமே நினைவில் வைத்துக்கொள்கிறார்கள். மீண்டும் மீண்டும்

கேட்பதன் மூலம் டெம்ப்ரோல் லோபின் ஒரு நியூரானைத் துளிர்க்க வைக்க முடியும் எனத் தோன்றியது.

மறுபடி ஒரு ஜூம் மீட்டிங். ஐந்து பெண்களும் சுமாரான ஆர்வத்துடன் பங்கேற்றனர். அனைவரிடமும் திரும்பத் திரும்ப அதே கேள்வியைக் கேட்டான். ஏதாவது ஒரே ஒரு விஷயம்... வார்த்தை கிடைத்துவிட்டால் போதும்.

ராத்திரி நேரம். எங்கள் காரைப் பார்த்துவிட்டு இருட்டிலிருந்து ஒருத்தன் ஓடி வந்து கட்டை விரலை உயர்த்திக் காட்டி காரில் இடம் கேட்கிறான். ஏறத்தாழ காருக்குக் குறுக்கே வந்து நிற்கிறான். அவன் முகத்தில் தவிப்பு தெரிகிறது. நாங்கள் நிறுத்தாமல் செல்ல முயற்சிக்கிறோம். காரின் மூடிய கண்ணாடிக்கு வெளியே அவன் இறைஞ்சுவது சரியாகக் கேட்கவில்லை. டிரைவர் கண்ணாடியை சற்றே இறக்குகிறார். அவன் வண்டி பாதியில் பழுதாகிவிட்டதைச் சொல்கிறான். டிரைவர், காரில் பெண்கள் மட்டுமே பயணிப்பதைச் சொல்லி வேறு காரைப் பார்க்கச் சொல்கிறான். லிஃப்ட் கேட்டவன் மேலும் மேலும் ஏதோ சொல்ல, டிரைவர் காரின் கண்ணாடியை உயர்த்திவிட்டுப் புறப்படுகிறான்.

ஐந்து பெண்களும் கூறியவற்றின் சித்திரம் இதுதான்.

“அவன் கிட்ட என்ன பேச முடியும்? இதைத்தான் சொல்லியிருக்கணும். வேற என்ன எதிர்பார்க்கிறீர்கள் தெரியல.” ஷைனி அதற்கு மேல் அங்கே எதுவும் நடக்கவில்லை என்பதை அழுத்தமாகச் சொன்னாள்.

“அந்த கார் ஆக்ஸிடென்ட் ஆனது மாதிரி தெரியலையா... காரை கவனிச்சீங்களா?”

“எங்களுக்கு அதற்கான அவசியமே இல்லை.” பவித்ரா பதில் சொன்னாள்.

ராஜலட்சுமிக்கு ஏதோ நினைவு வந்தது. “நான் ஒரு விஷயம் கவனிச்சேன். ஆனா அது உனக்கு யூஸ் ஆகுமான்னு தெரியல.”

“எதுவா இருந்தாலும் சொல்லு. அந்த காரோட பிராண்ட். கலர்... எதுவா இருந்தாலும்.”

“கார்ல யாரோ உக்கார்ந்திருந்தாங்க. அவங்களக் காட்டி ஏதோ சொன்னான்.”

“ஆமா. அப்ப கார்ல வேற ஒருத்தர் இருந்தத பார்த்தேன்.” கலைச்செல்வியும் சொன்னாள்.

“அய்யோ அதைத்தான் கேக்குறேன். அது யார்னு நினைவிருக்கா?”
“இருட்டு. முகம்லாம் தெரியல. ரோட்டோரத்தில கார் நிக்குது. அதில ஒருத்தர் ஒக்காந்திருந்தாங்க.”

"ஆம்பளையா, பொம்பளையா?"

எல்லோரும் தயங்கி, பின் ஒவ்வொருவராக சொன்னார்கள். "அது ஒரு லேடி."

"லேடியா... ஏன் இத முதல்லயே சொல்லல.?

"கதிர், அதான் சொன்னேனே... நேரத்தில் அது ஒரு சின்ன விஷயம். ரோட்ல ஆயிரம் கார் போகுது. யாரோ ஒருத்தர் லிஃப்ட் கொடுக்கப் போறாங்க. அது ஏன் நான் பெருசா நினைக்கணும்?"

"அது இல்ல... கார்ல வேற ஒருத்தர் இருந்தாங்கன்னு ஏன் சொல்லல?"

"லிஃப்ட் கேட்டவன் கார்ல யாராவது இருந்தாங்களான்னு நீங்களும் கேக்கல. நாங்களும் சொல்லல. ஒரு கார்னா அதில யாராவது இருப்பாங்கதானே?"

கதிரவன் ஆற்றாமையால் எழுந்த ஆத்திரத்தை அடக்கிக்கொண்டான்.

"சரி இப்ப கேக்கறேன். அந்த லேடிக்கு என்ன வயசு இருக்கும். அவங்களும் உதவி கேட்டாங்களா?"

"நடு வயசு. 40 வயசு வெச்சுக்கலாம். அவங்க எதுவும் பேசல. அவங்க தூரத்தில இருந்தாங்க."

"கோட் போட்டவன் அவங்கள் காட்டித்தான் உங்க கிட்ட உதவி கேட்டான். ரைட்?"

"ஆமா" என்றாள் ராஜலட்சுமி.

"இப்ப ஒண்ணு கேக்கிறேன். உங்கள்ல யாராவது அப்ப இந்த வார்த்தைய பயன்படுத்தினீங்களா?... 'இந்த சின்ன விஷயத்துக்கு ஏன் டென்ஷன் பண்றீங்க?'னு சொன்னீங்களா?"

"அவன்கிட்ட சொல்லல. எங்க டிரைவர் கிட்ட சொன்னேன். சின்ன விஷயத்துக்கு ஏன் டென்ஷன் பண்றாரு. நீங்க கிளம்புங்கன்னு சொன்னேன்." ராகவி சொன்னாள்.

"பின்ன என்னப்பா. கார் குறுக்குல வந்து நின்னுக்கிட்டு ராத்திரில வம்பு பண்ணா எப்படியிருக்கும்? அதான் அப்படி சொன்னேன்" என்றாள் ராகவியும்.

"அந்த ஆளு ரொம்ப தான் சீன் போட்டான். எதுக்கு இப்படி ப்ராப்ளம் பண்றீங்க.. சின்ன விஷயத்துக்குன்னு நானும் சொன்னேன்." கலைச்செல்வியும் ஆமோதித்தாள்.

"சின்ன விஷயம்னு சொன்னீங்களா... நீங்க அஞ்சு பேருமே சொல்லி இருக்கீங்க அப்படித்தானே?"

எல்லோரும் யோசித்தனர். எல்லோரும் ஒரே நேரத்தில் மேலும் கீழுமாகத் தலையசைத்தனர். அது அவர்களுக்கே ஆச்சர்யமாக இருந்தது.

சின்ன விஷயம்.... மிகவும் சமீபத்தில் யாரோ இதே வார்த்தையை சொன்னது ஞாபகம் வந்தது... யெஸ். ராஜவேலு அலுவலகத்தில். அந்த கோட் போட்ட ஆசாமி.

கோட் போட்ட ஆசாமி என்பது தடித்த எழுத்துகளாக மனத்தில் உருவெடுத்தது.

29

கதிரவன் யோசிப்பது சரியாக இருந்தால்... கணத்தில் அவனுடைய உடம்பு ஜுரம் போல சூடாகியது.

"எனக்கு அவனைத் தெரியும். மீட்டிங்கை இதோடு முடிச்சுக்குறேன். அவனைப் பிடிச்சுட்டு கூப்பிடுறேன்." கதிரவன் வேகமாக செயலில் இறங்கினான்.

சின்ன விஷயம்.

ராஜவேலின் அலுவலகத்தில் பார்த்த அந்த மனிதனின் முகம்... 'சின்ன விஷயத்துக்கு டென்ஷன் ஆகாதீங்க' என்று அவன் திருப்பி அடித்த அந்த தொனி...

வேலாயுதத்துக்கு போன் போட்டு விஷயத்தைச் சொன்னான். கேட்டுக்கொண்டே அவன் யோசித்தான். செப்டம்பர் பதினாறாம் தேதி ஒன்று போல இவர்கள் வரிசையாக வந்துள்ளனர். ஒருவரை ஒருவர் சந்தித்துக்கொள்ளவில்லையே தவிர, இந்த ஐந்து பேரையும் ஒருவன் அடுத்தடுத்து சந்தித்திருக்கிறான். இத்தனை ஒற்றுமைகள் நிச்சயம் அசாதாரணமானவை. ஆபத்தும் அங்கேதான் தொடங்கியிருக்கிறது.

"காரில் யாரோ ஒரு பெண்மணி உடம்புக்கு முடியாமல் இருந்திருக்காங்க. அவன் ஹாஸ்பிடலுக்குப் போற அவசரத்தில் கதறியிருக்கான். இவங்க எவனோ லிஃப்ட் கேட்டு தொல்லை பண்றான்னு அலட்சியப் படுத்தியிருக்காங்க." வேலாயுதம் தான் உள் வாங்கியதை சுருக்கமாகச் சொன்னான்.

“அலட்சியப்படுத்தியது மட்டும் காரணமில்ல. அந்த லேடி உயிருக்குப் போராடி இறந்து போயிருக்கலாம். அதுக்குத்தான் இந்த அஞ்சு பேரையும் வஞ்சம் தீர்க்கிறான்.” கதிரவன் தன் யூகத்தையும் எடுத்துச் சொன்னான்.

“ஆமா. இல்லாம போனா அவனுக்கு இவ்வளவு கோவம் வர்றதுக்கு சான்ஸ் இல்ல.”

“ராஜவேலு ஆபீஸ் போயிருந்தேன். அங்க ஒருத்தன் இருந்தான். கோர்ட்ல கேட்டா இதுக்கெல்லாம் என்கிட்ட ப்ரூப் இல்ல. ஆனா... அவன் தான் இதையெல்லாம் செஞ்சிருக்கணும்.”

“என்னடா சொல்றே?”

“இவங்க சொல்ற அடையாளம் கச்சிதமா ஒத்துப்போகுது. உயரமா இருந்தான்... கோட் போட்டிருந்தான்னு அஞ்சு பேருமே சொல்றாங்க.”

“ஏம்பா இத ஒரு ஆதாரம்னு சொன்னா கோர்ட்ல எளக்காரமா பாப்பாங்க. ஏற்கெனவே பட்டது போதும்.”

“அது புரியுது. அவனுடைய போட்டோ ஒண்ணு கிடைச்சா இந்த அஞ்சு பேரும் அடையாளம் காட்டுவாங்க. அவன் தான்னு கன்பார்ம் பண்ணுவாங்க. அதுக்கப்புறம் நீங்க கைது பண்ணலாம். விசாரிக்கிற விதத்தில விசாரிக்கலாம்.”

“அந்த ஆபீஸ்ல கேமிரா இருக்கிறத கவனிச்சியா?”

“இருந்தது.”

“அதுபோதும். அந்த காம்ப்ளெக்ஸ் மேனேஜர புடிச்சு இன்னைக்கே வாங்கிடறேன்.”

தான் ராஜவேலின் அலுவலகத்துக்கு சென்ற தேதியை சொல்லி அங்கிருந்த கேமராக்களில் பதிவான அவனுடைய காட்சிகளை வாங்கிவிட்டால், நம்பர் 16ஆம் தேதி நடுரோட்டில் வாணியம்பாடியில் பார்த்த மனிதன் இவன் தானா என்பதை அறிந்துவிடலாம். அடுத்த நொடியே எல்லாம் முடிந்துவிடும்.

இந்தமாதிரி தருணத்தில்தான் வேலாயுதத்தின் அவசியம் இருந்தது

காம்ப்ளெக்ஸின் மேனேஜர் பரமசிவம். எளிய விசாரிப்பிலேயே மேனேஜரின் பெயரைக் கண்டுபிடிக்க முடிந்தது. இன்றைய டேட்டாபேஸ் உலகத்தில் பெயர் தெரிந்தால் போன் நம்பரும் போன் நம்பர் தெரிந்தால்கல்யாணமானவனா, என்ன வேலைசெய்கிறான் என்கிற சகலமும் பூர்வீகம் தொட்டு சொல்ல முடிந்துவிடும். இன்னும் கொஞ்சம் மனது வைத்தால் ஜாதி, ஜாதகம், பேங்க் பேலன்ஸ்

வரை தெரிந்து கொள்ள முடிவதும் சர்வ சாதாரணம்.

அதுவும் காவல் துறை மனது வைத்தால் அடுத்து அவருக்கு பிறக்கப்போவது ஆணா, பெண்ணா வரைக்கும் சொல்லிவிடலாம். ரகசியம் என எதுவுமில்லை.

பரமசிவம் போன் நம்பருக்கு வேலாயுதம் தொடர்பு கொண்டான்.

"எதுக்கு கேக்குறீங்க? அதெல்லாம் யாருக்கும் குடுக்க முடியாது" என வீராப்பு காட்டிய பரமசிவம், விவரம் சொன்னபின், "ஓகே சார் ஓகே சார்... தேதி, டைம் சொல்லுங்க சார் எடுத்திரலாம்" என்றார்.

சொன்னான்.

"இன்னைக்கே வேணுமா சார்?"

"இப்பவே."

"ஓ.கே. சார் அரைமணி நேரம் ஆகிடும் சார். எங்களுக்கு கேமிரா இன்ஸ்டால் பண்ணவன் பல்லாவரத்தில இருந்து வரணும் சார்."

"பல்லாவரத்தார்லாம் தேவ இல்ல. நான் சொல்ற மாதிரி செய்ங்க. நீங்களே எடுத்துடலாம்."

"ஓ.கே. சார்."

வேலாயுதம் விளக்கினான்.

அரை மணி நேரத்தில் பரமசிவம் மீண்டும் லைனுக்கு வந்தார்.

"சார் ஒரு ப்ராப்ளம் சார்."

"என்னய்யா?"

"சார் நீங்க சொன்ன அந்த ஒரு மணிநேரம் மட்டும் எங்க கேமரா எரர் காட்டுது சார். அந்த நேரத்துல ஒரு கேமராவும் இயங்கல. எல்லாமே ப்ளர்ரா இருக்கு" என்றார்.

வேலாயுதம், "வெரிகுட்" என்றான் அவனையும் அறியாமல்.

குற்றவாளி தடயத்தை அழிக்க நினைக்கிறான் என்பதே வெற்றிதான்.

கம்போடியாவில் செல்வியைக் கடத்தும்போது இதே வேலையைத் தான் செய்தார்கள். ஆதாரங்கள் கூடிக்கொண்டே வந்தன.

"சார் டோன்ட் வொர்ரி. எதிர் காம்ப்ளக்ஸில் கேமரா இருக்கு. அவங்ககிட்ட கேட்டிருக்கேன். அந்த மேனேஜர் நம்ம ஃப்ரெண்டுதான். கிடைச்சதும் வாங்கி அனுப்பி வைக்கிறேன். இங்க வர்றவங்க போறவங்க எல்லாருமே அதுலயும் பதிவா வாங்க."

"சீக்கிரம் அனுப்பி வைங்க."

கதிரவனுக்குப் போன் போட்டான்.

"கதிர் நீ எங்க இருக்க?"

"வீட்ல."

"ஆபீஸ் போகலையா?"

"லீவ் சொல்லிட்டேன். இன்னைக்கு அந்த வில்லனுக்கு விலங்கு மாட்டியாகணும். அவனைத்தான் தேடிக்கிட்டிருக்கேன்."

"எங்க?"

"நெட்ல."

"சரி இரு நானும் வந்துடுறேன்."

உச்சி வெயில் என்றும் பாராமல் விர்ரென்று பைக்கை செலுத்தினான்.

வேலாயுதம் வந்துவிட்டதை அறிந்து, "வா" என்று ஓர் எழுத்தில் வரவேற்றுவிட்டு, கம்ப்யூட்டரில் காரிய சித்தியாக இருந்தான் கதிரவன்.

"நா எவ்வளவு முக்கியமான தகவலோடு வந்திருக்கேன். நீ என்ன கம்ப்யூட்டர்ல கேம் ஆடிக்கிட்டிருக்கே?"

"கேம் இல்லப்பா... ராஜ்குமாரைத்தான் தேடிக்கிட்டிருக்கேன். சரி சொல்லு." என நிமிர்ந்து உட்கார்ந்தான். நடந்த விஷயங்களைச் சொன்னான் வேலாயுதம்.

"நாம போற ரூட் கரெக்ட். ஆள் எச்சரிக்கையாகிறான். அதனால அவன்தான் ஆளுன்னு தெரியுது. இனி கிடுக்கிப்பிடி போட்டுடலாம். இன்னும் கொஞ்ச நேரத்துல வீடியோ வந்துடும்." வேலாயுதத்தின் குரலில் உற்சாகம்.

"அதுக்கு அவசியமே இல்லை" என்றான் கதிரவன்.

நெற்றிச் சுருக்கிப் பார்த்தான் வேலாயுதம்.

"ஃபேஸ்புக்ல ராஜவேலுவின் ஃப்ரெண்டு லிஸ்டுல அவனை கண்டுபிடிச்சிட்டேன். பெயர் ராஜ்குமார். சாப்ட்வேர் இன்ஜினியர். அண்ட் ஒன்மோர் திங். இவன்தான் கம்போடிய வர்த்தக சங்கத்தினருக்கான விருது பட்டியலைத் தயாரிச்சவன். அதாவது விருதுக்குத் தேர்வு செய்வதற்கான அந்த சாஃப்ட்வேரை உருக்கினவன்." கதிரவனின் குரலில் பெருமிதம்.

"நீ உன் வேலைய ரிசைன் பண்ணிடுப்பா." கறாரான குரலில் வேலாயுதம் ஆணையிடுவதுபோல சொன்னான்.

"ஏன்டா?"

"டிடெக்டிவ் ஏஜென்ஸி தொடங்கு. நல்ல ஃப்யூச்சர் இருக்கு."

"அட... எல்லாம் மேட்ச் ஆகுதில்ல. இன்னும் என்ன தயக்கம். அவன புடிச்சி உள்ள போடு."

"இன்னும் கொஞ்சம் வேல பாக்கி. இந்த அஞ்சு பேரும் அவனை அடையாளம் காட்டணும். அந்த கார்ல இருந்த அவனோட வொய்ஃப் என்ன ஆனாங்கன்னு தெரிஞ்சுக்கணும். நாம சொல்ற செப்டம்பர் 16-ம் தேதி அவங்களுக்கு உயிருக்கு ஆபத்தான ஏதோ நடந்தான்னு கன்பார்ம் பண்ணனும். அந்தக் கோபத்திலதான் இவன் இப்படி பழி வாங்கினான்னு உறுதிப்படுத்தணும். இவன் தான் இந்த அஞ்சு பேரை கம்போடியா போறதுக்கு செலக்ட் பண்ணான்னு ஆதாரம் ரெடிபண்ணணும். பாலசுந்தரம் சார்கிட்ட கம்ப்ளீட் ரிப்போர்ட் கொடுக்குறேன். தனி டீம் அமைச்சு பம்பரமா ஒரே நாள்ல எல்லாத்தையும் முடிச்சுடலாம். நாளைக்கு இன்னேரம் அவன் உள்ள இருப்பான்."

"அப்பாடா" என்றான் கதிரவன்.

வேலாயுதம் தன் வாழ்நாளில் சிக்கலான ஒரு வழக்கின் முடிச்சைக் கவனமாக அவிழ்க்கிற உற்சாகத்தில் புல்லட்டில் பறந்தான்.

கதிரவன் விசில் அடித்தான். பாலுவுக்கு மெசெஜ் போட்டான். ஐந்து விருது பெண்களுக்கும் ராஜ்குமாரின் புகைப்படத்தை அனுப்பி வைத்து அவனா இவன் என்பதை நிச்சயப்படுத்தச் சொன்னான். இருட்டில் பார்த்தாலும் பார்த்து ஒரு ஆண்டு ஆகிவிட்டதாலும் சற்றே ஜாடையில் வித்தியாசம் இருக்கலாம். டோன்ட் வொர்ரி. இவந்தான் அவன் என்பதற்கான அத்தனை ஆதாரங்களையும் கண்டுபிடித்தாகிவிட்டது. இவன் தான் உங்களைத் தேர்வு செய்வதற்கான சாஃப்ட்வேரை உருவாக்கி உங்களை கம்போடியாவுக்குக் கட்த்தியவன் என்பது உள்ளிட்ட செய்திகளை சுருக்கமாக பதிவிட்டு அனுப்பினான்.

முதல் ரிப்ளையாக இரண்டே நிமிடங்களில் ஷைனி பதில் அனுப்பினாள்.

"*who is he? I never saw him.*"

"அதான் சொன்னனே. பாத்து ஒரு வருஷம் ஆச்சு. அடையாளக் குழப்பம் வரும்னு."

ஷைனி அதற்கு ரிப்ளை டைப் செய்வதற்குள், ராஜலட்சுமியும் பவித்ராவும் ராகவியும் நான் பார்த்து இவனில்ல என்று ஸ்டாம்ப் பேப்பரில் கையெழுத்துப் போட்டுத் தரவும் தயார் போல செய்தி அனுப்பினர்.

கலைச்செல்வி, போன் செய்தாள்.

"ஏம்பா இது அவன் இல்ல." என்றாள்.

"எல்லாரும் குழப்பம் பண்ணாதீங்க. நானும் வேலாயுதமும் படாதபாடுபட்டு இவனைத் தேடிப் பிடிச்சிருக்கொம். அசிஸ்டென்ட் கமிஷனர் பாலசுந்தரம் தலைமையில தனிப்படை அமைச்சு இவனைப் பிடிக்கப் போறாங்க. என்ன நினைச்சுக்கிட்டிருக்கீங்க?"

"அய்யோ இவனா இருந்தா அதச் சொல்றதுல எங்களுக்கு என்ன பிரச்னை?"

"இருட்டுல ஒரு வருஷத்துக்கு முன்னாடி பாத்த ஆளை எப்படி நீங்க அப்படி அடையாளம் வெச்சு சொல்ல முடியும்?"

"அது சரிதான். ஆனா நாங்க பாத்த்து கமலஹாசன். நீ காட்டுறது ரஜினிகாந்த். வித்தியாசம் தெரியாதா?"

"என்ன சொல்றே?"

"ஆமா கதிர். நிச்சயமா இவன் நாங்க பாத்த ஆள் கிடையாது. நீ வேணா மத்த நாலு பேர்கிட்ட கேட்டுப்பாரு."

"கேட்டுட்டுட்டேன். அவங்களும் இவன் அவன் இல்லன்னுதான் சொல்றாங்க."

பாலசுந்தரம் வெறித்த பார்வையோடு அமர்ந்திருந்தார். தனி டீம் அமைத்து படுவேகமாக செயலில் இறங்கிய போதும் ஐந்து பெண்களும் எங்களை சந்தித்தவர் இவர் இல்லை என்று கூறியதில் பெரும் மனச்சோர்வு.

வேலாயுதம் மனம் தளராமல் போராடிக் கொண்டிருந்தான். ராஜ்குமாரின் வீட்டுக்கு போன் செய்து ஒரு விதமாக விசாரித்து அவருடைய மனைவி இறந்து விட்டாரா என்பதை அறிந்துகொள்ள விரும்பினான்.

“ஹலோ.”

“ஹலோ” என்றது ஒரு பெண் குரல்.

“மிஸ்டர் ராஜ்குமார் இருக்காரா?”

“வெளிய போய் இருக்கார். எட்டு மணிக்கு மேல பண்ணுங்க. வந்துடுவார்.”

“நீங்க?”

“மிஸஸ் ராஜ்குமார்.”

போன் வைக்கப்பட்டது. அவனுடைய மனைவி தான் எடுத்து பேசினாள். ராஜ்குமாரின் மனைவி உயிரோடு இல்லை அதனால்தான் இவ்வளவு மூர்க்கமாக பழிவாங்குகிறான் என்ற கேள்விக்கும் பதில் இல்லாமல் போய்விட்டது. இந்த ஒரு வருடத்தில் இரண்டாவது திருமணம் செய்திருப்பானோ என்றும் யோசித்துப் பார்த்தான்.

அவனுடைய முயற்சிகளைப் பார்த்து ஒரு வெற்றுச் சிரிப்பை உதிர்த்தார் பாலசுந்தரம். அவர் இன்னொரு கோணத்தில் இறங்கினார்.

“அன்னைக்கு வாணியம்பாடியில் உதவி கேட்டவர் வேறு ஒருவர். அவருடைய மனைவி உயிருக்கு போராடிக் கொண்டிருந்தார் என்பது உண்மை. இந்த ஐந்து பெண்களும் கைவிட்டதில் அந்தப் பெண்மணி உயிரிழந்திருக்கலாம். இதை அறிந்த அவருடைய உயிர் நண்பன் ஒருவன் பழி வாங்குகிறான் . பாதிக்கப்பட்டவனின் நண்பன் தான் ராஜ்குமார்.”

பாலசுந்தம் சொன்ன கதை லாஜிக்காக இருந்தது. ஆனால் பாதிக்கப்பட்ட அவன் யார்...

நண்பனொருவன் இப்படி பாதிக்கப்பட்டானா... அவனுக்காகத் தான் இப்படி எல்லாம் செய்கிறாயா என்று ராஜ்குமாரின் சட்டையைப் பிடித்து உலுக்கவா முடியும்?

பாலசுந்தரம் இறுக்கமான முகத்துடன் இவ்வாறு சொன்னார்.

“நம்மிடம் ஆரம்பத்திலிருந்தே எல்லா யூகமும் சரியா இருக்கு. அதை நிரூபிக்க முடியல. முதல்ல பிடிச்ச நான்கு குற்றவாளிகளும் கூட இந்த ராஜ்குமாருக்கு உதவி செஞ்சிருக்கலாம். அவங்க கோபத்தை தீர்த்துக்க வாய்ப்பு கிடைச்ச சந்தோஷத்தில அனைவருமே உடன் பட்டிருக்கலாம்... ஆனா ஆதாரமில்லாம எப்படி விசாரிக்க முடியும்?”

“சார் மனம் சோர்ந்துடாதீங்க சார். ஏறத்தாழ நெருங்கிட்டோம். இன்னும் ஒரு அடி தோண்டினா தங்கம் கிடைக்கும். 99 அடி வரை மணல் தான் இருக்குன்னு .யோசிக்க வேணாம். இன்னும் ஒரு அடி...”

“நிறைய டேல் கார்னகி புத்தகம் படிப்பியா?” என்றார் பாலசுந்தரம்.

“காலேஜ் டைம்ல படித்து சார்.”

“பரவால்ல. முதல்ல இருந்து ஒரு தடவை யோசிப்போம். எங்கேயாவது ஒரு இடத்தில ஏதோ ஒரு விஷயத்தை மிஸ் பண்ணி இருப்போம்.

இன்னைக்கு நைட்டு பொறுமையா யோசிங்க. நாளைக்கு பேசுவோம்.”

வேலாயுதம் “ஓகே சார்” என்று சல்யூட் வைத்து விட்டு கிளம்பினான்.

பார்க்கிங்கு வந்து சோகமாக பைக்கை நகர்த்த இருந்த நேரத்தில் வேகமாக வந்து அரைவட்டம் அடித்து பைக்கை நிறுத்தாமல் காத்திருந்தான் கதிரவன்.

"உடனே அடையாறு போகணும்."

"ஏன்?"

"வண்டியில ஏறு சொல்றேன்."

கதிரவனின் அவசரத்தை உணர்ந்து மேற்கொண்டு எந்த கேள்வியும் கேட்காமல் ஏறி அமர்ந்தான் வேலாயுதம்.

"இங்கிலீஷ் பத்திரிகையில வந்த ஒரு கட்டுரையை ஸ்கேன் பண்ணி அனுப்பியிருந்தான். அது டாக்டர் பத்மநாபன் எழுதினது."

"எந்த பத்மனாபன்?"

"கம்போடியா போகும்போது இந்த டாக்டர்தான் பிளேன்ல கலாட்டா செஞ்சவரு . ஏர்போர்ட்ல திடீர்னு காணாம போன அவர் என்ன ஆனார்னு மெடிக்கல் பீட் பாக்கிற அந்த சப் எடிட்டர் கிட்ட கேட்டிருந்தோம். அதுக்காக அந்தக் கட்டுரையை அனுப்பினாங்க. அந்தக் கட்டுரை நேத்து வெளியாகியிருக்கு."

"உயிரோட இருக்கறது கன்ஃபார்ம்னு சொல்றீயா?"

"அந்தக் கட்டுரை முக்கியமில்ல. அதே பக்கத்தில ஒரு ஆபிச்சுவரி காலம் வந்திருந்தது. அதில ஒரு சாஃப்ட்வேர் இன்ஜினீயர் லாஸ்ட் இயர் இறந்துபோனதுக்கான விளம்பரம். அந்த விளம்பரத்தில உங்களை இழந்து வாடும்னு சோயஸ் சாஃப்ட்வேர் டெக்னாலஜின்னு போட்டிருந்தது."

"சரி."

பைக் அண்ணா மேம்பாலத்து சிக்னலில் நின்றது. கதிரவன் பின்னால் திரும்பி சுவாரஸ்யம் தரும் குரலில், "சோயஸ் சாஃப்ட்வேர் டெக்னாலஜி நம்ம ராஜ்குமாரோடது."

வேலாயுதத்துக்கு இன்னும்கூட அந்த விளம்பரத்தை எப்படி கனெக்ட் செய்வது என்று தெரியவில்லை.

கதிரவன் சிக்னல் விழவே வண்டியையும் விளக்கத்தையும் தொடர்ந்தான்.

"லாஸ்ட் இயர் இறந்து போன அவர் யார்னு மெல்ல விசாரிச்சேன். அவர் பேர் விக்ரம்."

"சரி" என்றான் வேலாயுதம் ஏதோ புரிய ஆரம்பிப்பது போல.

"சோயுஸ் சாஃப்ட்வேர் நிறுவனத்தில ராஜ்குமாரும் விக்ரமும் பார்ட்னர்கள்."

“ம்ம்...ம்ம்” வேலாயுதத்துக்கு ஆர்வம் கூடியது.

“அன்னைக்கு கார்களை நிறுத்தி உதவி கேட்டது விக்ரம். அவனுடைய வொய்புக்கு ஆஸ்துமா பிரச்னை. இந்த அஞ்சு பேரும் ஹெல்ப் பண்ணாததால அவளை சரியான நேரத்தில காப்பாத்த முடியாம போச்சு. அந்த சோகத்திலயே கொஞ்ச நாள்லயே சூசைட் பண்ணி செத்திருக்கான் விக்ரம். ஒண்ணா படிச்சு ஒண்ணா பிசினஸ் தொடங்கி நடத்தினவங்க ராஜ்குமாரும் விக்ரமும். நண்பனோட முடிவு அவன ரொம்பவே பாதிச்சிருக்கு. அதான் சின்ன விஷயம்னு விலகிப் போயிட்ட அஞ்சு பேரையும் சின்ன சின்ன விஷயங்கள வெச்சே இம்சை பண்ணிட்டான்.”

“அதுக்காக இப்படியா?”

“எந்த விஷயத்துக்கு ரெண்டு நியாயங்கள் இருக்கு. இது அவன் சைடு நியாயம். போலீஸுக்கும் சட்டத்துக்கும் ஒரே ஒரு நியாயம்தான். அதை நீங்க செய்யணும்.”

“புரிஞ்சுடுச்சு. ஆனா இதையெல்லாம் எப்படி தெரிஞ்சுகிட்ட?”

“எப்ப ரெண்டு பேரும் பார்ட்னர்னு தெரிஞ்சதோ... அப்பவே ஃபேஸ்புக்ல ராஜ்குமார் ஃப்ரெண்ட் லிஸ்ட்ல விக்ரம் ப்ரொஃபைலை எடுத்தேன். அதில எல்லா கதையும் இருக்கு.”

“எல்லா விஷயமும்னா...?”

“விக்ரம் செப்டம்பர் பதினாறாம் தேதி உதவி கேட்டது. யாரும் உதவாம போனது... மனைவி இறந்தது எல்லாத்தையும் விக்ரம் பதிவு பண்ணியிருக்கான்.”

“டெக்னாலஜி ஆள். இந்த சாதாரண டெக்னாலஜியை கவனிக்காம விட்டுட்டானே?”

கதிரவன், “அப்படி நினைக்கல. எந்த நிமிஷமும் இந்த அக்கவுண்டை ராஜ்குமார் நினைச்சா குளோஸ் பண்ண முடியும். அதனால அந்தப் பதிவு எல்லாத்தையும் ஸ்கிரீன் ஷாட் எடுத்து வெச்சுட்டேன்” என்றான்.

“சூப்பர்.”

“கையோட இன்னொரு வேலையும் பண்ணேன். கம்போடியா போன அஞ்சு பேருக்கும் விக்ரம் போட்டோவை அனுப்பி வெச்சேன். அஞ்சு பேரும் இவனேதான்னு கன்ஃபார்ம் பண் ணிட்டாங்க.”

“போலீஸ்காரங்களுக்கு ஒரு வேலையும் பாக்கி வைக்கலையா?”

“வெச்சிருக்கேன். நீங்கதான் இப்ப ராஜ்குமாரைக் கைது செய்யப் போற.”

“வாரன்ட் ரெடி பண்ணாமயா?”

“பாலசுந்தரம் சாருக்கு உடனே போனைப் போடு. நாம போய் விசாரிச்சுப் பிடிச்சு வைப்போம். அவர் போலீஸ் படையோடு வரட்டும்.”

கதிரவனின் பைக் அடையாற்றில் இருந்த ராஜ்குமாரின் வீட்டை நெருங்கியது.

தன் புதிய திரைப்படத்தின் அறிவிப்பைத் தொடர்ந்து, தன் பண்ணைவீட்டில் முக்கியமான நண்பர்களுக்கு விருந்து ஏற்பாடு செய்திருந்தார் வேடப்பட்டி துரைசாமி. சினிமா ஃபைனான்சியர்கள், விநியோகஸ்தர்கள், திரையரங்க உரிமையாளர்கள் என சினிமாவில் முகம் காட்டாத சினிமாவின் தூண்கள் மட்டும் இருந்தனர்.

தோட்டத்தில் செயற்கை நிலவுகள் போல இருந்த விளக்கொளியின் நடுவே, பிரத்யேகமாக வருவிக்கப்பட்ட வெளிநாட்டு பானங்கள் அழகழகான கோப்பைகளில் பரிமாறப்பட்டுக்கொண்டிருந்தன.

“ஆரம்பமே சூப்பர். யாரும் எதிர்பார்க்காத விலைக்கு படம் போவும்பா. உனக்கு சுக்ர திசை.” என்றார் விநியோகஸ்தர் ஒருவர்.

“எல்லாம் கல்யாண ராசி.” என்றார் மார்வாடி ஃபைனான்சியர்.

“அட நீங்க வேறப்பா. சும்மா இருங்க” என அந்தப் புகழாரங்களை அங்கீகரித்தார் துரைசாமி.

ஐநூறு ரூபாய் கட்டுகள் அடங்கிய பணப்பெட்டிகள் பாதுகாப்பாக பீரோக்களுக்கு மாறின.

“எதுக்கு ரெண்டாயிரம் ரூபா வேணாம்னு சொல்லிட்ட?” என்றார் மார்வாடி.

“எந்த நேரத்திலும் ரெண்டாயிரம் ரூபா நோட்டுக்கு ஆபத்திருக்குன்னு சொல்றாங்க. இன்னொரு டீமானிடைசேஷன் உடம்புக்குத் தாங்காது.”

“என்னப்ப... போன முறைதான் ஆயிரம் ரூபா நோட்டையெல்லாம் ரெண்டே நாள்ல மாத்திக்குடுத்துட்டனே... அதுக்கா பயந்தே?” என மார்வாடி மீண்டும் கேட்டார்.

“எதுக்குப்பா ரிஸ்க்? சரி நீங்க சாப்பிடுங்க. மாடியில எங்க ஊர்ல இருந்து கொஞ்ச பேர் வந்தவங்க இருக்காங்க. அவங்கள பாத்துட்டு வந்துடுறேன்.” வேடப்பட்டி துரைசாமி நாகரிகமாக அங்கிருந்து பண்ணை வீட்டுக்குள் சென்றார்.

அவர் தலை மறைந்ததும் ஃபைனான்ஸியர் கமென்ட் அடித்தார்:

"ஊர் ஆளுங்க யாரும் இல்ல. புதுப் பொண்டாட்டி உள்ள இருக்காங்க. மனுஷன் ஒரு நிமிஷம்கூட பிரியறதில்ல..."

வேடப்பட்டி துரைசாமி உள்ளே சென்றார். அங்கே நான்கு பேர் இருந்தனர். வழக்கறிஞர் ஜனார்த்தனம், மனோகரன், ராஜவேலு, கிருஷ்ணமூர்த்தி.

"இன்னும் ராஜ்குமார் ஏன் வரல?" என்றார் வேடப்பட்டி.

"நானும் போன் பண்ணி பாத்துட்டேன்.. போனை எடுக்கல."

"ட்ரைவ் பண்ணிக்கிட்டுருப்பார். டோன்ட் டிஸ்டர்ப் இம்." வேடப்பட்டி பெருந்தன்மையாக சொன்னார். அவருக்கு மகிழ்ச்சி இரட்டிப்பாக இருந்தது. முதல் காரணம், சினிமா பிசினஸ் நல்லவிதமாக முடிந்து பணம் கைக்கு வந்துவிட்டது. இரண்டாவது ஐந்து பெண்களை கம்போடியாவில் வைத்துப் பாடாய் படுத்தியதில் இருந்து சுலபமாக தப்பித்தது.

"நான் இன்னைக்கு செம ஹெப்பியா இருக்கேன். நம்ம எல்லாருக்கும் அருமையா ஸ்கெட்ச் போட்டுக்கொடுத்து போலீஸ்கிட்ட மாட்டாம எல்லாத்தையும் முடிச்சுத் தந்த ராஜ்குமாருக்குத்தான் தாங்க்ஸ் சொல்லணும்."

"நம்ம வக்கீல் இல்லன்னா என்ன ஆகியிருப்போம்?" என்றான் ராஜவேலு.

"அப்கோர்ஸ் நான் கேஸை ஜஸ்ட் லைக் தட் க்ளோஸ் பண்ணேன். ஆனா தடயமே இல்லாம இத எல்லாத்தையும் ப்ளான் பண்ணது ராஜ்குமார்தான். இல்லன்னா நான் மட்டும் என்ன பண்ணியிருக்க முடியும்?"

எல்லோரும் ராஜ்குமாரின் சாமர்த்தியத்தைப் புகழ்ந்துகொண்டிருக்க, அவனைக் கஸ்டடியில் வைத்துவிட்டு, அவன் தந்த வாக்குமூலத்தின் அடிப்படையில் மற்ற நால்வரையும் கைது செய்ய வேடப்பட்டி துரைசாமியின் பண்ணை வீட்டை தன் போலீஸ் பட்டாளத்துடன் நெருங்கிக்கொண்டிருந்தார் அசிஸ்டென்ட் கமிஷனர் பாலசுந்தரம்.

●